மானசரோவர்

அசோகமித்திரனின்
பிற காலச்சுவடு வெளியீடுகள்

நாவல்

- ❖ 18வது அட்சக்கோடு (கிளாசிக் வரிசை)
- ❖ ஒற்றன்!
- ❖ யுத்தங்களுக்கிடையில் . . .
- ❖ ஆகாயத் தாமரை
- ❖ தண்ணீர் (கிளாசிக் வரிசை)
- ❖ கரைந்த நிழல்கள் (கிளாசிக் வரிசை)
- ❖ இந்தியா 1944-48
- ❖ இன்று

சிறுகதை

- ❖ ஐந்நூறு கோப்பைத் தட்டுகள் (கிளாசிக் வரிசை)
- ❖ வாழ்விலே ஒரு முறை (முதல் சிறுகதைத் தொகுப்பு வரிசை)
- ❖ அழிவற்றது
- ❖ 1945இல் இப்படியெல்லாம் இருந்தது . . .
- ❖ இரண்டு விரல் தட்டச்சு
- ❖ அசோகமித்திரன் சிறுகதைகள் (முழுத் தொகுப்பு)
- ❖ அமானுஷ்ய நினைவுகள்

குறுநாவல்

- ❖ இன்ஸ்பெக்டர் செண்பகராமன்
- ❖ அசோகமித்திரன் குறுநாவல்கள் (முழுத் தொகுப்பு)
- ❖ மணல் (கிளாசிக் வரிசை)

கட்டுரை

- ❖ எரியாத நினைவுகள் (கிளாசிக் வரிசை)
- ❖ சில ஆசிரியர்கள் சில நூல்கள்
- ❖ படைப்புக்கலை
- ❖ ஆடிய ஆட்டமென்ன
- ❖ ஒரு பார்வையில் சென்னை நகரம்
- ❖ திரைக்குப் பின்

மானசரோவர்

அசோகமித்திரன் (1931–2017)

இயற்பெயர் ஜ. தியாகராஜன். செகந்தராபாத்தில் பிறந்தார் மெஹ்பூப் கல்லூரியிலும் நிஜாம் கல்லூரியிலும் ஆங்கிலம், இயற்பியல், வேதியியல் படித்தார். தந்தையின் மறைவுக்குப் பின் இருபத்தொன்றாம் வயதில் குடும்பத்துடன் சென்னைக்குக் குடியேறினார். *கணையாழி* மாத இதழின் ஆசிரியராக பல ஆண்டுகள் பணியாற்றினார்.

1951 முதல் தமிழிலும் ஆங்கிலத்திலும் எழுதினார். சிறுகதை, குறுநாவல், நாவல், கட்டுரை, விமர்சனம், சுய அனுபவப் பதிவு போன்ற பிரிவுகளில் 60 நூல்களுக்கு மேல் எழுதியிருக்கிறார். பல இந்திய மொழிகளிலும் சில ஐரோப்பிய மொழிகளிலும் இவரது நூல்கள் மொழிபெயர்க்கப் பட்டுள்ளன. 1973இல் அமெரிக்காவின் அயோவா பல்கலைக் கழகத்தின் எழுத்தாளர்களுக்கான சிறப்புப் பயிலரங்கில் கலந்துகொண்டவர்.

1996ஆம் ஆண்டு சாகித்திய அக்காதெமி விருது பெற்றார்.

அசோகமித்திரன் தனது 85வது வயதில், 23.03.2017 அன்று சென்னை வேளச்சேரியில் காலமானார்.

மனைவி: ராஜேஸ்வரி. மகன்கள்: தி. ரவிசங்கர், தி. முத்துக்குமார், தி. ராமகிருஷ்ணன்.

அன்பார்ந்த வாசகருக்கு,

வணக்கம்.

காலச்சுவடு நூலை வாங்கியமைக்கு நன்றி.

நூலின் உள்ளடக்கம், உருவாக்கம், அட்டைப்படம் இன்ன பிற அம்சங்கள் பற்றிய உங்கள் கருத்துகளையும் ஆலோசனைகளையும் காலச்சுவடு வரவேற்கிறது. தகவல், எழுத்து, வாக்கியப் பிழைகள் தென்பட்டால் அவசியம் தெரிவித்து உதவுங்கள். நூல் தயாரிப்பில் கடும் குறைபாடு இருப்பின் மாற்றுப் பிரதி உங்களுக்குக் கிடைக்கக் காலச்சுவடு ஏற்பாடு செய்யும்.

மின்னஞ்சல்: **publisher@kalachuvadu.com**

காலச்சுவடு நாகர்கோவில் அலுவலகத்திற்குக் கடிதம் அனுப்பலாம்.

தங்கள்
எஸ்.ஆர். சுந்தரம் (கண்ணன்)
பதிப்பாளர் – நிர்வாக இயக்குநர்

Unauthorised use of the contents of this published book, whether in e-book or hardcopy format, for any type of Artificial Intelligence (AI) training — including but not limited to Machine Learning, Deep Learning, Natural Language Processing, Computer Vision, Chatbot Training, Image Recognition Systems, Recommendation Engines, and Language Models — is strictly prohibited without prior licensing from the publisher. Any such unauthorised use may result in legal action.

அசோகமித்திரன்

மானசரோவர்

காலச்சுவடு பதிப்பகம்

மானசரோவர் ♦ நாவல் ♦ ஆசிரியர்: அசோகமித்திரன் ♦ ©ராஜேஸ்வரி, தி. ரவி சங்கர், தி. முத்துக்குமார், தி. ராமகிருஷ்ணன் ♦ முதல் பதிப்பு: டிசம்பர் 1989 ♦ காலச்சுவடு முதல் பதிப்பு: டிசம்பர் 2014, பதின்மூன்றாம் பதிப்பு: ஜூலை 2025 ♦ வெளியீடு: காலச்சுவடு பப்ளிகேஷன் (பி) லிட்., 669, கே. பி. சாலை, நாகர்கோவில் 629001

maanacaroovar ♦ Novel ♦ Author: Ashokamithran ♦ ©Rajeswari, T. Ravi shankar, T. Muthukumar and T. Ramakrishnan ♦ Language: Tamil ♦ First Edition: December 1989 ♦ Kalachuvadu First Edition: December 2014, Thirteenth Edition: July 2025 ♦ Size: Demy 1 x 8 ♦ Paper: 18.6 kg maplitho ♦ Pages: 216

Published by Kalachuvadu Publications Pvt. Ltd., 669, K.P.Road, Nagercoil 629001, India ♦ Phone: 91-4652-278525 ♦ e-mail: publications @kalachuvadu.com ♦ Printed at Manipal Technologies Limited, Manipal 576104, Karnataka

ISBN: 978-93-82033-83-7

07/2025/S.No. 617, kcp 5888, 18.6 (13) rss

முன்னுரை

படைப்பு என்னும் மானசரோவர்

இலக்கியப் பரப்பில் நண்பர்களின் கதை புதிதல்ல. குறிப்பாக இந்தியப் பின்னணியில் இதிகாசக் காலம்தொட்டுப் பல கதைகள் நண்பர்களைச் சுற்றிப் பின்னப்பட்டுள்ளன. அசோகமித்திரனின் 'மானசரோவ'ரும் இரு நண்பர்களின் கதைதான்.

இவர்கள் பால்ய நண்பர்கள் அல்ல. வெவ்வேறு பின்னணியில் பிறந்து வளர்ந்து பெரியவர்களான பிறகுதான் அறிமுகமே ஏற்படுகிறது. இவர்களுக் கிடையில் இருக்கும் ஈர்ப்பின் காரணம் இருவருக் குமே தெளிவாகத் தெரியாது. இவர்கள் நட்பு விசித்திரமானது. பொருளாதார ரீதியில் தடுமாறும் கோபால் நினைத்தால் சத்யனின் மூலம் அந்த நிலையை மாற்றிக்கொண்டுவிடலாம். சத்யன் உதவிசெய்யத் தயாராகவே இருக்கிறான். ஆனால் கோபாலுக்கு அப்படிக் கேட்கும் இயல்பு இல்லை. வலிய வந்து யாரவது உதவிசெய்தாலும் அதை ஏற்றுக்கொள்வதில் தயக்கங்கள் கொண்டவன்.

உண்மையில் கோபாலுக்கும் சத்யனுக்கும் இடையே நட்பு இருக்கிறதா? சத்யனால் சில செயல் களை ஏன் தவிர்க்க முடியவில்லை? சத்யனை அப்படி நடந்துகொள்ள வைத்தது எது? இயல்பான பலவீனமா? அவனுடைய அந்தஸ்தும் வசதியும் அவனுக்குள் ஏற்படுத்திய சுரணையின்மையா? இதற்குத் தெளிவான பதில் ஏதாவது இருக்கிறதா? யதார்த்த வாழ்வில் இல்லாததுபோலவே நாவலிலும் இதற்கெல்லாம் பதில் இல்லை.

மனதைத் தூய்மைப்படுத்தும் மானசரோவர் ஏரி ஒவ்வொரு வருக்கும் தேவைப்படுகிறது. வாழ்வின் கணிக்கவியலாத நெருக்கடிகளும் தர்க்கத்தால் விளக்கிவிட முடியாத அவற்றின் காரணிகளும் இந்த மானசரோவருக்கான தேவைகளை உருவாக்கியபடி இருக்கின்றன. மானசரோவருக்கான தேடல் என்பது ஓயாமல் அலைவுறும் வாழ்வின் விடுதலைக்கான தேடல் என்று சொல்லலாம். எல்லாருக்குமான மானசரோவர் என்று எதுவும் இல்லை. அவரவருக்கான மானசரோவரை அவரவர் அடையாளம் காண வேண்டும். கோபால் அதை அடையாளம் கண்டுகொண்டான். சத்யனுக்கு அது அடையாளம் காட்டப்படுகிறது. அந்த மானசரோவரை அவனால் விடுதலைக்கான வழிமுறையாகப் பார்க்க முடிந்ததா என்பது வேறு. தர்க்கங்களின் ஆதிக்கத்திலிருந்து கோபால் விடுபட்டதுபோல் சத்யனால் விடுபட முடிந்ததா?

'மானசரோவர்' நாவலை நண்பர்களின் கதை என்று சொல்வதைவிடவும் கணிக்கவியலா வாழ்வின் கூறுகளின் கதை என்று சொல்லலாம். காரணமே தெரியாமல் அலைக்கழிக்கும் இந்த வாழ்க்கையை வெவ்வேறு மனிதர்கள் வெவ்வேறு விதமாக எதிர்கொள்கிறார்கள். பரிதவிப்பின் உச்சத்தில் ஏதேனும் ஒன்றைப் பற்றிக்கொள்கிறார்கள். சிலருக்கு இந்த அலைதல் ஏதோ ஒரு புள்ளியில் அமைதியை அடைகிறது. கோபால் அத்தகையவர்களில் ஒருவன். சத்யனுக்கு அதற்கான வாய்ப்பு கிடைக்கிறது. ஆனால் அது அவனுக்குப் பயன்படும் என்பதற்கான உத்தரவாதம் எதுவும் கிடையாது. ஏனென்றால் அவனுடைய வாழ்க்கை வேறு. அதை அவன் எதிர்கொள்ளும் முறை வேறு. ஒருவருக்கு வேலைசெய்யும் மருந்து இன்னொருவருக்குக் கேட்பதில்லை.

பகுத்தறிவின் எல்லையை உணர்வதிலும் உணர்த்துவதிலும் முக்கியப் பங்கு வகிப்பது 'மானசரோவர்' நாவலின் முக்கியமான பரிமாணம் என்று சொல்ல வேண்டும். நவீனத்துவத்தின் ஆதாரமான அறிவியல் பார்வையின் எல்லைகளை, போதாமையைத் தெளிவாகவே கோடிகாட்டும் நாவல், விளங்கிக்கொள்ள முடியாத வாழ்வின் புதிர்களுக்கான பதில்களையும் நெருக்கடிகளுக்கான தீர்வுகளையும் பகுத்தறிவின் எல்லைக்கு அப்பாற்பட்டுத் தேடிச் செல்கிறது. பகுத்தறிவின் எல்லைக்கு வெளியே அது தீர்வையும் காண்கிறது. ஆனால் எல்லாருக்குமான தீர்வாக முன்வைக்காமல் அகவயமான அனுபவமாக, ஒரு சாத்தியமாக அதை அடையாளம் காட்டுகிறது. இந்த வகையில் இது அசோகமித்திரன் நாவல்களில் தனித்த இடத்தைப் பெறுகிறது.

நாவலின் இந்தப் புள்ளி மேலும் விரிவாக விவாதிக்க வேண்டிய அவசியத்தையும் ஏற்படுத்துகிறது.

ஆதாரமான கதையும் அதைச் செலுத்தும் காரணிகளின் வலுவான முரணியக்கமும் ஒருபுறம் இருக்க, நண்பர்களின் பின்புலங்கள் சார்ந்த சித்திரங்கள் அவரவரது உளவியல் கூறுகளுடன் அற்புதமாகப் பதிவாகியிருக்கின்றன. இந்தச் சித்திரங்கள் இரு நண்பர்களின் துல்லியமான ஆளுமைச் சித்திரங்களாக உருப்பெறுகின்றன. ஒருவரது பின்புலமும் அனுபவங்களும் அவரது ஆளுமையையும் வாழ்வின் போக்கையும் வடிவமைக்கும் விதம் மிக யதார்த்தமாக வெளிப்படுகிறது. தாமரை இலை நீரை ஒத்த அசோகமித்திரனின் நடைச்சித்திரங்கள் சாத்தியப்படுத்தும் தரிசனங்கள் வாசக அனுபவத்தை அசல் வாழ்வனுபவத்துக்கு நெருக்கமாகக் கொண்டுவந்துவிடுகின்றன. கதையின் ஆதாரமான சிக்கலையும் அதன் போக்கையும் பற்றிக்கூட ஒரு வாசகர் கவலைப்பட வேண்டியதில்லை. அசோகமித்திரனின் சித்திரிப்பு தரும் சித்திரங்கள் தம்மளவில் மேலான கலை அனுபவத்தைத் தருகின்றன. இவற்றைத் தாண்டிப் புனைவின் ஆதாரமான சிக்கலுக்குள் பயணிக்கும் வாசக மனம் பகுத்தறிவின் போதாமைகளையும் தீர்வுகளின் அகவயமான தன்மையையும் உணர்ந்து வாழ்வு குறித்த தன் பார்வையைச் செழுமைப்படுத்திக்கொள்ள முடியும்.

நாவலில் கோபாலுக்குப் பதில்கள் கிடைக்கின்றன. சத்யனுக்குக் கேள்விகள் மிஞ்சியிருக்கின்றன. ஒரு வாசகர் இந்தப் பதில்களையோ கேள்விகளையோ தன்னுடன் பொருத்திப்பார்த்துக்கொள்ளலாம். இரண்டுமே வாழ்வுடனான உறவைச் செழுமைப்படுத்தக்கூடியவை. இதைச் சாதிப்பதுதான் மானசரோவரின் முக்கியமான அம்சம். மனதைச் சுத்தமாக்கும் மானசரோவர் ஏரி என்பது உண்மையில் இருக்கிறதோ இல்லையோ படைப்பு அந்தக் காரியத்தைச் செய்துகொண்டுதான் இருக்கிறது.

சென்னை
04.12.2014

அரவிந்தன்

முன்னுரை

இது இரு நண்பர்களுடைய கதை. புவியியல் அல்லது பயண நூல் அல்ல. இருவரும் சினிமாக் காரர்கள். கதையை மாறி மாறி எடுத்துச் செல்கிறார்கள்.

இந்தியச் சுதந்திரத்தை அடுத்துப் பதினைந்து இருபது ஆண்டுகள் இந்திய சினிமாவின் பொற்காலம் என்பார்கள். அதுதான் 'மானசரோவ'ரின் காலமும். அன்று அநேகமாக எல்லாமே கறுப்பு – வெளுப்புப் படங்கள். சினிமாத் தயாரிப்புக்கு ஸ்டூடியோக்கள் தான் கேந்திரங்களாக இருந்தன. ஸ்டூடியோப் படப்பிடிப்பும் ஒளிப்பதிவும் அபாரத் தொழிற் தேர்ச்சியைச் சாத்தியமாக்கின. இன்று சாதனங்கள் பெருகிவிட்டன. இயந்திரங்களின் ஆற்றல் மனிதத் திறனைச் சற்றுப் பின்னுக்குத் தள்ளிவிட்டன.

இந்த நாவலின் இரு நாயகர்களான சத்யன் குமாரும், கோபாலும் சினிமாக்காரர்களானாலும் ஆயிரமாயிரமாண்டு மரபுத் தொடர்ச்சியில்தான் இருக்கிறார்கள். இந்திய மரபில் தோழமைக்கு விசேஷ இடம் உண்டு. கிருஷ்ணன் – அர்ச்சுனன், கர்ணன் – துரியோதனன், விக்கிரமாதித்தன் – பட்டி, காளிதாசன் – போஜன், சீநக்கன் – பொய்யாமொழி, பிசிராந்தையார் – கோப்பெருஞ்சோழன், தேசிங்கு ராஜன்–முகமதுகான், ராமகிருஷ்ணர்–கேசவசந்திரர், ராமகிருஷ்ணர் – விவேகானந்தர் என இப்பட்டியல்

நீண்டு போகிறது. மேலைய கலாச்சாரத்தில் இதைத் தகாத உணர்வாகக்கூட நினைக்கக்கூடும். ஆனால் இந்த உறவு உன்னத நிலைக்கே எடுத்துச்செல்வதை நம் வரலாறும் நம்பிக்கையும் திரும்பத் திரும்ப உறுதிப்படுத்துகின்றன.

அத்தகையதோர் உறவு பற்றிய கதைதான் 'மானசரோவர்.'

சென்னை
டிசம்பர், *1989*

அசோகமித்திரன்

(முதற்பதிப்பு முன்னுரை)

I

1

சத்யன்குமார் அன்று காலை பத்தரை மணிக்குச் சென்னை வர வேண்டும். பம்பாயிலிருந்து வரும் பிளேன் பத்திரைக்குத்தான் வருகிறது. அவன் நேராக ஸ்டூடியோ வந்துவிட்டால்கூடப் பன்னிரண்டரை பன்னிரண்டே முக்காலுக்கு முன் ஒரு ஷாட் எடுக்க முடியாது. இன்று புது செட் வேறு. லைட்டிங்குக்குச் சிறிது அதிக நேரம்தான் ஆகும். அதுவும் சுப்பு காமிராமேன் என்றால் அரை மணி ஒரு மணி நேரம் அதிகமாகவே ஆகும். ஆனால் சத்யன்குமார் சுப்புதான் வேண்டும் என்பான். சுப்பு மட்டும் ஹாலிவுட்டில் இருந்தால் இதற்குள் நான்கைந்து ஆஸ்கர்கள் வாங்கியிருப்பான். எல்லாம் நன்றாகத்தான் இருக்கிறது. ஆனால் இவ்வளவு மெதுவாக வேலை செய்கிறானே? இன்றைக்கு வேலை சட்புட்டென்று தொடங்கி சத்யன்குமாரின் இந்த ஷெட்யூலை இரண்டு நாட்களில் முடித்தால்தானே நான் வருகிற பௌர்ணமிக்கு வீர ஆஞ்சனேயர் கோயிலுக்குப் போக முடியும்?

நான் எழுந்து கதவைத் திறந்து பக்கத்து வீட்டில் பால்காரன் தட்டுப்படுகிறானா என்று பார்த்தேன். எங்கள் இரு வீட்டிற்கும் ஒரு மாட்டைக் கறந்து அவர்களுக்கு ஒரு படியும் எங்களுக்கு முக்கால் படியும் அளந்து விட்டுப் போவான். ஒரு வாரமாகவே மாடு சரியாகக் கறக்கவில்லை. மடிக்காம்பில் புண், பால்காரன் கறக்கும்போது சில சமயம் புண்ணிலிருந்து ரத்தம்

வந்து அது கறக்கும் பாலிலும் கலந்துவிடும். இன்றாவது மாட்டின் புண் சற்று ஆறியிருக்க வேண்டும்.

நான் சமையலறை விளக்கை ஏற்றிச் சிறிது உப்புப் பொடி எடுத்துக்கொண்டு பல் தேய்க்க ஆரம்பித்தேன். வயது முப்பத்தெட்டு ஆகிறது, அதற்குள் பல் வலி. எனக்குக் கல்யாணமான பெண் ஒருத்தி இருக்கிறாள் என்றால் சட்டென்று யாரும் நம்பிவிடமாட்டார்கள். நல்ல இடம், நல்ல குலம் கோத்திரம் என்று என் அம்மா, அத்தை, பாட்டி அத்தனை பேரும் திரும்பத் திரும்பச் சொல்லிப் பதினேழு வயது முடியாத என் பெண் காமாட்சிக்கு அந்த விற்குடி வரனை முடித்தாக வேண்டும் என்று விடாப்பிடியாக நின்று கல்யாணத்தையும் முடித்துவிட்டார்கள். மறுமுழி என்று காமாட்சி போன மாதம் வந்திருந்தாள். அவள் முகமே குலைந்து போயிருந்தது. என் செல்லக் குழந்தைக்கு ஏதோ ஆகிவிட்டது. குலம் கோத்திரம் எல்லாம் நன்றாக இருந்தால் போதுமா? பையனல்லவா ஒழுங்காக இருக்க வேண்டும். இன்னும் யாரும் வெளிப்படையாக ஒன்றும் சொல்ல வில்லை; காமாட்சிகூட. ஆனால் சினிமா கம்பெனியில் இருக்கும் எனக்கு ஒரு பெண்ணின் கண்ணைப் பார்த்தாலே அவளுடைய கணவனைப் பற்றி எல்லாம் தெரிந்துவிடும்.

பல் தேய்த்துவிட்டு பாய்லரைப் பற்றவைத்தேன். புனா பாய்லர் என்பார்கள். ஒரு காலத்தில் ஐம்பது அறுபது ரூபாய்க்குப் பெரிய பாய்லரே கிடைக்கும். இப்போது செம்பு விற்கும் விலையில் இம்மாதிரி பாய்லர்கள் புழக்கத்திலிருந்து சிறிது சிறிதாக மறையத் தொடங்கிவிட்டன. இந்த பாய்லர் எப்போதோ என் அப்பா வாங்கியதாம். நான் இன்னும் தினமும் இதில் தண்ணீர் நிரப்பிக் காலையில் பற்ற வைக்கிறேன். ஒரு துண்டு வறட்டியில் சிறிது மண்ணெண்ணெய் ஊற்றிக் கொளுத்திப் போடுவேன். அடுத்தடுத்துச் சிறிது சிறிதாக மேலும் வறட்டித் துண்டுகள், காகிதப் பந்துகள், சுள்ளிகள், லீகோ கரி...

"பால்காரன் வந்துவிட்டானா?" என்று இன்னும் படுக்கையை விட்டு எழுந்திருக்காமல் என் மனைவி கேட்டாள். பாலை வீட்டுப் புருஷன் வாங்கக் கூடாது என்று யாரோ எப்போதோ அவளிடம் சொல்லியிருக்கிறார்கள். ஆதலால் பால் மட்டும் அவள் அளந்து வாங்கி வருவாள். இன்னும் ஏதேதோ செய்ய வேண்டும், ஏதேதோ செய்யக் கூடாது என்று நிறையவே இருக்கிறது. அதெல்லாம் ஐம்பகத்துக்குத் தெரியாது. யாரும் சொல்லித்தரவில்லை.

சத்யன்குமார் ஷூட்டிங் என்றாலே என் மதிப்பு உயர்ந்து விடும். இதனால், எனக்கு வேலை இருக்கிறதோ இல்லையோ ஊருக்கு முன்னால் அழைத்துப்போய் செட்டில் உட்கார வைத்துவிடுவார் என் முதலாளி. அவர் யார் யாரையோ கதறவைத்திருக்கிறார். சத்யன்குமாரிடம் அது சாத்தியப்பட வில்லை. அவன் அலட்டிக்கொள்ளாதபடியே எல்லாமே அவன் மனதிற்கிணங்கத்தான் நடக்கிறது. என்னை எப்போதும் அவன் கண்ணில் படும்படி இருக்கவைக்க என் முதலாளி எல்லாப் பிரயாசையும் எடுத்துக்கொள்வார். ஒரு முறை, “நீங்க ஏர்போர்ட்டுக்குப் போய் அவனை அழைச்சிண்டு வந்துடறேளா கோபால்” என்றுகூடக் கேட்டார்.

“நாம வழக்கமா கார் மட்டும் அனுப்பிச்சு டிரைவர் அழைச்சிண்டு வர மாதிரிதானே செய்வோம்? புதுசா ஒண்ணும் வேண்டாம், சார். இங்கே வந்தப்புறம் பார்த்துப்போம்,” என்றேன்.

“நீங்க கார்லியே அவனோட இந்த ஷெட்யூல் பத்தி டிஸ்கஸ் பண்ணிடலாமோன்னு நினைச்சேன்.”

“கார்லே அதெல்லாம் பேசவே முடியறதில்லே சார். ரோடு வழியெல்லாம் டொக்கு டொக்குன்னு இடிக்றது, குண்டும் குழியுமா.”

“சரி.”

என் முதலாளி எதையும் வற்புறுத்துவது போலச் செய்ய மாட்டார். ஆனால் நான் அவர் எண்ணப்படி நடந்து கொள்ளாததை மறந்துவிட மாட்டார். இதற்கு விளைவு இருக்கும்.

“ஜம்பகம் எழுந்திரு. டிகாக்ஷன் போட்டு பாய்லரையும் பத்தவைச்சுட்டேன். பால்காரன் இன்னும் வரலை போலிருக்கு. நேத்திப் பால் ஏதாவது இருக்கா, பாரு.”

ஜம்பகத்தின் கஷ்டம் எனக்குத் தெரியும். இரண்டு குறைப் பிரசவங்கள். இரு குழந்தைகளை ஒழுங்காகத் தவழுவதற்கு முன்பே தாரைவார்த்துக் கொடுத்தாகிவிட்டது. எஞ்சிருப்பது ஒரு பெண்ணும் பிள்ளையும். பெண்ணைத்தான் அவள் ஒழுங்காகப் புடவை கட்டிக்கொள்ளக் கற்றுக்கொள்வதற்கு முன்பு புக்ககம் அனுப்பித்தாகிவிட்டது. பையன் ராஜாவுக்குப் பதினான்கு முடிந்து பதினைந்து. படிப்பில் சுமார். ராஜா நன்றாகப் பாடுகிறான் என்று யார் யாரோ சொல்லியிருக் கிறார்கள். அப்பா சினிமா கம்பெனியில் இருக்கிறார்

என்பதற்காகவே இவன் இப்படிச் சினிமாப் பாட்டுகளைப் பாடிக்கொண்டு திரிகிறானோ என்று எனக்கு ஒரு சந்தேகம். ஜம்பகத்துக்கு உடம்பு சரியில்லை. ஊர்ப் பெண்கள் கணவர்கள் பற்றி எனக்குத் தெரிகிற அளவுக்கு எனக்கு, என் மனைவியின் கணவனாகிய என்னைப் பற்றி இன்னும் சரியாகத் தெரியவில்லை. எனக்குச் சில சமயங்களில் ஜம்பகத்தை நினைத்துப் பயம் எழுவதுகூட உண்டு. அதிலும் ஒரு நாள் அவள் தனியாகச் சோழி வைத்துக்கொண்டு தனக்குத்தானே ஆடிக்கொண்டிருந்ததைப் பார்த்த பிறகு. அவள் வெறியோடு சோழிகளைத் தூக்கிப் போட்டுப் புறங்கையில் பிடித்து மீண்டும் தூக்கிப் போட்டு உள்ளங்கையில் பிடித்தாள். அவள் கண்கள் அகல விரிந்து இருந்தன.

இப்போது நிஜமாகவே பால்காரன் வந்துவிட்டான். விரிந்து கிடந்த தலையை முடிந்து விட்டுக்கொண்டு ஜம்பகம் பால் பாத்திரத்தை எடுத்துக்கொண்டு அடுத்த வீட்டிற்குச் சென்றாள். இதுவும் அவளுக்குப் பிடித்தமில்லை. ஆனால் இது என் அம்மா எப்போதோ பேசிவைத்து ஏற்பாடு செய்தது. கறந்த பாலாகத்தான் இன்று வரை வாங்கிக் காபி போட்டுச் சாப்பிட்டாயிற்று. கோபாலன் வீட்டுக் காபி என்று உறவுக்காரர்கள் எல்லாரும் விசேஷமாகச் சொல்வார்கள். ஒருநாள் சத்யன்குமாரை வீட்டுக்கு அழைத்து வந்திருந்தபோது அவனும் அதுதான் சொன்னான். “கோபால்ஜி, ஆப் கா கர் கி காபி ஏக் தம் ஃபர்ஸ்ட் கிளாஸ்.”

சத்யன்குமார் என் வீட்டுக்கு வந்திருந்தது பற்றி நிறையப் பரபரப்பு இருந்தது. ஹிந்தி சினிமாவரை அவன் அன்று தன்னிகரற்ற நட்சத்திரம். நிறையக் குடிப்பான் என்று பெயர் இருந்தாலும் எல்லாராலும் மிகவும் மதிக்கப்பட்டவனாகவும் இருந்தான். இந்தியா – சீனா யுத்தம் வந்தபோது மலைச்சாரலில் இருந்த இந்தியப் படைகளுக்கு உற்சாகமளிக்க யார் யாரோ நாட்டியக்காரிகளும் பாடகிகளும் கோமாளிகளும் சென்றிருந்தாலும் சத்யன்குமார் சென்று ஏழெட்டு இடங்களில் பேசியதுதான் மிகவும் உயர்வாக இருந்தது என்று டில்லியிலும் ராணுவ வட்டாரங்களிலும் அபிப்ராயம் இருந்தது. பண்டித நேருவே சத்யன்குமாரை டில்லிக்குக் கூப்பிட்டு அழைத்துப் பாராட்டினார். சத்யன்குமாரும் பண்டித நேருவும் சேர்ந்து எடுத்துக்கொண்ட புகைப்படம் இந்தியாவின் எல்லாப் பத்திரிகைகளிலும் வெளியாயிற்று. அப்படத்தின் ஒரு பிரதியைத் தன் கையெழுத்திட்டு சத்யன்குமார் அவனாகவே காமாட்சியிடம் கொடுத்தான். அவளுக்கு அதன் மதிப்பெல்லாம் புரியவில்லை. பம்பாயில் பத்தாயிரம் ரூபாய் கொடுத்தால்

கூட அப்படிப்பட்டதொரு பரிசு கிடைக்காது என்று அவளுக்குத் தெரியாது. ஜம்பகத்துக்கும் இது புடிக்கவில்லை. "குடிகாரனை வீட்டுக்கு அழைச்சுண்டு வந்தா இப்படித்தான் சோதா மாதிரி நடந்துப்பான்," என்று சொன்னாள். அதன் பிறகுதான் நல்ல குலம் கோத்திரம் என்றெல்லாம் பார்த்துக் காமாட்சிக்குக் கல்யாணம் நடந்தது. ஒரு சோதா மாப்பிள்ளை யாகவே வந்து சேர்ந்துவிட்டான்.

ஜம்பகம் குளித்த பிறகு நானும் குளித்தேன். தலையை வாரிக்கொள்ளும்போது கண்ணாடியில் உற்றுப்பார்த்தேன். தலையில் மயிர் நிறையவே இருந்தது. காதருகில் மட்டும் ஓரிரு இழை நரைத்திருந்தது. சத்யன்குமார் ஒருமுறை, "கோபால்ஜி, நீங்கள் நடிக்க வந்திருக்க வேண்டும். நான் உங்களுக்குக் கூஜா தூக்கிக்கொண்டு வர வேண்டும். இப்போதுகூடப் பரவாயில்லை. நான் உங்களை ஹீரோவாக வைத்துப் படம் எடுக்கிறேன்" என்று சொன்னான். இதெல்லாம்கூட எப்படியோ என் முதலாளி காதுக்கு எட்டியிருந்தது.

எட்டு மணிக்கே கம்பெனி கார் வீட்டு வாசல் முன்பு வந்து நின்றது. ஷூட்டிங் தினத்தன்று நான்கைந்து வாடகை கார்களையும் அமர்த்திக்கொள்வது உண்டு. ஆனால் முக்கிய மானவர்களை அழைத்துவர, முக்கியமான பணிகளைச் செய்து முடிக்க கம்பெனி கார்கள்தான் அனுப்பப்படும்.

"நான் பதினொரு மணிக்கு வந்தால் போறும்பா. உன்னை யாரு ஊருக்கு முன்னாலே என் வீட்டு வாசல்லே வண்டியைக் கொண்டுபோய் நிறுத்தச் சொன்னது?" என்று டிரைவரைக் கேட்டேன்.

"நீங்க ஏர்போர்ட் போகப்போறதா மானேஜர் சொன்னாரு."

"நான் போகலை. போகவும் முடியாது. நீ திரும்பிப் போ. பத்துப் பத்தரை மணிக்கு முடிஞ்சா வண்டி அனுப்பட்டும் – இல்லேன்னா நானே அங்கே டயத்துக்கு வந்து சேர்ந்துடறேன்னு சொல்லு."

இன்னும் ராஜா எழுந்திருக்கவில்லை. "ஏன் ராஜா இன்னும் எழுந்திருக்கலை?" என்று ஜம்பகத்தைக் கேட்டேன். அவள் குளித்த பிறகு படுக்கையருகே செல்லமாட்டாள். நானே ராஜாவிடம் சென்று போர்வையை அகற்றினேன். ராஜா தூங்கிக்கொண்டிருந்தான். உடம்பு மிகவும் சுட்டது. நல்ல சுரம்.

❍

2

பதினொரு மணிக்கு சத்யன்குமார் கன்னிமாரா ஹோட்டலைச் சென்றடைந்தவுடனேயே ஸ்டூடியோவுக்கு டெலிபோன் செய்து கோபால்ஜி ஊரில் இருக்கிறாரா என்று விசாரித்திருக்கிறான். புரொடக்ஷன் மானேஜர் வரதன், "உமக்குத்தான் ஓய்," என்று சொல்லி டெலிபோனை என்னிடம் கொடுத்தான்.

"சத்யன், சீக்கிரம் வா. உனக்காக இங்கு எல்லாரும் காத்திருக்கிறார்கள்," என்று நான் சொன்னேன்.

"என்ன கோபால்ஜி, என்னையே வாரி விடுகிறீர்களே? உங்க ஸ்டுடியோவில் நான் வந்தால் எனக்காகவா காத்திருக்கிறார்கள்? எல்லாம் உங்கள் முதலாளிக்குத்தானே?" என்று அவன் சிரித்தபடி சொன்னான்.

"முதலாளி உனக்காகக் காத்திருக்கிறார்."

"லைட்டிங் முடிந்தவுடனே வண்டி அனுப்பச் சொல்லுங்கள். நான் உடனே வந்துவிடுகிறேன்."

வரதன் உஸ் உஸ்ஸென்று என் கவனத்தை ஈர்த்தான். "இன்னிக்கு அவனுக்குக் கிழ மேக்கப்புனு சொல்லுயா, அவன் மூஞ்சியிலே தாடி மீசை ஒட்டறதுக்கே இரண்டு மணியாயிடும்" என்று சொன்னான்.

“சத்யன், இன்னிக்கு உனக்கு வேறே மேக்கப்பாம். அதாம்ப்பா. நீ ஓடிப் போய்விட்டு இருபது வருஷம் கழித்து விட்டு வருகிறாயே, அந்த சீன்.”

“தெரியும், கோபால்ஜி. நானும் பதிமூன்று வருடங்களாக சினிமாவில் இருக்கிறேன்.”

“உனக்கு நீயே எஜமானன்.”

“கோபால்ஜி, அந்தப் புத்தகம் கிடைத்துவிட்டது, கொண்டுவந்திருக்கிறேன்.”

“எது? ‘ஜீவனின் தண்ணீ’ரா?”

“இல்லை. ‘டாக்டர் ஜிவாகோ’.”

“ஹா, கிடைத்துவிட்டதா? இப்போதே வருகிறாயா? இல்லை, நான் அங்கே வரட்டுமா?”

“ஹா ஹா ஹா! ஜிவாகோ என்றால் இவ்வளவு பரபரப்பு அடைந்துவிடுகிறீர்களே! படித்துவிட்டீர்களா?”

“படித்துவிட்டால் உன் தயவு எதற்கு? அதற்குப் பரிசு கொடுத்த செய்தி வந்ததிலிருந்து இங்கே சென்னைக் கடைகளில் விசாரித்தேன். இல்லை ‘ஆர்டர் செய்யுங்கள், இரு மாதங்கள் கழித்து வாங்கித் தருகிறோம்’ என்றார்கள்.”

“நான் வாங்கி வந்துவிட்டேன், கோபால்ஜி. இன்னும் படித்து முடிக்கவில்லை. நீங்களும் படித்துவிடுங்கள். இந்த முறை இதைப் பற்றி விவாதிப்போம்.”

“நீ வந்திருக்கிற வேலை இங்கே ஷூட்டிங்குக்காக. அதைச் சரியாகச் செய்து முடி.”

“அதற்குத்தான் நீங்கள் இருக்கிறீர்களே, கோபால்ஜி. லைட்டிங் முடிந்தவுடனே வண்டி அனுப்பச் சொல்லுங்கள். நான் வந்துவிடுகிறேன்.”

மணி பதினொன்றரை. இன்னும் இரண்டு அல்லது மூன்று மணி நேரத்துக்கு நான் செய்வது ஏதும் இல்லை. ஹிந்திப் படமாதலால் நான் ஷூட்டிங்கின்போது இருக்க வேண்டிய அவசியமும் இல்லை. ஹிந்தி வசனங்களை ஒழுங்காகப் பார்த்துக்கொள்ள ஜோஷி என்பவனை நியமித்திருந்தது. இன்றைய ஷூட்டிங்குக்கு சத்யன்குமார் இல்லாது போனால் நான் நிம்மதியாக வீட்டிலேயே இருந்திருக்கலாம். நிம்மதியாகவா? பையன் ராஜாவை டாக்டர் வீட்டுக்கு அழைத்துப்போய் வந்திருக்கலாம்.

ராஜா நினைவு என்னை மிகவும் துன்புறுத்தியது. அவனுக்கு நல்ல சுரம் என்று தெரிந்தும் நான் மனைவி ஜம்பகத்தை நம்பி வந்துவிட்டேன். சின்னக் குழந்தைகளுக்கு சுரம் வந்தால் அநேகமாக அது வந்த சுவடே தெரியாமல் போய்விடும். பதினைந்து வயதுப் பையன் அல்லது பெண்ணுக்குச் சுரம் என்றால் அசட்டையாக இருக்க முடியாது. காலையிலேயே என்னை ஸ்டுடியோவுக்கு அழைத்துப் போக வந்த வண்டியை இருக்கச் சொல்லிருந்தால் ராஜாவை உடனடியாக டாக்டரிடம் அழைத்துச் சென்றிருக்கலாம். எனக்கு வீட்டு வாசலில் யாராவது காத்திருப்பது பிடிக்காது. அதனால் இருக்கிற முக்கியமான வேலையை நடுவில் விட்டுவிட்டு வாசலில் வந்திருப்பவனைக் கவனித்துவருவேன். இப்போது இரண்டு மணி நேரத்துக்கும் மேலாக எனக்கு அவகாசம் கிடைத்திருக்கிறது. வாசலில் யாரும் காத்திருக்கவில்லை.

"வரதன், உடனே ஒரு வண்டி வேணுமே."

"உமக்கு இல்லாததா, ஓய்? அப்படியே கன்னிமாரா என்கொயரீஸில் பிரபான்னு ஒரு பொண்ணு இருப்பாள். அவளை நாளைக்கு இங்கு வரச் சொல்ல வேண்டும்."

"நான் இப்போ கன்னிமாரா போகலை. என் கொயரீஸ்லே இருக்கிறவளைக் கூப்பிட நான் போகணுமா? நீ டெலிபோன்லே கூப்பிட்டுக்கோயேன்."

"ஓய், டெலிபோன் ஒழுங்கா வேலை செஞ்சாத்தானே? அங்கேந்து கால் வரது, ஆனா இங்கேந்து கூப்பிட முடியலை."

"எந்த வண்டி?"

"ஒரு நிமிஷம் இரு. . . ஏம்பா, சிங்காரம்! உனக்கு சாப்பாட்டு டிரிப் எப்போ? நீ உட்லண்ட்ஸா, புகாரியா?"

"தெரியாதுங்களே."

"ரொம்ப நல்லதாப் போச்சு. . . ஏண்டா டேய், ஓடிப் போய் சாரியை அழைச்சிட்டு வா. அவன் என்ன பண்ணித் தொலைச்சிருக்கானோ?"

நான் எழுந்தேன். "இப்போ வண்டி கிடைக்காதுன்னா நான் வேற ஏற்பாடு பண்ணிக்கிறேன்," என்றேன்.

"என்ன ஓய், அவசரப்படறீர்? உமக்குத் தரமாட்டேன்னு சொன்னேனா? ஒரு அஞ்சு நிமிஷம். . ."

"அஞ்சு நிமிஷத்திலே என் வேலை முடிஞ்சிடும்."

“சரி, சரி. சிங்காரம், சார் கூடப் போ... ஏன் ஓய், எப்போ திரும்பி வருவீர்?”

“ஒரு மணிக்கு வந்துடுவேன்.”

“சத்யன்குமாரை அழைச்சுண்டு வந்திடுமே? உமக்குப் புண்ணியமாப் போச்சு.”

“சினிமா கம்பெனியிலே புண்ணியம் என்ன வேண்டிக் கிடக்கு... நான் வரேன்.”

சிங்காரத்துடைய வண்டி 1948 மாடல் ஸ்டூடிபேக்கர். முன்னும் பின்னும் ஒரே மாதிரி இருக்கும். புதிதாக இருந்த போது கப்பல் போல இருந்திருக்கும். இப்போது ஒரு பழைய ஓட்டைப் படகு போல இருந்தது. வண்டியில் ஏறிக்கொண்டு “வீட்டுக்குப் போ,” என்றேன்.

“எங்கேங்க?” என்று சிங்காரம் கேட்டான்.

சினிமா கம்பெனிகளில் இது அடிக்கடி நடப்பதுதான். மிகவும் நெருக்கமானவர்கள் போல அண்ணே அண்ணே என்று குழைவது போலிருந்தாலும் ஒழுங்காகப் பெயர்கூடத் தெரிந்து வைத்திருக்கமாட்டார்கள். காரணம், அந்த மாதிரி யான நீடித்த உறவு வைத்துக்கொள்ளத் தேவைப்படாது. சிங்காரம் என்றென்றும் சினிமா கம்பெனிகளுக்கு வாடகை வண்டி ஓட்டியபடிதான் இருக்க வேண்டிவரும்.

ராஜாவுக்குச் சுரம் குறையவில்லை. போதாதற்கு ஜம்பகம் அவனை வற்புறுத்திச் சிறிது சாதம் உண்ணச் செய்திருக்கிறாள். இவ்வளவு சுரத்தில் வயிறு எதையும் தக்கவைத்துக்கொள்ள முடியாது. நான் அவனை டாக்டரிடம் அழைத்துப் போகும் போது அவன் வயிற்றைக் குமட்டிக்கொண்டு வரக் கூடாதே என்றும் கவலையாக இருந்தது.

டாக்டர் அறையில் ராஜாவை என் மேல் சாய்த்துக்கொண்டு காத்திருந்தேன். அந்த டாக்டரே ஒரு நர்சிங் ஹோமும் நடத்திவந்தார். அந்த நோயாளிகளைப் பார்த்துவிட்டு வந்த பிறகுதான் ராஜாவைப் பார்ப்பார்.

எனக்கு, சத்யன்குமார் எனக்காகக் கொண்டு வந்திருக்கும் புத்தகம் நினைவுக்கு வந்தது. டாக்டர் ஜிவாகோ. சென்ற ஆண்டு அதைப் பற்றி நிறையப் பரபரப்பு. சோவியத் அரசின் அங்கீகாரம் இல்லாமல் அது இத்தாலியில் வெளியிடப்பட்டிருக்கிறது. உடனே அவசரம் அவசரமாய்ப் பல்வேறு மொழிகளில் மொழிபெயர்க்கப்பட்டிருக்கிறது. சோவியத் அரசைச் சீண்ட

வேண்டுமென்றே நோபல் பரிசு கொடுத்தார்கள் என்று ஒரு சிலர் கருதினார்கள். சத்யன்குமாரே அப்படித்தான் சொன்னான். அது மிக உயர்ந்ததாக இல்லாமல் போகலாம். ஆனால் ஒரு சிறப்பும் இல்லாமல் இவ்வளவு பெரிய பரிசைக் கொடுக்கமாட்டார்கள் என்று நான் சொன்னேன். எனக்கும் அந்தப் புத்தகத்தைப் படிக்க வேண்டும் என்று ஆசைதான். ஆனால் ஓராண்டு காலமாகவே பயனுள்ள காரியங்கள் ஒன்றும் செய்ய முடியவில்லை. ஜம்பகம் ஒரு காரணம். காமாட்சி இரண்டாம் காரணம். பையன் ராஜா மூன்றாம் காரணம். நான் நான்காவது காரணம். ஐந்தாவது காரணமும் உண்டு. அது வீர ஆஞ்சநேயர். சத்யன்குமார் வரப் போகிறான் என்று பரபரப்போடு இருந்த நாட்கள் போய் இப்போது அவன் எப்போது போகப் போகிறான் என்றுகூடத் தோன்றுகிறது.

டாக்டர் வந்தார். அவர் முழுப் பெயர் ராஜகோபால். ஆனால் கோபால் என்றுதான் அறியப்படுகிறார். எங்கள் இருவருடைய பெயரும் ஒன்றாக இருப்பது பற்றி ஒரு முறை ஒருவரையொருவர் கிண்டல் செய்துகொண்டிருக்கிறோம். நான் கற்பனையில் கொன்ற நபர்களைவிட அவர் நிஜமாகவே கொன்றவர்கள் அதிகம் என்று நான் சொன்னேன். அப்போது சிரித்தாலும் நான் சொன்னது அவருக்குப் பிடிக்கவில்லை என்று நான் கண்டுகொள்ள முடிந்தது.

“வயிறு துவண்டிருக்கிறது. இரண்டு மூன்று கொப்புளங்கள் இருக்கின்றன. திட உணவு எதுவும் கொடுத்துவிடாதீர்கள். நாளை பார்ப்போம்.”

நான் ராஜாவைத் தாங்கிப் பிடித்தபடி நகர ஆரம்பித்து விட்டேன். டாக்டர் மீண்டுமொரு முறை ராஜாவிடம் வந்து அவனுடைய கண் இமையை இழுத்துப் பார்த்தார்.

“ஒன்றும் சீரியஸ் இல்லையே?” என்று நான் அவரைக் கேட்டேன்.

அவர் பதில் சொல்லவில்லை. “என்ன?” என்று மீண்டும் நான் கேட்டேன்.

“நாளைக்குத்தான் தெரியும். ஒன்றும் பெரிதாக இருக்காது என்றுதான் நினைக்கிறேன். அப்படி இருந்தால் இங்கே உடனேயே அட்மிட் பண்ணச் சொல்லியிருப்பேனே?”

எனக்குச் சற்றுக் கோபம்கூட வந்தது. சிறிது கடுகடுப்பான முகத்துடனே ராஜாவை வண்டிக்கு அழைத்துவந்தேன்.

சிங்காரம் கதவைக்கூடத் திறந்துவைக்கவில்லை. எங்கோ போய்விட்ட அவனுக்காகக் காத்திருந்தோம்.

நான் ராஜாவை வீட்டில் கொண்டுபோய்ச் சேர்த்த பிறகு ஸ்டுடியோவுக்குப் போனேன். செட் லைட்டிங் முடிந்து சத்யன்குமாரையும் அதற்குள் அழைத்து வந்துவிட்டார்கள். சத்யன்குமாருக்கென ஏர்கண்டிஷன் செய்யப்பட்டதொரு அறை இருந்தது. ஆனால் எடுத்த எடுப்பிலேயே நான் அங்கு போகவில்லை. என் முதலாளிக்கு அவருடைய பிரதான நடிகன் மகிழ்ச்சியுடனும் இருக்க வேண்டும். அதே நேரத்தில் வேலையும் நடக்க வேண்டும். சத்யன்குமார் இந்தப் படத்தில் நடிக்காவிட்டால் நானே தொடர்ந்து அந்தக் கம்பெனியில் இருப்பது சந்தேகம். என்னுடைய ஈடுபாடு பற்றியும் என்னுடைய உபயோகம் பற்றியும் எல்லாருக்கும் சந்தேகம் வந்துவிட்டது. எனக்கேகூட. ஆனால் அந்த நேரத்தில் இதெல்லாம் யார் மனதிலும் இருப்பதாகக் காண்பித்துக் கொள்ளவில்லை. அந்த ஹிந்திப் படம் ஒழுங்காக முடிக்கப் பெற வேண்டும்.

அது ஒழுங்காக முடிக்கப்பெற வேண்டும் என்ற எண்ணத்தில்தான் நான் சத்யன்குமாரை அவனுடைய அறை யில் போய்ப் பார்க்கவில்லை. செட்டுக்கு வந்துவிடட்டும். ஒரு ஷாட்டாவது முடியட்டும்.

ஒரே கணத்தில் என் மனதில் சத்யன்குமார் மன்னார்குடி சித்தர், ஜம்பகம், டாக்டர் ஜிவாகோ, டாக்டர் கோபால், காமாட்சி, பண்டித நேரு, என் முதலாளி, காமிராமேன் சுப்பு, என் மகன் ராஜா, பால்காரன், ரத்தம் கலந்த பால், ஒரு கழுதை, என் அப்பா, காமாட்சியின் மாமியார் இப்படிச் சம்பந்த சம்பந்தமில்லாத நபர்களும் பொருள்களும் தோன்றின. என்னையும் மீறி என் உடல் முழுதும் துடிதுடிக்க ஆரம்பித் தது. நான் பயங்கரமாகத் தோற்றமளித்திருக்க வேண்டும். அக்கம்பக்கத்திலிருந்தவர்கள் பயந்து கூக்குரலிட்டு என்னைக் கட்டிப் பிடித்துக்கொண்டார்கள்.

❍

3

நான் கண் விழித்தபோது முதல் பரபரப்பு அடங்கி, அங்கு குழுமியிருந்தோர் கவனம் வேறு விஷயங்களுக்குப் போகத் தொடங்கிவிட்டது. டாக்டருக்குச் சொல்லியனுப்பியிருந்தார்கள்.

"என்னடா ஆச்சு? உனக்கென்னடா ஆச்சு" என்று சுந்தரலிங்கம் கேட்டான். சுந்தரலிங்கமும் நானும் விட்டு விட்டு ஒரே இடத்தில் வேலை செய்வதாக இருந்தோம். முதலில் ஒரு பத்திரிகை அலுவலகத்தில், பத்திரிகையை மூடியபோது எங்களிருவருக்கும் வேலை போயிற்று. நான் ஒரு ஹோட்டலில் கணக்கெழுதும் வேலைக்குச் சேர்ந்தேன். பதின்மூன்று அறைகளே கொண்ட ஹோட்டலில் பணப் புழக்கம் அதிகம் இல்லாது போனாலும் கணக்கு வழக்குகள் நிறையவே இருந்தன. திடீரென்று ஒருநாள் அங்கு சுந்தரலிங்கம் முளைத்தான். சரக்கு மாஸ்டர்! கதைகள் எழுதுபவன் சமையலறையில் என்ன செய்யப் போகிறான் என்று எனக்கு ஒரே ஆச்சரியம். ஆனால் அவன் கதைகள் மோசமாக இருந்தாலும் அவனுடைய சமையல் உணர்வு மிகச் சிறப்பாக இருந்தது.

"டேய், வரவு செலவைக் கதையாக எழுதாதே" என்று அவன் கிண்டல் செய்ய, நான் "உன் சமையலிலே கற்பனைத் தாளிப்பாக இல்லாமல் நிசமாகவே கடுகு, உளுத்தம் பருப்பைப் போடு" என்பேன். அங்கும் எங்கள் வேளை போதவில்லை. அந்த ஹோட்டலில் ஒரு பெண் செத்துக் கிடந்தாள். எங்களுக்கு மானேஜராக இருந்த ஹோட்டல்

முதலாளியே விலங்கு மாட்டிக்கொண்டான். ஹோட்டலை இழுத்து மூடியாயிற்று.

இவ்வளவிலும் நாங்கள் எழுதுவதை விட்டுவிடவில்லை. யாரோ யாருக்கோ சொல்லி நான் இன்னும் யாரையோ பார்க்கக் கடைசியில் அது ஒரு சினிமா கம்பெனியாக முடிந்தது. அது சினிமாக்கள் பேசத் தொடங்கிய காலம். கதை, பாட்டு எழுதுபவர்களுக்கு ஒரு மவுசு ஏற்பட்டது. எங்கள் சினிமா கம்பெனி முதலாளிக்குக் கொஞ்சம் படித்தவர்கள், நல்ல குடும்பங்களில் இருந்து வந்தவர்கள் அவர் கம்பெனியில் இருக்க வேண்டும் என்று ஆசை. பத்திரிகைகளுக்குக் கதைகள் எழுதுவதற்கும் சினிமாவுக்குக் கதைகள் எழுதுவதற்கும் சம்பந்தமே கிடையாது. அதனால் கிடைத்த வேலையை விடக் கூடாது என்று கதைகள் எழுதுவதை நிறுத்திக் கதைச் சுருக்கங்களை எழுதக் கற்றுக்கொண்டேன். எங்கள் கம்பெனிக்கு அதிர்ஷ்ட காலம். ஒரு படத்துக்கு அடுத்த படம் வசூல் மட்டும் அமோகமாக இருந்தது. நான் ஒண்டிக் குடித்தனத்தில் இருந்தவன். தனி போர்ஷனுக்குக் குடி போனேன். அடுத்து தனி வீட்டுக்குக் குடி போனேன்.

நான் சிபாரிசு என்று செய்யவில்லை. என் அறையில் ஒருநாள் சுந்தரலிங்கம் எனக்காகக் காத்திருந்தான். அப்போது எங்கள் முதலாளி அங்கு வந்திருக்கிறார். அவருக்குச் சுந்தரலிங்கத்தைப் பிடித்துப்போயிற்று. சுந்தரலிங்கமும் எங்கள் சினிமா கம்பெனியின் மூளையில் ஒரு மடிப்பானான். அவன் பாட்டு, வசனம் எல்லாம் எழுதுவான். அவனே பாடிக்காண்பிப்பான். நடித்துக்காண்பிப்பான். சில நாட்களில் எங்கள் முதலாளியின் மூளையின் மிக முக்கியப் பகுதியாகி விட்டான். அவன் ஒரு கல்யாணம், இரண்டாவது, மூன்றாவது என்றுகூடப் பேசிக்கொண்டார்கள். ஒரு சமயத்தில் "ஏண்டா இப்படிப் பைத்தியக்காரத்தனம்?" என்று கேட்டேன். "அவ எங்கடா போவா? யாரவது வைச்சுக் காப்பாத்த வேண்டாமா?" என்றான். அவன் நிறையப் பேரைக் காப்பாற்றினான். என் மனைவி, என் அம்மா, என் மனைவியின் அம்மா யாருக்கும் அவனைப் பிடிக்கவில்லை. அவனுடைய எந்த மனைவியைப் பார்த்து "உங்க வீட்டுக்காரர் சௌக்கியமா?" என்று கேட்பது என்று அவர்களுக்குச் சந்தேகம்.

"என்னடா ஆச்சு?" என்று அவன் கேட்டபோது ஏனோ எனக்கு என் மாமியார் நினைவுதான் வந்தது. அன்று என் முதலாளியின் மிகப் பெரிய படத்தில் மிகப் பெரிய நட்சத்திர நடிகனை, அவன் சென்னையில் இருக்கும்

இரு நாட்களில் மனங்கோணாமல் இருக்கவைக்கும் மிகப் பெரிய பணியைக்கூட மறந்துவிட்டு என்னை என் வீட்டில் கொண்டுபோய்ச் சேர்த்தார்கள். என் பிள்ளை ராஜா ஏற்கெனவே சுரத்தோடு படுத்திருக்கிறான். என்னையும் கம்பெனிக்காரர்கள் ஒரு படுக்கையில் கிடத்திவிட்டுப் போனதும் என் மனைவி என்னைக் கேட்டாள்: "பகல்லியே குடிக்க ஆரம்பிச்சுட்டேளா?" ராஜாவும் எழுந்து என்னிடம் வந்தான். நான்தான் அவனை முதலில் கேள்வி கேட்டேன்: "மருந்து சாப்பிட்டாயா? உடம்பு இப்போ எப்படி இருக்கு?"

"தேவலைப்பா." அவனுக்கு என்னை எப்படி விசாரிப்பது என்று தெரியாது நின்றுகொண்டிருந்தான்.

"எனக்கு ஒண்ணுமில்லே, ராஜா. ஏழெட்டு நாளாக் கண் விழிச்சதுதான். உன் ஸ்கூலுக்கு லீவு லெட்டர் அனுப்பலே போலேயிருக்கே? மாதவன் கிட்டேயாவது சொல்லியனுப்பிச்சயா?"

"நாளைக்கு அனுப்பிச்சுடலாம்ப்பா."

"ராஜா, நீ எஸ்.எஸ்.எல்.சி.யை முடிச்சிடணும். இந்த வருஷம் எப்படியும் முடிச்சுடணும்."

ராஜா பேசாதிருந்தான்.

"இப்போ எல்லாம் சரியாயிருக்கிற மாதிரித் தோணும். எல்லாம் நன்னா இருக்கிற மாதிரித் தெரியும் ஆனா திடீர்னு எல்லாமே மாறிடும். அப்போ உன்னையும் பாத்துண்டு உங்கம்மாவையும் பார்த்துக்கணும். உன்னைப் பயமுறுத்தறேன்னு நினைச்சுக்காதே. நீயும் இனிமே இந்த மாதிரி விஷயங்கள் பத்தி நினைச்சுப் பாக்க ஆரம்பிக்கணும். எனக்கு இப்போ சரியாயிடும். இப்பவே சரியாத்தான் இருக்கேன். ஆனா எதுக்கும் நாம தயாராயிருக்கிறதுதான் நல்லது."

"அம்மாவைக் காபி போடச் சொல்லட்டுமாப்பா?"

அவன் மேற்கொண்டு என்னைக் கேட்கத் தயாராக இல்லை. எனக்கும் என் பேச்சே சினிமா வசனம் போல இருந்தது. நான் சினிமா அப்பாக்கள் சாகப் போகும்போது பேசுவதுபோல ஒரு பள்ளிக்கூடச் சிறுவனுடன் பேசுகிறேன்!

காபி சாப்பிட்டதும் எழுந்து சட்டையைப் போட்டுக் கொள்ளப் போனேன். "இன்னிக்கு ஒரு நாள்தான் வீட்டோட இருங்கோளேன்" என்று ஜம்பகம் சொன்னாள்.

"ராஜா தூங்கினானா?"

"இல்லே."

"என்ன பண்ணிண்டிருந்தான்?"

"படுத்துண்டிருந்தான். ஆனாத் தூங்கலே."

"சுரம் கொஞ்சம் விட்டிருக்குன்னு தோணித்து."

"மத்தியான வேளையிலேதான் சுரம் அடங்கிடறதே? டாக்டர் என்னதான் சொன்னார்?"

"அவருக்குப் புரியலைன்னு தோணித்து. ஆனாப் பெரிசா ஒண்ணும் இருக்காதுன்னுதான் நினைக்கிறேன்."

"அம்மாவை வரச் சொல்லட்டுமா?"

"உங்கம்மாவால் இப்போ வர முடியுமா? அவளுக்கே உடம்பு சரியில்லை."

"எல்லாம் வருவா, எங்க குடும்பத்திலே யாரும் காரியம் செய்யறத்துக்குச் சளைச்சவா இல்லை."

"நான் ஸ்டுடியோவுக்குப் போயிட்டு வரேன்."

"ஏன் இந்த மாதிரி அலையறேள்? ஏதோ ஆயிடுத்துன்னு தானே வீட்டிலே கொண்டு வந்து விட்டிருக்கா? இப்படித் தனியா என்னை விட்டுட்டு ராப்பகலா சுத்தறேள். கேட்டா எதுக்கும் சரியாப் பதில் சொல்லறதில்லை. காமாட்சி மாமனார் எவ்வளவு எடக்காப் பேசிட்டுப் போறார். எல்லாத்தையும் கேட்டுண்டிருந்திட்டு இன்னும் பேச்சுக்கும் இடம் வைச்சிருக்கேளே? கல்யாணமான பொண்ணு ஒருத்தி இருக்கான்ற நினைப்பே இல்லாம இப்படிப் பொறுப்பில்லாம சுத்திண்டிருந்தா நாலு பேரு என்ன சொல்லுவா?"

"உத்தியோகத்துக்குப் போகாம வீட்டோட புருஷன் இருக்க முடியுமா? ஏன் அர்த்தமில்லாமே பேசறே?"

"எல்லாப் புருஷாளும் மாதிரி வேளாவேளைக்குப் போயிட்டு வந்தா யார் என்ன சொல்லப் போறா?"

"என் வேலை அப்படி. நான் என் இஷ்டத்துக்குப் போய் வர முடியாதே? இப்ப என்ன சொல்றே?"

"இன்னிக்குப் பேசாம வீட்டோட கிடங்கோ."

கோபத்தை அடக்கிக்கொண்டு நாற்காலியில் உட்கார்ந்தேன். இன்று விபரீதமாக ஜம்பகம் நிறையவே பேசிவிட்டாள். ஆனால் இது திடீரென்று ஏற்பட்டது கிடையாது. யாரோ ஏதோ

சொல்லியிருக்க வேண்டும். அவளுக்கும் ஏதோ தோன்றியிருக்க வேண்டும்.

ராஜாவுக்குச் சுரம் விட்டிருந்தது. அவன் அன்று முழுதும் வயிறாரச் சாப்பிட முடியாது. அவன் என்னதான் செல்லப் பிள்ளையாயிருந்தாலும் அநேக நாட்களில் வயிறாரச் சாப்பாடு கிடைக்காமல் போயிருக்கிறது. டாக்டர் சொன்னதில் அவனுக்கும் சற்று எச்சரிக்கையாக இருக்க வேண்டும் என்று தோன்றியிருக்கும். ஆனால் இப்போது அவன் களைத்துப் போய்த்தான் இருந்தான். அவனுடைய அடுத்த வேளை மருந்தைக் கொடுத்தேன். அவன் விழுங்கிவிட்டுக் கண்களை இறுக மூடிக்கொண்டான். எந்த மருந்து கசப்பில்லாமல் இருக்கிறது?

அவனுடைய புத்தகங்கள் தாறுமாறாகக் கிடந்தன. நான் பள்ளியில் படித்தபோது இவ்வளவு புத்தகங்களும் நோட்டுப் புத்தகங்களும் கிடையாது. பள்ளிப் புத்தகங்களுக்கு அப்பால்தான் நாங்கள் நிறையப் படித்தோம். அவைதான் இன்று நான் கதைகளும் கதைச் சுருக்கங்களும் எழுத உதவிக்கொண்டிருக்கின்றன. ஆனால் இவன் எதிர்காலம் எப்படி இருக்கப்போகிறது? இவன் படித்தாலும படிக்காது போனாலும் சான்றிதழ் வாங்கினால்தான் அடுத்த படி ஏற முடியும். இந்த எஸ்.எஸ்.எல்.சி. மட்டும் இவனுக்கு என்ன வேலை சம்பாதித்துத் தரப்போகிறது? இன்று என்னைத் தேடி வரும் சினிமாக் கம்பெனிக் காரை மனதில் வைத்துக் கொண்டு அவன் என்னை எடை போட்டால் பெரும் துக்கத்துக்குத்தான் அது வழிகாட்டும். திடீரென்று என் முதலாளி நான் அவருக்குத் தேவையில்லை என்றால் எனக்கு யார் என்ன ஆதரவு தரப்போகிறார்கள்? மீண்டும் ஒரு பத்திரிகையில் சேர முடியாது. ஒரு பத்திரிகையில் வேலை செய்யக்கூடிய ஆற்றலை சினிமாக் கதைச்சுருக்கங்கள் எழுதியதில் போக்கடித்துக் கொண்டாயிற்று. சத்யன்குமார் என் கற்பனை ஆற்றலுக்காகவும் ரசனைக்காகவும் என்னைத் தலைமேல் தூக்கி வைத்துக்கொண்டிருக்கிற மாதிரி இன்று தோன்றலாம். ஆனால் நான் என் முதலாளியைச் சாராமல் இருந்தால் அவன் வருவானா? என்னைத் திரும்பிப் பார்ப்பானா?

நான் திரும்பிப் பார்த்தேன். வாசலில் நின்ற கம்பெனிக் காரிலிருந்து சத்யன்குமார் இறங்கி வந்தான். "கியா கோபால்ஜி, கியா ஹோ கயா? உங்களுக்கு ஒன்றுமில்லையே?" என்று கேட்டவண்ணம் வீட்டினுள் நுழைந்தான். அவன் செருப்புக் காலோடு வீட்டில் அடியெடுத்ததைப் பார்த்தபடி என் மனைவி ஓர் ஓரத்தில் நின்றாள்.

II

1

எனக்கு எதற்கு அந்த மதராஸி ஸ்கிரிப்ட் ரைட்டரைப் பிடித்துப் போயிற்று என்று சொல்ல முடியவில்லை. மூன்று வருடங்களுக்கு முன்னால் தான் ஒரு மதராஸி பிலிம் புரொட்யூசர் என்னை மதராஸுக்கு அழைத்தான். இந்த மதராஸி புரொட்யூசர்களே ஒரு தனி ஜாதி. யாரும் நேரிடையாக என்னிடம் பேசமாட்டார்கள். அவர்கள் சம்பளத்துக்கு வைத்துக்கொண்டிருக்கும் எழுத்தாளன் ஒருவனை அனுப்புவார்கள். அந்த எழுத்தாளனுக்கு நான்கு சொற்கள் ஹிந்துஸ்தானி தெரியும் என்ற ஒரே காரணத்துக்காகத்தான் அவனை வேலைக்கு வைத்துக்கொண்டிருக்கிறார்கள் என்று தோன்றும். அவனுக்கு எதன் மீதும் யாரிடமும் விசுவாசம் இருக்காது. இதையும் தெரிந்துதான் அவனைப் பம்பாய்க்கு அனுப்புவார்கள். நான் ஒரு லட்சம் வேண்டுமென்றால் அவன் அதை இரண்டாக மாற்றிக்கொள்ளுங்கள் என்பான். கடைசியில் ஒன்றரைக்கு முடிவாகும். இதுவும் அந்தப் புரொட்யூசர்களுக்குத் தெரியும் என்பதுதான் என் ஊகம். இதற்குக் காரணம் இல்லாமல் போகவில்லை. ஒரு வாரம் பத்து நாட்கள் தொடர்ந்து மதராஸில் இருக்கச் சொல்வார்கள். ஷூட்டிங் இரண்டு மூன்று நாட்களுக்குத்தான் இருக்கும். ஒரு சினிமா நடிகன் உச்சகட்டப் புகழில் இருக்கையில் அவனுடைய ஒவ்வொரு அசைவும் பணம். ஒவ்வொரு நிமிடமும் செல்வம். இதை உணர்ந்துதான் இந்த மதராஸி புரொட்யூசர்கள்

ஒட்டிக்கு இரட்டியாக எங்களுக்குப் பணம் கொடுத்து மதராஸுக்கு இழுத்துவருகிறார்கள்.

இன்னொரு விஷயமும் உண்டு. மதராஸுக்கு வரும் ஹிந்தி நடிகன் அல்லது நடிகைக்கு உடனே பம்பாயில் செல்வாக்குக் குறைய ஆரம்பிக்கும். ஓரிரு வருடங்களில் ஒரு பம்பாய்ப் படம்கூட இல்லாமல் போய்விடும். ஆதலால் அடுத்து எந்த மதராஸி புரொட்யூசர் கூப்பிடுவான் என்று காத்திருப்பார்கள். ஆகா, மதுபாலா, பரத் பூஷன், பீனா ராய், நளினி ஜய்வந்த், ராஜேந்திரகுமார், பிரதீப்குமார், விஜயலக்ஷ்மி, ஜயந்த், நிம்மி எனப் பல நடிகர்கள் இந்த மதராஸி அனுபவத்துக்குப் பலியாகிவிட்டிருக்கிறார்கள். தப்பிப் பிழைத்தவர்கள் நானும் அசோக் குமாரும்தான். இதுகூட எனக்கு அவ்வப்போது சந்தேகமாக இருக்கிறது.

கோபால்ஜி என்னிடம் பேரம் பேச வரவில்லை. என்னிடம் பேசவே இல்லை என்றுகூடச் சொல்லலாம். நான் மதராஸுக்கு முதன்முதலாக அழைத்து வரப்பட்டபோது இந்த புரொட்யூசருக்குத் தன்னுடைய அடுத்த படம் எதுவாக இருக்கும் என்றுகூட நிச்சயமில்லை. மூன்று சப்ஜெட்டுகள் தீவிரமாக விவாதிக்கப்பட்டு வந்தன என்று தெரிந்துகொண்டேன். ஆதலால் நான் வந்து மதராஸில் நடந்தது எல்லாம் ஒரு காண்ட்ராக்டில் கையெழுத்திட்டதுதான். அட்வான்சாகப் பத்தாயிரம் ரூபாய்க்கு ஒரு செக்கும் ஒரு தனி நாணயமாக ஒரு ரூபாயும் அந்த மனிதர் கொடுத்தார். ஏனிந்த ஒரு ரூபாய் என்று கேட்டேன்.

“பூஜ்யத்தில் முடியும் எண்ணாக இருந்தால் கணக்கு வழக்குக்குச் சரி, ஆனால் அது வளராது. ஒரு ரூபாய் எவ்வளவு வேண்டுமானாலும் வளரும், பெருகும். நீங்களும் அமோகமாக இருப்பீர்கள்,” என்று அவர் சொன்னார்.

நான் மதராஸுக்கு வந்து முடிந்துபோன பல நடிகர்களைப் பற்றி நினைத்துக்கொண்டேன். அவர்களும் இப்படித்தான் ஒற்றைப்படையில் அட்வான்ஸ் வாங்கியிருப்பார்கள். அவர்களிடமும் இதே விளக்கம் தரப்பட்டிருக்கும். அவர்களிடம் பணம் வளர்ந்ததோ இல்லையோ நரை வளர்ந்திருக்கும் வழுக்கை வளர்ந்திருக்கும் தொந்தி வளர்ந்திருக்கும் புதுக் குடும்பங்கள் வளர்ந்திருக்கும்.

என்னை மதராஸின் முதன்மையான ஹோட்டல் என்பதான கன்னிமாரா ஹோட்டலில்தான் இறக்கியிருந்தார்கள். பழைய, சிவப்பு நிறத் கட்டிடம். ஹோட்டலிலேயே பல்வேறு

கடைகள் வைத்திருப்பது புழக்கத்துக்கு வரவில்லை. கடுமை யான மதுவிலக்கு. பெர்மிட் ரூம் என்று ஒன்று உண்டு. விமானத்திலிருந்து இறங்கியவுடன் ஏர்போர்ட்டிலேயே இந்த பெர்மிட்டுக்கு ஏற்பாடு செய்துகொள்ள வேண்டும். பம்பாயில் பெயருக்கு மதுவிலக்கு உண்டு என்றாலும் மதராஸ் போலக் கதவுக்கு இரட்டைத் தாழ்ப்பாள் போட்டுக்கொண்டு குடிக்க வேண்டியதில்லை. மொரார்ஜிபாய் பம்பாய் விட்டுப் போனதுமே இந்தக் கெடுபிடியெல்லாம் போய்விட்டது.

புரொட்யூசர் கொடுத்த பத்தாயிரத்தொரு ரூபாயை வாங்கிக்கொண்டு அவருடைய அக்கவுண்டண்ட் சுட்டிக் காட்டிய இடத்தில் கையெழுத்திட்ட பிறகு நான் ஸ்டூடியோ வெளியே வந்தேன். ஒரு புது பியட் வண்டி எனக்காகக் காத்திருந்தது. வண்டியை இரவு பத்தரை பத்தே முக்காலுக்குத் திருப்பி அனுப்பினால் போதும் என்று ஸ்டூடியோ மானேஜர் சொல்லியிருந்தான். நான் வண்டியில் ஏறப்போனபோது, ஜிப்பா அணிந்துகொண்டிருந்த ஒருவன் என்னைத் தாண்டிப் போனான். நான் சினிமா நடிகனாகிப் பேரும் புகழும் பெற்ற பிறகு அறிமுகம் இல்லாத யாரையும் நேருக்குநேர் பார்ப்பது கிடையாது. பார்த்தால் உடனே ஆட்டோகிராப் போடு; நான் பாடுகிறேன், கேளு; என் பெண் மிக அழகாக இருப்பாள், அவளுக்கு சினிமாவில் நடிக்க ஒரு சான்ஸ் வாங்கிக்கொடு என்றபடிதான் அந்த நபர் ஆரம்பிப்பார். என் பாதுகாப்பு உணர்வை மீறி நான் இந்த ஜிப்பா ஆளை நேருக்குநேர் பார்த்துவிட்டேன். அவனும் என்னைப் பார்த்தான். மிக இலேசாகப் புன்னகை புரிந்தான். அவ்வளவு அழகான புன்னகையை நான் அதற்கு முன்னர் பார்த்ததில்லை. பார்த்திருந்தாலும் என் மனதில் அது தைத்திருக்கவில்லை. இவன் என் பேர், புகழ், பணம், செல்வாக்கு எதனாலும் பாதிக்கப்படாதவனாக இருந்தான். அச்சிறு புன்னகையோடு என்னைத் தாண்டிப் போய்விட்டான். வண்டியில் ஏறிய பின், டிரைவர் எஞ்சினைக் கிளப்பியபோது டிரைவரிடம் கேட்டேன்: "யார் அந்த ஆளு?"

"யார், சாப்?"

"அதான் இப்போ நம்மைத் தாண்டிப் போனாரே?"

டிரைவருக்கு என் ஹிந்திப் பேச்சு அவ்வளவாகப் புரிய வில்லை. சினிமாவில் நான் முணுமுணுப்பேன் என்று குறை கூறுவார்கள்.

நான் திரும்பி தூரத்தில் போய்க்கொண்டிருந்த அந்த ஆளைக் காண்பித்தேன்.

"ஓ, அவரா? அவர்தான் கோபால் சார்."

"கோபால் சாரா?"

"கோபால். கோபால். கதை எழுதுகிறவர். ஸ்கிரிப்ட் எழுதுகிறவர்."

நான் கன்னிமாரா ஹோட்டலை அடைந்து ஷவரைத் திருப்பி இதமான வெந்நீரில் குளித்தேன். ரூம் பையனை மணியடித்துக் கூப்பிட்டேன். கைக்கட்டை விரலைக் காண்பித்து எப்படி என்பது போலக் கேட்டேன்.

உண்டு என்று சொல்வதுபோல அவன் தலையாட்டினான். "ஏழுமணிக்கு ட்யூடிமுடிந்து போவேன், சார். இப்போது சொல்லியனுப்பினால் எட்டு மணியளவுக்கு வந்துவிடும். நானே கொண்டு வந்துவிடுகிறேன்."

அவனிடம் நூறு ரூபாய் நோட்டு ஒன்றைத் தந்தேன். கீழே இறங்கி வந்தேன். ஹோட்டலிலேயே விசாரித்தேன். "த்ரீ காஸெல்ஸ் டின் இங்கு உண்டா?"

"இங்கு கிடையாது, சார். பக்கத்திலேயே ஸ்பென்சர்ஸ் இருக்கிறது. அல்லது தவுஸண்டு லைட்ஸ் போனால் டான் ஸ்டோர்ஸ் இருக்கிறது. அங்கு எல்லாவகை சிகரெட்டுகளும் புகையிலைகளும் கிடைக்கும்."

ஹிந்தி தெரிந்தவன் என்று எனக்கு அனுப்பப்பட்ட டிரைவரிடம், "டான் ஸ்டோர்ஸுக்குப் போ." என்று சொல்லிவிட்டுக் காரில் ஏறி உட்கார்ந்தேன். மதராஸ் நகரின் மாலை வெயில் தெருவில் கண்ணில் தென்பட்டவர்கள் எல்லாரையும் மஞ்சள் நிறத்தில் உடை உடுத்திருந்த மாதிரி மாற்றிவிட்டிருந்தது.

நான் நினைத்தபடியே டான் ஸ்டோர்ஸ் கடைக்காரர்களில் சற்று வயதானவர்கள் தாடி வைத்துக்கொண்டு மீசைப் பகுதியை மழித்திருந்தார்கள். 'த்ரீ காஸெல்ஸ்' புகை பிடிக்கும் புகையிலை இரண்டு டின்களும் சிகரெட் பேப்பரும் வாங்கிக் கொண்டேன். டான் ஸ்டோர்ஸ் வெளியே கோபால் நின்று கொண்டிருந்தான். இம்முறையும் நாங்கள் இருவரும் நேருக்கு நேர் பார்த்துக்கொண்டோம். இப்போது நான் புன்னகை புரிந்தேன். கோபால் முகத்தில் அசைவில்லை.

"ஹலோ," என்றேன்.

"ஹலோ."

"ஏது, இங்கே நிற்கிறீர்கள்?"

"வீட்டுக்குப் போவதற்கு."

"இங்கே பக்கத்திலேயே வீடா?"

"இல்லை... இது பஸ் ஸ்டாப். இங்கிருந்து பஸ் ஏறி இரு மைல்கள் தள்ளி இறங்கிச் சிறிது தூரம் நடக்க வேண்டும்."

"வாருங்கள். என்னிடம் கார் இருக்கிறது. நான் ஏழு எட்டு மணிவரை செய்வதற்கு ஒன்றும் இல்லை. உங்களை வீட்டில் கொண்டுபோய் விட்டுவிடுகிறேன்."

கோபால் சிறிது தயங்கினாற்போல இருந்தது.

"என்ன தயக்கம்? என்னோடு வரக் கூடாதா?"

"அப்படி ஒன்றும் இல்லை. நான் யார் என்று தங்களுக்குத் தெரியுமா?"

"கேட்டுத் தெரிந்துகொண்டேன்."

"என்னவென்று!"

"கோபால், தி ஸ்கிரிப்ட் ரைட்டர்."

கோபால் இப்போது புன்னகை புரிந்தான். அப்புன்னகைக்கு ஈடாக நான் கண்டதில்லை.

கோபால் காரின் முன்புறத்தில் ஏறப் போனான். "இப்படி வாருங்கள்" என்று பின்புறக் கதவைத் திறந்து வைத்துக்கொண்டு நின்றேன்.

"சினிமாவில் ஸ்கிரிப்ரைட்டர் என்பவன் பெரிய ஆளில்லை," என்று சொல்லியபடியே கோபால் வண்டியில் ஏறினான்.

"அது எப்படியோ ஆனால் நீங்கள் பெரிய மனிதர்தான்."

கோபால் புன்னகை புரிந்தான். "இருக்கலாம். ஆனால் இன்றிலிருந்து எனக்கும் எங்கள் சினிமா கம்பெனி முதலாளிக்கும் நீங்கள்தான் மிகமிகப் பெரிய மனிதர். போன மாதம்வரை இந்தப் படம்தான் எடுக்க வேண்டும் என்று தீர்மானிக்கப்பட வில்லை. என்ன படம் என்று முடிவானவுடன் யாரைப் பிரதான நடிகராகப் போடுவது என்று விவாதம் வந்தது. எங்களில் நான்கு பேர் உங்கள் பெயரைச் சொன்னோம். ஒருவர் பிரேம்நாத்தைப் போடலாம் என்றார். இன்னொருவர் ராஜ்கபூர் என்றார்."

“ராஜ்கபூரா? சொன்னவர் கிண்டல்காரரா?”

“இல்லையில்லை. அவர் உண்மையாகவே ராஜ்கபூர் தான் பொருத்தமாயிருக்கும் என்று நம்பினார். அதற்காக நாங்கள் ராஜ்கபூர் நடித்த ‘அன்ஹோனி’ என்ற படத்தின் பிரிண்டைத் தருவித்துப் பார்த்தோம். உடனே நீங்கள்தான் என்று தீர்மானித்துவிட்டோம்.”

“எனக்கே அந்தப் படத்தில் நடிக்க வேண்டும் என்ற ஆசை. ஆனால் எப்படியோ இது நாள்வரை அப்பாஸ் ஸாப்பின் ஒரு படத்தில்கூட நடிக்க வாய்ப்புக் கிடைத்ததில்லை.”

கோபால் புன்னகை புரிந்தான். எனக்கு அவனுடைய புன்னகையைப் பார்க்கப் பரவசமாயிருந்தது. அவன் யாரையோ எதையோ எனக்கு நினைவுபடுத்தினான். அப்படிக் கூறுவதை விட எங்கோ ஏராளம் ஆண்டுகள் முன்பு அவன் அரசனாகவும் நான் சேவகனாகவும் இருந்த மாதிரிகூடத் தோன்றியது. இல்லை, இல்லை. எனக்கெங்கே ஏராளமான ஆண்டுகள்! எனக்கேது முன்பிறவி! இன்று இப்போதே அவன் பாதுஷாவாகவும் நான் சிப்பாயாகவும் இருப்பது போலத் தோன்றியது. ஆனால் அவன் அப்படிப்பட்ட உறவை ஏற்பவனில்லை என்றும் தோன்றியது. அவனுடைய கண்களில் அனைவருமே அவனுக்குச் சரி சமமானவர் என்றுதான் தோன்றும்.

“நீங்கள் ஆரம்பத்திலிருந்தே ஸ்கிரிப்ரைட்டர்தானா?”

“நான் ஸ்கிரிப்ட்ரைட்டரே இல்லை. ஏதோ நான் எழுதுவதை ஸ்கிரிப்ட் என்று நினைத்துக்கொள்கிறார்கள்.”

“அப்படித்தான் நத்தானியல் வெஸ்ட் கூறினார்.”

“இல்லை. நத்தானியல் வெஸ்ட் ஸ்கிரிப்ட் என்று நன்கு தெரிந்துதான் எழுதினான். நீங்கள் எப்போது நத்தானியல் வெஸ்ட் படித்தீர்கள்?”

“நடிகர்கள் எல்லாரும் படிக்காதவர்கள் என்று நினைத்து விட்டீர்களா?”

“படித்தவர்களிலேயேகூட நத்தானியல் வெஸ்ட் படித்தவர்கள் மிகவும் குறைவு.”

“ஏன் வண்டி நின்றுவிட்டது? டிரைவர்!”

“இதுதான் என் வீடு.”

2

இப்படித்தான் மதராஸி எழுத்தாளன் கோபால்ஜியை நான் மதராஸில் இறங்கிய முதல் நாளன்று சந்தித்துப் பேசினேன். எனக்கு அவனுடைய புன்னகைதான் காந்த சக்தி கொண்டதாக இருந்தது என்றில்லை. அவன் நடக்கும் விதமும் யாரையோ எனக்கு மிகவும் பிடித்த ஒருவரை நினைவுபடுத்துவதாக இருந்தது. நான் சினிமாவுக்காக என் நடையை எப்படியெல்லாமோ மாற்றப் பயிற்சிகள் எடுத்துக்கொண்டேன். ஒவ்வொரு அடி எடுத்து வைக்கும்போதும் என்னுடைய கால் கட்டை விரல்கள் உட்புறமாகவே சுட்டிய வண்ணமிருந்தன. என் நடையில் இது பெரிய பிழையென்று ஒரு ஸ்விட்சர்லாந்து நாட்டு நிபுணன் சொல்லி அதை எப்படி எல்லாம் திருத்துவது என்பதற்கு இருபதாயிரம் ரூபாய் செலவில் ஒரு பயிற்சி வகுத்துக்கொடுத்தான். இரவில் என் கண்களை வெதுவெதுப்பான நீரில் கழுவிய பிறகு ஒரு விசேஷப் பசையொன்றைக் கண்ணில் பூசிக்கொண்டு தூங்க வேண்டும் என்பது அப்பயிற்சியில் முதல் பகுதி. இன்னும் பல பகுதிகள் உடலின் ஒவ்வொரு பகுதிக்கும் இருந்தது. இதைச் சொல்லும்போது நான் சிறிது விஷமத்தனமாகச் சொல்கிறேன் என்று எனக்கே தெரிகிறது. அந்தப் பயிற்சி முற்றிலும் பயனில்லை என்று கூற முடியாது. ஆனால் இந்த கோபால்ஜி இயல்பாகவே கம்பீரமாக நடந்தான். இவன் யார் மாதிரி இருக்கிறான்?

நான் கன்னிமாரா ஹோட்டலை அடைந்து ஸ்டுடியோ வண்டியை அனுப்பிவிட்டேன். ஹோட்டல் சீருடையில் இல்லாமல் சாதாரண சட்டை பாண்ட் அணிந்துகொண்டு வந்த ரூம் பையனைச் சட்டென்று அடையாளம் தெரியவில்லை. அவன் பாண்ட்டில் வயிற்றுப் புறத்தில் ஒளித்து வைத்திருந்த விஸ்கி பாட்டிலை எடுத்துக்கொடுத்தான். அவன் வெகு தூரத்திலிருந்து வந்திருக்க வேண்டும். அந்தப் பாட்டில் இலேசான சூடாக இருந்தது.

“சாப், காலி பாட்டிலைப் பத்திரமாக என்னிடமே கொடுத்துவிடுங்கள், நான் தூக்கிப் போய்விடுகிறேன்” என்று அவன் சொன்னான்.

“ஏன், பாத்ரூமில் வைத்துவிடுகிறேனே?”

“இல்லை, சாப். கொஞ்சம் கவனமாகவே இருங்கள். போன வாரம்கூட இரண்டு போலீஸ் வந்து இரண்டு ரூம் பையன்களை இழுத்துப்போய்விட்டார்கள். நீங்கள் ஹோட்டல் பாரிலேயே குடிக்கலாம், கவலையில்லை. பெர்மிட் முன்னதாகவே வாங்கிவைத்திருக்க வேண்டும். ஆனால் ரூமில் என்றால் நிறையத் தொந்தரவு இருக்கிறது. முக்கியமாக எங்களைத்தான் ஹோட்டல் அப்படியே கைவிட்டுவிடுகிறது.”

“அப்படி என்றால் நீ இதை எடுத்துக்கொண்டு போய்விடு.”

“அதற்குச் சொல்லவில்லை, சாப். . .”

“இதையெல்லாம் நீ முன்னாலயே சொல்லியிருக்கலாமே, நான் வேறு ஏற்பாடு செய்திருப்பேன்.”

“இல்லை. சாப். உங்கள் இஷ்டம்போல இருங்கள், சாப்.”

அவன் வெளியே போய்விட்டான். ஆனால் அவனை யாரோ மிரட்டிக்கொண்டிருந்தது என் காதில் விழுந்தது. ட்யூடியில் இல்லாதபோது இங்கு என்ன வேலை என்று ஒருவன் கேட்க இவன் ஏதோ கெஞ்சிக்கொண்டிருந்தான்.

எனக்கு இதெல்லாம் பெருத்த எரிச்சலை உண்டு பண்ணியது. என் அப்பா பழக்கடை வைத்து வியாபாரம் பண்ணித்தான் வாழ்ந்தார். அந்தக் காலத்தில் பெஷாவரில் பிரிட்டிஷ்காரர்கள் நிறையப் பேர் இருந்தார்கள். ஒரு நாளைக்கு எட்டு, பத்து ரூபாய் அப்பாவுக்கு லாபம் வருமாம். மாதம் இருநூறு ரூபாய் சம்பாதிக்கிற குடும்பமாக எங்களுடையது இருக்காது. அப்பா முப்பது ரூபாய்க்குக்

குடிப்பார். இன்னொரு முப்பது ரூபாய்க்குப் புகைபிடிப்பார். ஆனால் எங்கம்மாவோ பாட்டியோ பெரியப்பாவோ யாரும் எங்கப்பாவைக் குற்றம் குறை சொன்னதில்லை. நல்லவேளை, எங்கப்பா இந்த மதராஸ் பக்கமெல்லாம் வரவில்லை. அவருடைய வாழ்க்கையெல்லாம் பஞ்சாபிலேயே கழித்து விட்டார். எங்கப்பா எவ்வளவோ சுதந்திரமாக, சந்தோஷமாக வாழ்ந்தார்! அவருடைய குர்தா பைஜாமாவை வாரத்துக்கு ஒரு தடவைதான் மாற்றுவார். எனக்கு அவர் மாதிரியே இருக்க முடியாவிட்டாலும் இப்படிப் பயந்துகொண்டு ஒளிந்துகொண்டு குடிப்பதற்குப் பிடிக்கவில்லை. இவ்வளவு நேரம் பம்பாயாக இருந்தால் இப்படித் தனிமையில் மனச் சங்கடப்பட்டுக்கொண்டு நான் இருக்கமாட்டேன். ஆனால் எனக்குத் தனிமை என்பது சாத்தியந்தானா?

எனக்குச் சற்று ஆச்சரியமாக இருந்தது. மதராஸுக்கு வந்த பிறகுதான் நானும் தனியாக இருக்க முடியும் என்று எனக்கு மறுபடியும் தெரியவருகிறது. இந்தப் பத்துப் பன்னிரண்டு ஆண்டுகளில் என்னைச் சுற்றி எப்போதுமே நான்கு பேர், பதினான்கு பேர், நாற்பது பேர். இந்த மதராஸி புரொட்யூசர் ஒரே ஒரு டிக்கெட் மட்டும் அனுப்பியிருந்தான். என்னுடன் செக்ரட்டரி வருவான் என்று சொல்லியிருந்தால் டிக்கெட்டை இரண்டாக அனுப்பித்திருப்பான். ஏனோ எனக்குச் சொல்லத் தோன்றவில்லை. ஜெய்கிஷனை சாண்டா குரூஸில் என்னை இறக்கிவிடச் சொல்லிவிட்டு விமானத்தில் ஏறி மதராஸுக்கு வந்து சேர்ந்துவிட்டேன், ஆதலால் எவ்வளவோ ஆண்டுகளுக்குப் பிறகு நிஜமாகவே நான் தனியாக இருக்கிறேன்.

டெலிபோன் மணியடித்தது. இரண்டு, மூன்று, நான்கு, நின்றுவிட்டது. ஒரு நிமிடம் கழித்து மீண்டும் அடிக்க ஆரம்பித் தது. இம்முறை எடுத்தேன். “சாப் பாத்ரூம் மே ஹை” என்று சொல்லிவிட்டுக் கொக்கியில் வைத்துவிட்டேன்: எனக்குத் தெரியும், என்னை யாராவது கட்டாயம் பார்க்கத்தான் வேண்டுமென்றால் கதவைத் தட்டுவார்கள் என்று. கதவும் தட்டப்பட்டது.

மிகுந்த கோபத்தோடு நடந்துகொள்வது போலக் கதவைப் படாரென்று திறந்தேன். அசட்டுச் சிரிப்புச் சிரித்துக் கொண்டு ஒருவன் நின்றுகொண்டிருந்தான். “வாட்ஸ் தி மாட்டர்?” என்று உரக்கக் கேட்டேன்.

“நீங்கள் வந்திருக்கிறீர்கள், பார்த்துவிட்டுப் போகலாம் என்று வந்தேன்,” என்று அந்த ஆள் ஹிந்தியில் பேசினான்.

"டெலிபோன் செய்திருக்கலாமே?"

"சற்று முன்பு நான்தான் டெலிபோன் செய்தேன். உங்கள் பதிலைக் கேட்டவுடனேயே ரூமில் வந்து பார்த்து விடலாம் என்று நினைத்துக்கொண்டேன்."

"எதற்கு?"

அவன் ஒரு பத்திரிகையின் பெயரைச் சொல்லி அதன் சார்பாக வருவதாகச் சொன்னான். பம்பாயில் அந்தப் பத்திரிகைதான் ஒவ்வொரு மாதமும் என்னைக் குத்திக் குதறிக்கொண்டிருந்தது. ஒரு சந்தர்ப்பத்தில் கோர்ட்டில் தாவா போடலாமா என்றுகூட நினைத்தேன். நல்லவேளை அப்படி எல்லாம் செய்யவில்லை.

"வா, உள்ளே."

அவன் உள்ளே வந்து அறையை ஒரு முறை சுற்றிப் பார்த்தான். "இங்கே ஒன்றும் சௌகரியமாகவே இல்லையே; பணம் மட்டும் நிறையப் பிடுங்கிவிடுகிறார்கள்," என்றான்.

"நீ என்ன விஷயமாக வந்தாய், அதைப் பற்றிப் பேசு" என்றான்.

"இந்த மதராஸி புரொட்யூசர் எப்படி? என்ன படம்? உங்களோடு நடிக்கப் போவது யார்?"

"தெரியாது."

"எது?"

"மூன்றுமே."

அவன் சிரித்தான். "பம்பாயில் நீங்கள் கதையைக் கேட்காமல் நடிக்க ஒத்துக்கொள்வதில்லை என்று பெரிய பேராச்சே."

"நான் இங்கே தொடர்ந்து இரண்டு மூன்று படங்கள் நடிக்கப்போகிறேன். எந்த விஷயத்திலும் எனக்கு ஏமாற்றம் இருக்காது என்ற நம்பிக்கை இருக்கிறது."

"ஏமாற்றம் கிடையாதா? இங்கே ரூமில் தனியாக இருக்கிறீர்களே?"

"தனியாக இல்லாமல் நான்கு தேவடியாளைக் கூப்பிட்டு வைத்துக்கொள்ள வேண்டுமா?"

அவன் சிரித்தான்.

"போ, இதெல்லாம் எழுது. அந்த பக்ஷி பத்மாஷை ஒரு நாள் எலும்பெல்லாம் நொறுங்கிவிடும்படி உதைப்பேன் என்று சொல்."

"சாப், இவ்வளவு கோபித்துக்கொள்ளக் கூடாது. நீங்கள் சந்தோஷமாக இருந்தால்தான் நாங்கள் சந்தோஷமாக இருக்கலாம். நீங்கள் இல்லை என்றால் நாங்கள் எங்கே?"

"உன் பெயர் என்ன?"

"சச்தேவ். ரமேஷ் சச்தேவ்."

"ரமேஷ் சச்தேவ் சாப், தயவுசெய்து இன்று போய் வேறெதாவது நாள் வாருங்கள்."

"ஒரு போட்டோ எடுத்துக்கொள்கிறேன்."

"அதுவுந்தான் சச்தேவ் சாப். இன்னொரு நாளைக்கு. இன்று மட்டும் என்னைத் தனியே விட்டுவிடுங்கள்."

அவன் ஏமாற்றமடைந்தது போல எழுந்தான். "ஒரு நிமிடம், சச்தேவ் சாப்" என்றேன். அவன் நின்றான்.

"பத்திரிகைக்காரர்களுக்குச் செய்தியையும் போட்டோவை யும்விட இன்னொன்று மிகவும் அவசியமாக வேண்டும், இல்லையா?"

அவன் புரியாது நின்றான். "இந்தாருங்கள் இதை எடுத்துப்போங்கள்" என்று ரூம் பாய் என்னிடம் ஒளித்து வந்து கொண்டு சேர்ப்பித்த விஸ்கி பாட்டிலை எடுத்துக் கொடுத்தேன்.

அவன் பயந்துவிட்டான். "பாட்டிலை எடுத்துப்போக முடியாது. வேண்டுமானால் நாமிருவரும் இங்கு குடிப்போம்" என்றான்.

"சச்தேவ் சாப், நாம் யார் யாரையோ சந்திக்கிறோம், பேசுகிறோம், ஆனால் குடிப்பது மட்டும் கண்டவனோடு முடியுமா? பரவாயில்லை, எடுத்துப்போங்கள்."

"இது ரொம்ப விலையாகும். கிடைக்காது சட்டென்று."

"அதுதான் சொன்னேன், எடுத்துப்போங்கள் என்று. முடிந்தால் உங்கள் பக்ஷி சாபுக்கும் கொடுங்கள்."

அவன் திருட்டு முழி முழித்துக்கொண்டு பாட்டிலைத் தன்னுடைய உடையில் ஒளித்து வைத்துக்கொள்ளப் பார்த்தான். "போ, போ. வெளியே போய் ஒளித்து வைத்துக்

கொள்." என்று சொல்லி அவனை அறை வெளியே தள்ளிக் கதவைத் தாளிட்டேன்.

'த்ரி காஸெல்ஸ்' டின்னைத் திறந்து மிருதுவாக இருந்த புகையிலையை எடுத்துத் தடிமனாக ஒரு சிகரெட் சுருட்டிக் கொண்டேன். சினிமாக்காரனாக ஆனதும் முதல் காரியமாக நானும் 'கோல்டு பிளேக்' சிகரெட் டின்னைத் தூக்கியபடி அலைந்திருக்கிறேன். பெண்களைத் துரத்துபவன் என்று தோற்றம் வரும்படியாக அப்படியும் அலைந்தேன். அப்புறம் மகாலக்ஷ்மி ரேஸ் கோர்ஸுக்கு மாதத்திற்கு ஒரு நாளாவது போய் நின்றேன். பம்பாய் சினிமா ஸ்டூடியோக்காரர்கள் ஆளுக்கு ஒரு குதிரை லாயமே கட்டிக்கொண்டிருப்பார்கள். ஆனால் நான் ரேஸுக்குப் போக ஆரம்பித்து வெகு நாட்கள் ஆவதற்கு முன்னரே ஒரு குதிரை கால் தடுக்கிக் கீழே விழுந்துவிட்டது. அதை லாயத்துக்கு எடுத்துச் சென்ற போது குதிரையின் சொந்தக்காரன் சுன்னிபாய் என்னையும் அழைத்துச்சென்றான். ஒரு டாக்டருக்கு இருவர், குதிரையின் கால் உடைந்துவிட்டது என்றார்கள். அரைமணி நேரத்திற்குள் மூன்று கால்களில் நின்றுகொண்டிருந்த அந்தக் குதிரையை ஒரு டபுள் பாரல் துப்பாக்கியால் மார்பில் சுட்டார்கள். குதிரை ஒரு கணம் அசைவற்று நின்றது. பிறகு அறுந்த கொடியிலிருந்து துவண்டு விழும் துணி போல உடலைக் கீழே தழைத்துக்கொண்டு பக்கவாட்டில் விழுந்தது. நான் எவ்வளவோ மிருகங்கள் இறந்து விழுவதைப் பார்த்திருக்கிறேன். ஆனால் அந்த ரேஸ் குதிரை சாகடிக்கப்பட்ட பிறகு புத்தியே மாறிவிட்டது.

ஒரு சிகரெட் சுருட்டிக்கொண்டு பற்றவைத்தேன். கோபால்ஜி யாரை நினைவுபடுத்துகிறார் என்று தெரிந்துவிட்டது.

○

3

எனக்குக் கோபால்ஜியைப் பிடித்துப் போனதற்குக் காரணம் தெரிந்துவிட்டது. கோபால்ஜிக்கும் மெஹர் பாபாவுக்கும் ஒரே மாதிரிக் கண்கள். ஒரே மாதிரி மூக்கு. நெற்றிகூட ஒரே மாதிரிதான். இவ்வளவு ஒற்றுமையிருந்தும் எனக்கு ஏன் கோபால்ஜியைப் பார்த்தவுடனேயே இது தோன்றவில்லை? மெஹர் பாபாவை எனக்கு மறந்துவிட்டது!

மெஹர் பாபா! நான் மெஹர் பாபா மெஹர் பாபா என்று மனதிற்குள் கூறிக்கொண்டே இருக்க வேண்டாம். ஆனால் வேண்டும்போது இமைப்போதில் மெஹர் பாபாவுடன் என் முழு அனுபவமும் கவனத்துக்கு வந்துவிடும். வந்துவிடும் வந்துவிடும் என்றிருந்தவனுக்கு கோபால்ஜி விஷயத்தில் பெரிய ஏமாற்றம். மூக்குடைப்பு. உனக்கு என்னடா இவ்வளவு இறுமாப்பு என்பது போல மட்டந்தட்டல்.

நான் அப்பாவிடம் ஐம்பது ரூபாய் வாங்கிக்கொண்டு பெஷாவரிலிருந்து பம்பாய் வந்துவிட்டேன். உலக யுத்தம் அப்போதுதான் முடிந்து உலகமெல்லாம் சீர்குலைந்து கிடந்தது. எதற்கெடுத்தாலும் ரேஷன், பிளாக் மார்க்கெட். எங்கு பார்த்தாலும் துருப்புகள், மிலிட்டரி லாரிகள். எங்கப்பா மிலிட்டரி கண்ட்ராக்டருக்குக் கூடை கூடையாகப் பழங்களை விற்று 'ரம்' பாட்டில்களாக வாங்கி வந்து குடித்தார். என் அண்ணா, தம்பி, பெரியப்பா, என் அக்காவுடைய

கணவன் இவ்வளவு பேரும் பெஷாவரிலேயே இருந்ததால் நான் ஒருவன் மட்டும் ஊர் விட்டு ஊர் போகிறேன் என்பது பெரிய விஷயமாக இல்லை. கலவரங்கள் ஆரம்பித்து விட்டன. எங்கள் பேட்டையிலேயே ஒருமுறை போலீஸ் சுட்டது. ஹிந்துக் குடும்பங்கள் எல்லாரும் புரானாகுவான் அருகில் ஒன்றுசேர ஆரம்பித்தார்கள். யார் யார் எங்கெங்கு எவ்வளவு அடிபட்டார்கள் என்பதெல்லாம் எப்படியோ என் அம்மாவுக்குத் தெரிந்துவிடும். வேலைக்காரர்கள், அக்கம்பக்கத்துக்காரர்கள், இந்தப் பழ மற்றும் காய்கறி அல்லது கோழி வியாபாரிகள் அல்லது அவர்கள் மனைவிமார்கள் அவர்களுடைய வேலைக்காரர்கள் எல்லாரும் பெரிய கடமையைச் செய்து முடிப்பது போல என் அம்மாவிடம் அளந்து கொட்டுவார்கள். "நீ பம்பாய் கிம்பாயெல்லாம் போக வேண்டாண்டா, யூசுப்" என்று என் அம்மா என்னிடம் அழுதாள். "பணம் செலவழிந்த இரண்டாம் நாள் இங்கே திரும்பி வந்துவிடுவான்" என்று அப்பா அம்மாவிடம் சொன்னார். ஆனால் அப்பாவுக்கும் அவ்வளவு நிம்மதி இல்லை. அப்பாவிடம் வெகு நாட்களாக உதவியாளனாக இருந்த பிரகாஷ் நான்கைந்து குத்துக் காயங்களுடன் ஒருநாள் ஒரு சாக்கடையில் பிணமாகக் கிடந்தான். கவர்ன்மெண்ட் ஹைஸ்கூலில் ஃபுட்பால் ஆட்டத்தின்போது பெரிய ரகளை நடந்து இரண்டு பேர் மண்டை உடைந்துவிட்டது. போலீஸ்காரர்கள் திடீர் திடீரென்று யார் யாரையோ பிடித்துக்கொண்டு போய் உதைத்தார்கள். கைகால்களை உடைத்தார்கள்.

நான் பம்பாய் வந்து சேர்ந்த தினம் பம்பாயிலும் கராச்சி யிலும் ராயல் இண்டியன் நேவி பிரிட்டிஷாருக்கு எதிராகப் புரட்சி செய்திருந்தது. பம்பாய்த் துறைமுகப் பகுதியில் இரு ஆண்டுகள் முன்பு ஒரு பெரிய வெடி விபத்து நிகழ்ந்ததன் சின்னங்கள் இன்னமும் இருந்தன. நான் பம்பாய் போய்ச் சேர்ந்து பதினைந்து நாட்கள் பரேலில் ஒரு சேரியின் தகரக் கொட்டகை ஒன்றில் முடங்கிக்கிடந்தேன். அங்கு மெஹர் பாபாவின் படம் ஒரு மூலையில் கிடந்தது. ஐந்தாறு வருடங்களில் நான் சரியான பம்பாய்வாலா ஆன பிறகு ஒரு முறை நாஸிக் சென்றபோது அங்கு மெஹர் பாபா வந்திருந்தார். அப்போதே அவர் பேசுவது கிடையாது. பேசாத ஆன்மிகவாதி! எனக்கு அதைவிட அவர் புனா டெக்கன் கல்லூரியில் படித்தவர். இலக்கியத்தில் ஆர்வமுடையவர் என்ற தகவல்தான் அவரைப் போய்ப் பார்க்கச்செய்தது. அவருடைய முகத்தின் புகைப்படம் மட்டும் ஒருவர்

பார்த்தால் அவர் தடிமனான மனிதர் என்று நினைத்துக் கொள்வார்கள். ஆனால் அவ்வளவு அகலமான முகத்திற்கு எவ்வளவு ஒல்லியான உடம்பு! ஒரு மணி நேரம் அவர் முன்பு மௌனமாக உட்கார்ந்திருந்தேன்.

அந்த ஒரு மணிநேரத்தில் என்னுடைய ஐந்தாறு ஆண்டுகள் சினிமா வாழ்க்கையின் இடையறாத சஞ்சலங்கள் பூதாகரமாக என் முன் எழுந்தன. ஒரு நிமிடம் ஒரே மாதிரி உட்கார முடியவில்லை. காமிரா முன்னால் ஒரே உணர்ச்சி நிலையை நான்கைந்து நிமிடங்கள்கூட நீட்டித்து வைக்க முடிந்த எனக்கு ஒரு வாய் பேசாத மௌனி முன்பு மூன்று நான்கு சுவாசம் முடியும் வரைகூட அசையாமல் இருக்க முடியவில்லை. அந்த ஒரு மாலைச் சந்திப்புக்குப் பிறகு மெஹர் பாபாவை நான் மீண்டும் பார்க்க விசேஷ யத்தனங்கள் எடுத்துக்கொள்ளவில்லை. ஆனால் என் யத்தனங்கள் ஏதுமில்லாமல் அவருடைய படங்கள், அவரைப் பற்றிய செய்திகள், புத்தகங்கள் இதெல்லாம் என்னை வந்தடைய ஆரம்பித்தன. என்னுடைய சினிமா ஆட்களில் பலருக்கு மெஹர் பாபா என்றால் அது மனிதனைக் குறிக்கிறதா மலையைக் குறிக்கிறதா என்று தெரியாது. ஒரு பார்ஸி சினிமாடோகிராபருக்கு மட்டும் அவரைத் தெரியும். அதுவும் நேரிடையான காரணத்துக்காக அல்ல. அவருடைய பெரிய சகோதரியின் மகன் அடில் என்பவன் மெஹர் பாபாவின் அந்தரங்க சிஷ்யனும் காரியதரிசியுமாகவும் இருந்தான். அடிலை அவன் வீட்டில் எல்லாரும் வைது கொண்டிருந்தார்கள். கெட்டிக்காரத்தனமான ஒரு பார்ஸி பையன் ஒழுங்காக இன்னொரு பார்ஸி பெண்ணை மணந்து கொண்டு குடும்ப வியாபாரமாகிய மூக்குக் கண்ணாடிக் கடையையும் மாதுங்காவில் வாடகைக்கு விடப்பட்டிருந்த மூன்று வீடுகளையும் கவனிக்காமல் வாயடைத்துப் போன சாமியார் ஒருவர் பின்னால் சுற்றிக்கொண்டிருக்கிறானே என்று சினிமாடோகிராபர் இரானியே சொல்லியிருக்கிறார். நான்கு நாட்களுக்கு ஒரு முறை அந்த இரானி என் வீட்டில் வந்து குடித்துவிட்டு மாடிப்படிக் கீழுள்ள பொந்தில் படுத்துத் தூங்கிவிட்டுப் போவார். எனக்கு எது கெட்டிக்காரத்தனம், எது சுகமான வாழ்க்கை என்பதெல்லாம் பற்றி நிறையச் சந்தேகம் ஏற்பட்டுக்கொண்டிருந்தது.

கோபால்ஜி மெஹர் பாபாவுக்கு உறவாக இருக்க முடியாது. மெஹர் பாபா பற்றித் தெரிந்திருக்கலாம். ஆனால் தோற்றத்திலும் அளந்து பேசுவதிலும் மெஹர் பாபா ஜாடை

நிறையவே இருந்தது. மெஹர் பாபாவுக்கு ஷேக்ஸ்பியரும் வோர்ட்ஸ்வொர்த்தும் ஷெல்லியும் பிடித்தமானவர்கள். பாரசீகக் கவிஞர் ஹஃபீஸூம் மிகவும் பிடித்தமானவர். கோபால்ஜி சினிமாக் கதை எழுதுபவராயிருந்தாலும் மேன்மையான படைப்பாளிகள் பற்றியும் படைப்புகள் பற்றியும் தெரிந்தவராக இருக்க வேண்டும்.

என் முதல் மதராஸ் விஜயம் தெளிவில்லாதபடிதான் முடிந்தது. பக்ஷியின் ஆள் இரண்டாம் முறை வரவில்லை. நான் கொடுத்த விஸ்கியைக் குடித்துவிட்டு மயங்கிக் கிடப்பான். ஒரேடியாகப் போய்விட்டால்கூட நல்லதுதான். என் கோபத்தை நினைத்து எனக்கே வெட்கமாக இருந்தது. பக்ஷி ஒரு பத்திரிகைக்காரன். என் போன்ற சினிமாக்காரர்களுக்கு அவன்தான் ஊதியமில்லாத விளம்பர பேரிகை. நிறையவே அவன் உதை வாங்கியிருப்பான். இந்த மதராஸ் ஆள் பற்றித் தெரியாது. அவனும் ஒரு பஞ்சாபிக்காரன்தான். இந்திய சினிமாவே பஞ்சாபில்தான் உற்பத்தியாயிற்று என்று யாரோ சொல்வார்கள். நானே பஞ்சாபிக்காரன்தானே.

அடுத்த முறை நான் கோபால்ஜியைப் பார்த்தபோது அவர் வீடு மாறியிருந்தார். உண்மையில் நான் இந்த முறை இன்னொரு மதராஸித் தயாரிப்பாளருக்குத்தான் மதராஸ் போயிருந்தேன். இதில் ஒரு விசேஷம் கோபால்ஜியும் இந்தப் புதுத் தயாரிப்பாளருக்குத்தான் பணிபுரிந்துகொண்டிருந்தார். நான் ஆச்சரியத்துடன் கேட்டேன், "எப்படி கோபால்ஜி, நான் போகிற இடத்துக்கு நீங்கள் வருகிறீர்கள்?"

கோபால்ஜியின் முகத்தில் மிகவும் இலேசான புன்னகை தோன்றியது. "அதையே இன்னொரு விதமாகவும் பார்க்கலாமே," என்றார். அவர் வாயாலேயே அதைச் சொல்ல வேண்டும் என்று நான் காத்திருந்தேன். அதை உணர்ந்தவர்போல, "நான் போகும் இடத்துக்கு நீங்கள் வருவதாக இருக்கக் கூடாதா?" அப்புறம்தான் தெரிந்தது இரு தயாரிப்பாளர்களும் நெருங்கிய உறவினர்கள் என்று.

இந்த இரண்டாவது படத்தின் தயாரிப்பின்போது எங்களில் யாருக்குமே அவகாசம் கிடைக்கவில்லை. பதினைந்து நாட்களுக்கு ஷூட்டிங் என்று எல்லோரும் கொடைக்கானல் போயிருந்தோம். கோபால்ஜியை எப்படி எதற்கு அழைத்து வந்தார்கள் என்று தெரியாது. உண்மையில் அவருக்கு அம்மாதிரி இடங்களில் வேலையும் கிடையாது. வேறு எல்லா வகையிலும் யாருக்கும் உற்சாகம் தருபவராகவும்

இருக்கமாட்டார். மாலை நான்கு மணி ஐந்து மணி அளவிலேயே தயாரிப்புக் குழுவில் இருக்கும் எல்லாரும் அவரை விட்டு நழுவிவிடுவார்கள். அவரவர்களுடைய வசதிக்கேற்ப அந்த வெளியூர் விஜயத்தின் சுதந்திரத்தையும் கேளிக்கைகளையும் அனுபவிப்பார்கள். கோபால்ஜி எந்த வலியுறுத்தலும் இல்லாமல் எங்காவது ஓரிடத்தில் தனியாக உட்கார்ந்திருப்பார். எனக்கு இது முதலிலேயே தெரியாமல் போய்விட்டது. அநேகமாக ஒரு வாரம் கடந்த பின்தான் கோபால்ஜி மாலையெல்லாம் அந்த விடுமுறை பங்களாவின் வரவேற்பு அறையில் கம்பளி போர்த்துக்கொண்டு உட்கார்ந் திருப்பார் என்று தெரிந்தது. நான் ஏழு நாட்கள் எங்கள் படத் தயாரிப்பாளருடனும் படத்தின் வில்லனுடனும் வேண்டா வெறுப்பாகக் காலத்தைத் தள்ளியிருந்திருந்தேன்.

"இன்று மாலை எனக்கு முக்கியமான வேலை ஒன்று இருக்கிறது. ஆதலால் நீங்கள் ஆரம்பித்துவிடுங்கள். நான் உணவு சாப்பிடும்போது வந்து கலந்துகொள்கிறேன்" என்று தயாரிப்பாளரிடம் சொன்னேன்.

அந்த மனிதர் நான் எது சொன்னாலும் நகைச்சுவை என்று நினைத்துக்கொண்டு சிரிப்பவர்.

"ஹா ஹா ஹா! இந்த ஊரில் சத்யன் சாருக்கு மாலை வேளையில் அவ்வளவு என்ன முக்கிய வேலை வந்துவிட்டது? சொன்னால் அந்த முக்கிய வேலையில் நானும் என் பங்கைச் செய்வேன்," என்றார்.

"இதோ பார், மிஸ்டர் சக்ரபாணி, நான் வர முடியாது என்றால் வர முடியாது என்றுதான் அர்த்தம். அதற்கு மேல் என்ன ஏது என்று கேட்க அது உன் வேலை இல்லை."

"ஹா ஹா ஹா..."

"போதும், போதும். பஸ். இனிமேல் ஹாவும் இல்லை. ஹூவும் இல்லை."

அந்த ஆள் நடுங்கிப் போய்விட்டான். இந்த மதராஸிக் காரர்களின் விருந்தோம்பலில் எப்போது விருந்தாளியைத் தனியாக விட வேண்டும் என்று தெரியாது. கடைசியில் தலையில் பலமாகக் குட்ட வேண்டியிருக்கிறது.

அன்று பகல் ஒரு வேலையும் நடக்கவில்லை. தூரத்தி லிருந்து நான் சைக்கிளை ஓட்டிவர வேண்டும். பாட்டுப்

பாடியபடி வர வேண்டும். எதிரே வந்த வில்லனுடைய கார் வேண்டுமென்றே என்னை இடித்துவிடுவது போல வரும். நான் இலகுவாக நகர்ந்துகொண்டுவிடுவேன். ஆனால் அவன் ஒரு புதரினுள் காரைச் செலுத்திச் சிக்கிக்கொள்வான். இதற்கு உரிய வெளிச்சமே கிடைக்கவில்லை. திரும்பத் திரும்ப மேகம் சூரியனை மறைத்தவண்ணமிருந்தது.

"இன்று சக்ரபாணி அறையில் பார்ட்டி இல்லையா?" என்று கோபால்ஜி கேட்டார்.

"இன்று பார்ட்டி உங்களுடன்."

"நான் பார்ட்டி மனிதனில்லை."

"நாம் எது பார்ட்டி என்று எடுத்துக்கொள்கிறோம் என்பதைப் பொறுத்தது."

"உங்கள் விருப்பம்."

"உங்களைப் பற்றி நான் நினைத்துப்பார்த்திருக்கிறேன், தெரியுமா?"

"என்னைப் பற்றியா? எதற்கு?"

"முதலில் தெரியவில்லை. நமக்கு ஏன் ஒருவரைப் பிடித்துப்போகிறது என்று எல்லா நேரங்களிலும தெரிந்து விடுவதில்லை. ஆனால் இப்போது தெரிந்துவிட்டது. அதாவது நான் போன முறை மதராஸ் வந்திருந்தபோதே தெரிந்து விட்டது. உங்களோடு அதைப் பற்றிப் பேசுவதற்கு ஆறு மாதங்கள் தேவைப்பட்டிருக்கிறது."

"நீங்கள் இன்னும் காரணத்தைச் சொல்லவில்லை."

"நீங்கள் சிரித்துவிடமாட்டீர்கள் என்று நம்புகிறேன்."

"ஏன், காரணம் சிரிக்கக்கூடியதாக இருக்கிறதா?"

"நீங்கள் மெஹர் பாபா மாதிரி இருக்கிறீர்கள்."

"உங்களுக்கு மெஹர் பாபாவைப் பிடிக்குமா?"

"அப்படிச் சொல்ல முடியாது. நான் கண்ட மனிதர்களில் அவர் மிக விசித்திரமானவராக இருந்தார்."

“நான் விசித்திரமாகவா இருக்கிறேன்?”

“ஏனோ உங்களைப் பற்றி நினைக்கும்போதெல்லாம் எனக்கு அவர் நினைவு வரும். அவர் நினைவு அடிக்கடி வருகிறது. ஆதலால் நீங்களும் அடிக்கடி என் நினைவில் வருகிறீர்கள்.”

“இந்த மாதிரி வரிகள் திரும்பத் திரும்ப ஹிந்தி சினிமாப் படங்களில் வரும்போது நான் ஆச்சரியப்படுவேன். இன்று ஒரு ஹிந்தி நட்சத்திர நடிகன் என்னிடமே இந்த வரிகளைப் பேசுவான் என்று நான் எதிர்பார்க்கவேயில்லை.”

“கோபால்ஜி, நான் உங்கள்வரை நடிகனில்லை, நட்சத்திர மில்லை, ஒரு நண்பன். ஓர் இளைய சகோதரன்.”

“என்ன ஆச்சரியம், இதெல்லாம்கூட சினிமா வசனமாகவே இருக்கிறதே!”

நான் சற்றுப் பொறுமையிழந்து பெருமூச்சுவிட்டேன்.

“வருத்தப்பட்டுக்கொள்ளாதீர்கள். எனக்குத் தெரியவில்லை, நாம் எப்படி நண்பர்களாக இருக்க முடியும் என்று. எனக்கு உங்களை ஒரு நடிகனாகவும் ஒரு சினிமாப் பாத்திரமாகவுந் தான் நினைக்கத் தோன்றுகிறது.”

“இந்தப் படத்திற்குக்கூட நீங்கள்தான் என் பெயரைச் சொன்னீர்கள் என்று நேற்றுத்தான் தெரிந்தது.”

“நான் ஒரு நல்ல நண்பன்.”

“ஆமாம். ஆமாம். நாம் இருவரும் நத்தானியல் வெஸ்ட் படித்தவர்கள்.”

“ஆமாம். அப்படியொரு ஒற்றுமை இருக்கிறது. . . ஆனால் இங்கே புதுப் புத்தகங்கள் சுலபமாகக் கிடைப்பதில்லை. எல்லாவற்றையும் வாங்க முடிவதில்லை. என் பெண்ணுக்கு இப்போதே கல்யாணம் பண்ணிவிட வேண்டும் என்று என் மனைவி துடியாக இருக்கிறாள்.”

“உங்களுக்குத் திருமண வயதில் ஒரு பெண் இருக்கிறாள் என்றால் நம்ப முடியவில்லை. எனக்கு இன்னும் கல்யாணம் செய்துகொள்ளக்கூடத் தைரியம் இல்லை.”

கோபால்ஜி யாதொரு சலனமுமில்லாமல் வெளியே பார்த்துக்கொண்டிருந்தார்.

"கோபால்ஜி, நீங்கள் ஒத்துக்கொண்டாலும் ஒத்துக் கொள்ளாவிட்டாலும் நான் உங்களுடைய சிறிய சகோதரன். உங்கள் பொறுப்புகள், என் பொறுப்புகள்."

எனக்குப் பயமாக இருந்தது. இந்த மனிதன் மீண்டும் நான் பேசுவது சினிமா வசனம் என்று சொல்லிவிடுவாரோ? அவர் சொல்வதற்கு முன் நான் வேகமாக மாடிப்படி ஏறி என் அறைக்குள் போய் என் முகத்தை என் கைகளுக்குள் புதைத்துக்கொண்டேன்.

III

1

வீட்டுக்கு வந்த சத்யன்குமார் என் கைகளைப் பற்றிக்கொண்டதும் சற்று நகர்ந்து ஒரு கதவுப் பின்னாலிருந்து ஜம்பகம் எங்கள் இருவர் காதிலும் தெளிவாக விழும்படி சொன்னாள்: "ராஜாவுக்கு அம்மை ஏதாவது போட்டிருக்கப் போறது. எதுக்கும் உங்க சிநேகிதரை ஜாக்கிரதையா இருக்கச் சொல்லுங்கோ."

மூன்று வருடங்களில் சத்யன்குமார் தமிழ் நிறையக் கற்றுக்கொள்ளாவிட்டாலும் தமிழர்கள் மனப்போக்கு எப்படி எல்லாம் இருக்கும் என்று நிறையவே தெரிந்துகொண்டுவிட்டான். மூன்று வருடங்களில் அவனுடைய தொழில் மதிப்பு அதிகம் பாதிக்கப்படாமல் சீராக இருந்தது. பொதுவாகத் தெற்கத்திய ஹிந்திப் படங்களில் நடிக்க வரும் வட இந்திய நட்சத்திரங்கள் பெரிய வளர்ச்சி பெறுவதில்லை என்றொரு பேச்சு உண்டு. அதையே இப்படியும் சொல்லலாம். ஓரளவு புகழ் சம்பாதித்த பின் இப்போது சிறிது ஓய்வாக இருக்கும் நடிகர்களையே தென்பிராந்திய சினிமா தயாரிப்பாளர்கள் தேர்ந்தெடுத்தார்கள். அப்படிப்பட்டவர்கள்தான் ஒரே ஒரு படத்துக்காக வெளியூர் வந்து நாள் கணக்கில் காத்திருக்க முடியும். இப்படிப்பட்ட நடிகர்கள் அப்படியே சிறிது சிறிதாக மக்கள் கவனத்திலிருந்தும் மறைந்து விடுவார்கள்.

சத்யன்குமார் சமாளித்துக்கொண்டுவிட்டான். அவனுடைய தென்னிந்தியப் படங்கள் நன்றாகவே

ஓடின. அந்த மூன்றாண்டுகளில் அவன் பங்குபெற்ற பம்பாய்ப் படங்களும் சுமாராக ஓடிவிட்டன. காதல் தோல்வி அடைந்து குடியில் மூழ்கி உயிரை விட்ட சோகக் கதாநாயகன் வேடத்தில் நடித்து அவனுக்குச் சிறந்த நடிகர் பரிசுகூடக் கிடைத்தது. அது பம்பாய்ப் படமானாலும் அதைப் பற்றி என்னிடம் நிறையவே விவாதித்திருக்கிறான். எனக்கு அந்தப் படம் பற்றி அதிகம் தெரியாது. ஆனால் நான் காதல் தோல்வியை மதுவில் கரைத்து உயிர்விட்ட காவிய நாயகர்கள் சிலர் பற்றிச் சொன்னேன். பல அமெரிக்கப் படங்கள் பற்றிப் பேசினோம். அந்தச் சந்திப்பிற்குப் பிறகு அவன் நடித்த பகுதிகளின் பரிமாணமே அலாதி என்று அவன் சொன்னான். அவனுக்காக அப்படத்தை நான் பார்த்தேன். அவன் நன்றாக நடித்திருந்தான். படமும் சுமாராக இருந்தது. அதைப் பற்றித் திரும்பத் திரும்பப் பேசிப் பெருமை கொள்ளும்படியாக இல்லை. அப்படிப் பார்த்தால், அவனுடைய எந்தப் படமுமே ஒரே சீராக மிக நன்றாக இருந்தது என்று கூற முடியாது. அவனுடைய கணக்கற்ற ரசிகர்கள், நண்பர்கள் அவனை இந்திரன் சந்திரன் என்று உண்மையாக அவர்கள் நினைப்பது போல அவனிடம் நடந்துகொண்டாலும் நான் அவனை அப்படி நினைக்கவில்லை என்பது அவனுக்குத் தெரியும்.

"எனக்கு ஒன்றுமில்லை. எல்லாம் சரியாகிவிடும். உனக்கு ஷூட்டிங் இல்லை? நடுவில் விட்டுவிட்டு வந்தாயா?" நான் கேட்டேன்.

"இரவு ஒன்பது மணிக்கு என்று சொல்லிவிட்டார்கள். என்ன ஆயிற்று, கோபால்ஜி? நீங்கள் மயக்கம் போட்டு விழுந்துவிட்டீர்கள் என்று சொன்னார்களே?"

"ஆமாம். ஆனால் அது சாதாரண மயக்கம் இல்லை என்று தோன்றியது. திடீரென்று எனக்கு அந்த நேரத்தில் சுகந்தமான மணம் அனுபவிக்கக் கிடைத்தது."

"பாபுஜி என் மீது கோபம் கொண்டிருக்கிறார் போலிருக்கிறது."

"கோபம் ஏதுமில்லை. ராஜாவுக்கு உடம்பு சரியில்லை. அவனுக்குச் சுரம் குறைந்து வந்தபோதுகூட டாக்டர் ஒன்றும் புரியாத மாதிரிதான் பேசினார். எங்கள் குடும்பத்தில் குழந்தை கள் அற்பாயுளில் இறந்திருக்கின்றன. அந்தக் கவலைதான்."

"இது என்ன சுகந்தம்?"

"எனக்குத் தெரியவில்லை. சில விநாடிகள் வேறு ஏதோ ஒரு நானறியாத இடத்துக்குப் போய்விட்ட மாதிரி இருந்தது. இந்த மாதிரி மணம் சந்நியாசி ஆசிரமங்களில் இருக்கும். நான் அதைப் பற்றி நினைக்கக்கூட இல்லை. இப்போது உன்னைப் பார்த்தவுடன்தான் சுகந்தம் பற்றிச் சொல்லத் தோன்றியது."

"கை கால்களை உதறிக்கொண்டு கீழே விழுந்துவிட்டீர்கள் என்று அந்த மானேஜர் வரதன் சொன்னான். கை கால்கள் உதறிக்கொள்வதற்கு ஒரு அர்த்தம்தானே?"

நான் எழுந்து நின்றேன். "உட்கார்," என்று அவனிடம் சொல்லிவிட்டு உள்ளே ஜம்பகத்திடம் சென்றேன். "கொஞ்சம் காபி போடறியா?" என்று கேட்டேன். அவள் சமையல் மேடைப் பக்கம் பார்த்தாள். அங்கு காபி பில்டரில் அப்போதே வெந்நீர் விடப்பட்டிருந்தது. ஸ்டவ்வில் ஒரு பாத்திரத்தில் தண்ணீர் வைக்கப்பட்டிருந்தது.

நான் சத்யன்குமாரிடம் வந்தேன். "டிரைவரிடம் ஏதாவது சொல்லியிருக்கிறாயா? அவன் விவரம் தெரியாமல் காத்திருக்கப்போகிறான்," என்று சொன்னேன்.

"இன்னும் பதினைந்து நிமிடங்களில் திரும்பி வரச் சொல்லியிருக்கிறேன். எனக்கு இந்த முறை எல்லாமே வித்தியாசமாக இருந்த மாதிரி தோன்றிகிறது."

"என்ன வித்தியாசம்?"

"உங்களை ஏன் ஸ்டூடியோவில் காண முடியவில்லை?"

"எனக்குத்தான் உடம்பு சரியில்லையே?"

"அது இப்போதுதானே கோபால்ஜி, உங்களுக்கும் உங்கள் முதலாளிக்கும் ஏதாவது மன வித்தியாசமா?"

"எங்களுக்குள் வித்தியாசங்கள் எப்போதும் உண்டு. சினிமா முதலாளிகள் ஒரே மாதிரியான வேலைக்காரர்களுக்குப் பழக்கப்பட்டுவிடுகிறார்கள். அவர்களுக்குப் பழக்கப்பட்டபடி ஓர் ஆள் இல்லை என்றால் அது வித்தியாசம்தானே?"

சத்யன்குமார் சற்றுக் கவலையோடு என்னைப் பார்த்தான். நான் சமாதானமாக, "எல்லாம் சரியாக இருக்கிறது, நீ கவலைப்படாதே" என்றேன்.

சத்யன்குமார் சற்று விச்ராந்தியடைந்தவன் போல நாற்காலியில் சாய்ந்தான்.

"எங்கே 'டாக்டர் ஜிவாகோ?' புத்தகத்தைக் கையோடு கொண்டுவந்திருக்கலாமே?" என்றேன்.

"ஏனோ அதை ஸ்டூடியோவுக்கு எடுத்துப் போகத் தோன்றவில்லை. உங்கள் உடம்பு இப்போது எப்படி இருக்கிறது? நீங்கள் ஹோட்டல் வர முடியுமா?"

"நான் ஸ்டூடியோ போவதாக இருந்தேன். ஷூட்டிங்கை ஒன்பது மணிக்கு ஒத்திப்போட்டுவிட்டார்கள் என்று தெரியாது."

"பம்பாயில் இந்த மாதிரி இஷ்டப்படி ஷூட்டிங் வைத்துக்கொள்வது, ஒத்திப்போடுவது எல்லாம் முடியாது. பெரிய கோடீசுவரனால்கூட முடியாது."

"ஐந்து நிமிடம் இரு. காபி குடித்துவிட்டுக் கிளம்பலாம்."

"ராஜா எங்கே?"

"அவனுக்கும் உடம்பு சரியில்லை. பார்க்கப்போனால் இன்று என் காலையே அவனுடைய சுரத்துடன்தான் தொடங்கியது."

"அவனைப் பார்க்க வேண்டுமே? எங்கே, அடுத்த அறையில்தானே இருக்கிறான்?"

"இன்று வேண்டாம்."

"ஏன்? தூங்குகிறானா?"

"அப்படித்தான் வைத்துக்கொள்ளேன். சில வியாதிகள் வந்தால் விருந்தாளிக்குச் சொல்வதுமில்லை. நோயாளியைக் காட்டுவதுமில்லை."

சத்யன்குமார் சற்று உற்சாகம் குறைந்தவனாக இருந்தான். நான் சமையலறைக்குச் சென்றேன். ஜம்பகம் தரையில் உட்கார்ந்துகொண்டிருந்தாள்.

"ஜம்பகம், காபி கலக்கலயா?"

அவள் திரும்பிப் பார்த்தாள். அவள் பார்வை சரியாக இல்லை. இன்று ஒரே நாளில் குடும்பத்தில் மூவருக்கும் ஏதோ கேடு வந்துவிட்டது.

ஸ்டவ்விலிருந்த பாத்திரத்தைக் கீழே இறக்கிவைத்தேன். அதில் தண்ணீர் வெகு நேரமாகக் கொதித்துக்கொண்டிருக்க வேண்டும். வெறும் நீரை அதிக நேரம் கொதிக்கவிடக் கூடாது என்று ஜம்பகம் சொல்லி நான் கேட்டிருக்கிறேன்.

நீர் கொதிப்பது போல கொதிக்கவிட்டவர்கள் மனமும் கொதிக்குமாம். ஆனால் இப்போது ஜம்பகத்தின் மனம் வேலையே செய்யவில்லை என்று எனக்குத் தோன்றியது. அப்படியே வேலை செய்துகொண்டிருந்தாலும் அது சாதாரண மனித மனம்போல இருக்காது.

பில்டரில் கொதிக்கும் நீரைச் சிறிது விட்டேன். ஏற்கனவே சிறிது டிகாக்ஷன் இறங்கியிருந்தது. காய்ச்சிய பாலிருந்தால் உடனே காபி கலந்துகொள்ளலாம். ஆனால் பாலையே இனிமேல்தான் காய்ச்ச வேண்டும் என்று தோன்றியது.

வெளி அறைக்கு வந்தேன். சத்யன்குமார் வீட்டு வாசலில் நின்றுகொண்டிருந்தான். தெருவில் போவார் ஓரிருவர் அவனைத் திரும்பித் திரும்பிப் பார்த்தவண்ணம் சென்றனர். இன்னும் யாரும் சரியாக அடையாளம் கண்டுகொள்ள வில்லை. கண்டுகொண்டுவிட்டால் ஒரு சிறு கூட்டமாவது கூடிவிடும்.

"சத்யன்குமார், எனக்கு இன்னும் ஐந்து நிமிடம் வேண்டும்."

"எவ்வளவு நேரம் வேண்டுமானாலும் ஆகட்டும். வண்டி தான் இன்னும் வரவில்லையே."

"வீட்டு உள்ளே வந்து உட்காரேன்."

"இவ்வளவு நேரம் உட்கார்ந்துதானே இருந்தேன். என்னால் இந்தியாவில் எங்கு சென்றாலும் வெட்ட வெளியில் ஐந்து விநாடிகள்கூடத் தனியாக நிம்மதியாக இருக்க முடியாது. இங்கேதான் ஐந்து நிமிடமாகியும் தெருவில் வரும் போகும் மனிதர்களைப் பார்த்தபடி நின்றுகொண்டிருக்கிறேன்."

நான் ராஜா படுத்திருக்கும் மூலைக்குச் சென்றேன். அவனுக்கு மீண்டும் லேசாகச் சுரம் கண்டிருந்தது. சமையலறைக்குச் சென்றேன். ஜம்பகம் ஸ்டவ்வையே பார்த்தபடி உட்கார்ந்திருந்தாள்.

பால் பாத்திரத்திலிருந்து சிறிது பாலெடுத்து அதை மட்டும் ஸ்டவ்வில் வைத்தேன். அகலமான பாத்திரமாயிருந்தால் அந்த ஸ்டவ்வில் புகையாது. அது சிறிய அளவு பாத்திரம். எதை வைத்தாலும் உடனே மண்ணெண்ணெய்ப் புகை வரும். பாத்திரமும் ஒரு பக்கமாகக் கரி படரத் தொடங்கும்.

ஒரு மாதிரி காபி கலந்துவிட்டேன். ஜம்பகத்தை உலுக்கி, "கொஞ்சம் காபி சாப்பிடு" என்றேன். என் கையில் இருந்த கரியைக் கண்ணில் கண்ட துணியிலும்

காகிதத்திலும் துடைத்துக்கொண்டு சத்யன்குமாருக்கு ஒரு தம்ளரில் காபி கொண்டு போய்க் கொடுத்தேன். டஜன் கணக்கில் சேவர்களும் ரசிகர்களும் அவனுக்காக எதையும் சிரமேற்கொண்டு செய்யக் காத்திருக்கையில் அவன் என் வீட்டில் ஒரு தம்ளர் காபிக்குக் காத்திருப்பது எனக்கேகூட விநோதமாகப் பட்டது.

"நான் முன்பு வந்தபோது இதைக் காணவில்லையே?" என்று சத்யன்குமார் காபி குடித்தபடியே என் மேஜை மீதிருந்த ஒரு சிறு படத்தைக் காண்பித்துக் கேட்டான்.

"அது ஒரு ஹனுமான் படம்."

"தெரிந்தது. ஆனால் உங்களிடம் ஹனுமான் படத்தை நான் பார்த்ததில்லை."

"இது கும்பகோணம் என்னும் ஊருக்கருகில் ஓர் ஆலமரத்தடியில் இருக்கும் ஹனுமான். இவருக்குக் கோயில் கட்ட முயற்சி நடந்துகொண்டிருக்கிறது. ஒரு சாமியார் இந்த வருடம் சிறிதாக ஒன்று கட்டி விட வேண்டும் என்று தீர்மானமாக இருக்கிறார்."

"சாமியார்? யார் அது?"

"மெஹர் பாபா மாதிரி என்று வைத்துக்கொள்ளேன். ஆனால் இவர் பேசுவார். பேசாமலும் இருப்பார். கையில் தடி ஒன்றுதான் வைத்துக்கொண்டிருப்பார். நீ சைவனானால் உனக்கு விபூதி தருவார். இல்லையென்றால் குங்குமம் தருவார்."

"எனக்கு என்ன தருவார்?"

"தெரியாது. இரண்டு நாளில் அந்த ஆலமரத்தடியில் ஏதோ பூஜைக்கு ஏற்பாடாகியிருக்கிறது. நான் போகலாம் என்று இருக்கிறேன்."

"நானும் வரலாமா?"

"நீ இங்கு வந்த வேலை முடிந்தால் நல்லது. உன் இஷ்டம்."

ஜம்பகம் சமையலறையிலேயே படுத்துவிட்டாள். ராஜா முகம் சிவக்கத் தூங்கிக்கொண்டிருந்தான். அவனை மீண்டும் வைத்தியரிடம் அழைத்துத்தான் போக வேண்டும். அல்லது அவரை அழைத்து வர வேண்டும்.

சத்யன்குமார் காத்திருந்தான்.

சத்யன்குமார், வண்டி வந்தவுடன் நீ கிளம்பிப் போ. என்னால் இப்போது உன்னோடு வர முடியாது" என்றேன்.

"உங்கள் உடம்புக்கு ஒன்றுமில்லையே?" என்று அவன் கவலையோடு கேட்டான்.

"இப்போது என்னைப் பற்றிக் கவலைப்பட்டுக்கொள்ள முடியாது. முடிந்தால் இரவு ஷூட்டிங்குக்கு வருகிறேன். அதோ வண்டி வந்துவிட்டது, நீ கிளம்பு."

சத்யன்குமார் சற்று ஏமாற்றத்துடன் எழுந்தான். "அந்த சாமியாரிடமாவது அழைத்துப் போவீரா?" என்று கேட்டான்.

"நாளைக்கு உன் ஷெட்யூல் முடிந்துவிட்டால் நீயும் என்கூட வா."

அவன் வண்டியில் ஏறிவிட்டான். "ஒரு நிமிடம் இரு" என்று சொல்லிவிட்டு நான் ஓடிச் சென்று கொல்லைப்புறக் கதவைத் தாளிட்டேன். ஜம்பகம் இன்னும் படுத்தபடிதான் இருந்தாள்.

நான் வெளிவாசல் கதவைப் பூட்டினேன். நானும் வண்டியில் ஏறிக்கொண்டேன். "வழியில் டாக்டர் வீடு இருக்கிறது. அங்கே இறங்கிக்கொள்கிறேன்," என்றேன். அச்சிறு தூரம் அவனோடு நான் போவதுகூட சத்யன்குமாருக்கு மிகுந்த மகிழ்ச்சியளித்தது.

○

2

நான் காரிலிருந்து இறங்கியதும் கார் டிரைவர், "உங்களுக்கு மறுபடியும் வண்டி அனுப்பச் சொல்லட்டுமா, சார்?" என்று கேட்டான். சத்யன் குமார் மிகவும் எளியவன் போல் என்னிடம் நடந்துகொண்டாலும் ஏனோ அவன் பக்கத்தில் இருக்கும்போது மற்றவர்கள் மீது என் கவனம் போவதில்லை. நான் சிறிது வருத்தமுற்றேன். "வேண்டாம். எனக்கு உடம்பு சரியில்லை. ஷூட்டிங்கை ராத்திரிக்குப் போட்டிருக்காங்க. என்னாலே வர முடியாது. வரதன் சார் கிட்டே சொல்லிடுங்க" என்றேன்.

"நாம் மறுபடியும் எப்போது சந்திப்போம்?" என்று சத்யன்குமார் கேட்டான்.

"ஏன், நாளைக்கு. அதற்குள் எனக்கு எதும் நேராவிட்டால்" என்றேன்.

"அப்படிச் சொல்லாதீர்கள். கடவுள் அருளால் நாம் நாளை உதயத்தைப் பார்க்கத்தான் போகிறோம்."

"'டாக்டர் ஜிவாகோ'வையும் பார்க்க வேண்டும்."

"கட்டாயம். கட்டாயம். இன்றேகூட வீட்டில் கொண்டுவந்து கொடுத்துவிட்டுப் போகிறேன்."

"வேண்டாம். இன்று இவ்வளவோடு போதும். நாளை சந்திப்போம்."

அவனுக்கு என்னை நடுத்தெருவில் விட்டுவிடவே விருப்பமில்லை. ஆனால் நான் உறுதியாக இருந்தேன். அவன் போய்விட்டான்.

நான் ஒரு வெற்றிலைப் பாக்குக் கடைக்குச் சென்று 'போட்டுக்கொள்ள' என்று சொல்லி வெற்றிலை பாக்குப் புகையிலை வாங்கிக்கொண்டேன். தஞ்சாவூர் ஜில்லாக்காரர்கள் காலையில் கண் விழித்த உடனே வெற்றிலை பாக்குப் புகையிலை போட்டுக்கொண்டுவிடுவார்கள். அப்புறம் நாளெல்லாம் வெற்றிலை புகையிலை போட்டுக்கொண்டே இருப்பார்கள். நானும் பதினைந்து வயதிலிருந்தே மென்று கொண்டிருந்தவன். நான்கைந்து ஆண்டுகளுக்கு முன்பு என் வீட்டிலிருந்த சுண்ணாம்புக் குவளையைத் தூர எறிந்து விட்டேன். அதன் பின் வெற்றிலையைத் தொடவே இல்லை. பெண் கல்யாணம் வந்தபோது சிறிது நாளைக்கு மீண்டும் வெற்றிலை புகையிலை. மீண்டும் விட்டுவிட்டேன். இன்று என்ன செய்கிறேன் என்று தெரியாமல், எந்த விசேஷ உந்துதலும் இல்லாமல் வாயை மெல்லத் தொடங்கியாயிற்று.

வெற்றிலை பாக்குக் கடையின் பக்கத்தில் இருந்த லாந்தர் கம்பத்தில் சாய்ந்துகொண்டேன். இப்போது யாரை முதலில் கவனிக்க வேண்டும்? ஜம்பகத்தையா ராஜாவையா? டாக்டரே வீட்டுக்கு வந்தால் இருவரையும் அவர் பார்த்துவிடலாம். எனக்கு இன்னும் வீட்டுக்கு டாக்டரை அழைத்து வந்து பழக்கம் இல்லை. டாக்டரை வா என்று அழைத்தால் வந்து விடுவாரா?

என்னுடைய இயலாமை என்னை இன்னும் சோர்வடைய வைத்தது. நான் பெரிய அறிவாளியோ இல்லையோ எனக்குப் பெரிய உத்தியோகம் இருக்கிறதோ இல்லையோ என் வீடு தேடி இந்தியாவின் மிகப் பிரபலமான சினிமா நட்சத்திரம் வருகிறான். ஆனால் அவன் வந்து என்ன பயன்? அவன் வருவதில் என் கவனம் திசைமாறிப் போவதைத் தவிர நான் காணும் மாற்றம் அல்லது முன்னேற்றம் என்ன? ஒன்று மில்லை. ஒன்றுமில்லை.

பள்ளிக்கூடங்கள் முடிவடைந்து தெருவில் நிறையக் குழந்தைகள் தென்பட்டார்கள். நாள் முழுக்க வகுப்பறையில் அடைந்து கிடந்ததால் தலைமயிர் மற்றும் உடை கலைந்து முகம் கறுத்து எண்ணெய் வழிந்தாலும் அவர்கள் உற்சாகமாகவும் மிக விரைவாகவும் பேசியவண்ணம் போகிறார்கள். ஒரு கூட்டம் நிறையத் தாவணி அணிந்த பெண்கள், தடிப் பெண், ஒல்லிப் பெண். நீண்ட கழுத்து, கூன் முதுகு, சுருட்டை மயிர்,

சிங்கப்பல், ஜிமிக்கி அணிந்தவள், நெற்றிக்குப் பொட்டிடாதவள் எனப் பல வகை. ஒருத்தி காமாட்சி மாதிரி இருந்தாள். காமாட்சியைவிட வயதானவளாக இருக்க வேண்டும். இன்னும் தெருவில் ஏழெட்டுத் தோழிகளோடு சிரித்துப் பேசி வரமுடிகிறது. சொந்த வாழ்க்கையோடு இதுவரை நேரடித் தொடர்பு ஏற்படாத புத்தகங்களைப் படித்துப் பரிட்சை எழுதும் ஒரு கவலையைத் தவிர வேறு கவலை இல்லாமல் இருக்க முடிகிறது. காமாட்சிக்கு ஏதோ மிகப் பெரிய கவலை இருக்கிறது. கவலை வெடித்து இன்னும் அப்பா அம்மாவரை வரவில்லை. அப்படியே அமுங்கித் தீர்ந்துவிட்டால் நல்லது.

நான் பக்கத்துச் சந்தில் திரும்பி நடந்தேன். அச்சந்திலிருந்து இன்னொரு சந்தில் புகுந்து வெளிப்பட்டால் டாக்டர் இருக்கும் தெரு வரும். ஐந்து மணிக்கு அவர் இருப்பாரா? இதற்கு முன்னர் அவரைப் பார்த்ததெல்லாம் காலையில்; அல்லது மாலையில். அதுவும் நன்கு இருட்டிய பிறகு. இப்போதுதான் முதன்முறையாக நல்ல பொழுதோடு அவரைப் பார்க்கப் போகிறேன். இன்றைய போது நல்ல பொழுதாகப் போக வேண்டும்.

"என்ன கோபால் சார், ஏது இந்தப் பக்கம்?" என்று ஒரு கேள்வி காதில் விழுந்தது. அச்சந்தில் மிகக் குறுகிய வீட்டொன்றில் மாடி பால்கனியில் ராமநாதன் நின்று கொண்டிருந்தான். ராமநாதன் சென்னை ஸ்டூடியோ ஒன்றில் சவுண்ட் அஸிஸ்டெண்ட். ஸ்டுடியோவில் அந்தஸ்தைப் பொறுத்து ஒவ்வொரு ஒலிப்பதிவாளருக்கும் மூன்று, நான்கு, ஐந்து உதவியாளர்கள்கூட உண்டு. முதல் உதவியாளனைத் தவிர இதர உதவியாளர்கள் ஏறக்குறைய அடிமைகள் மாதிரிதான் நடத்தப்படுவார்கள். ராமநாதன் அடிமை வர்க்கத்தைச் சேர்ந்தவன். ஆனால் அவனுடைய அதிகாரிக்குத்தான் அவன் அடிமையே தவிர இதர மனிதர்கள் அவன் வாய்க்குக் கொஞ்சம் பயந்தபடி இருப்பார்கள். நானும் அவனிடம் மிகக் கவனமாகத்தான் இருப்பேன். "நேத்து சியாமளா வீட்டாண்ட உங்களைப் பார்த்தேனே, அந்த நட்ட நடுநிசியிலே அங்கே என்ன வேலையா வர்றீங்க?" என்று கேட்பான். கேட்பதைப் பத்து பேர் கூடி இருக்கும்போது எல்லாருடைய காதிலும் விழும்படியாகக் கேட்பான்.

நான் நின்றேன். அவன் நிமிஷமாகக் கீழே இறங்கித் தெருவுக்கு வந்தான். "வாங்க, ஒரு டீ குடிச்சுட்டுப் போங்க" என்றான்.

"இங்கேதான் இருக்கியா?"

"இரண்டு மாசமா இங்கேதான். இதுக்கு முன்னால பக்கத்துச் சந்திலே இருந்தேன். இந்த இடம் கொஞ்சம் வசதியா இருக்கும். வாங்க உள்ளே."

"இன்னொரு நாளு வரேனே – ஆமா, இன்னிக்கு உனக்கு ஷூட்டிங் கிடையாது?"

"நான் ஒரு வாரமா லீவிலே இருக்கேன் சார். உடம்பெல் லாம் ஒரே டயர்டா போயிடுத்து. வாங்க சார், ஒரு அஞ்சு நிமிஷம்."

நான் தட்ட முடியாமல் அவனைப் பின்தொடர்ந்தேன். இந்த வீடே மிகவும் குறுகலான வீடு. அதில் ஓர் ஓரத்தில் இரண்டு ஜாண் அகலம்கூட இராத நேர் மாடிப்படி. மாடியில் இரு சிறு அறைகள் கொண்ட இருப்பிடம். அங்கே ஒரு குழந்தையோடு சியாமளா இருந்தாள். கதாநாயகிக்குத் தோழியாக சியாமளா வராத தமிழ் சினிமா இரண்டு மூன்று வருடங்களாகக் கிடையவே கிடையாது. இப்படி எல்லாப் படங்களிலும் வரும் அவளுக்குக் கதாநாயகி வேஷம் கிடைத்ததில்லை. கிடைக்காது.

"சௌக்கியமா, சார்?" என்று சியாமளா கேட்டாள். மேக்கப் இல்லாமல் அவள் முகம் வெறிச்சென்று இருந்தது. அவளுடைய புருவங்களைக் காண முடியவில்லை.

"நீ இங்கே எப்படி இருக்கே?"

"இங்கேதான் இருக்கிறேன்," என்று அவள் சொன்னாள்.

"நீ எங்கேயோ ரொம்ப தூரத்திலேருந்து வருவே, இல்லையா? அம்பத்தூரோ, திருவொத்தியூரோ."

"இப்போ இங்கேதான் இருக்கா," என்று ராமநாதன் சொன்னான்.

"உன் பேரைச் சொல்லி இவன் யார் யாரை எல்லாம் மிரட்டுவான் தெரியுமா?" என்று சொன்னேன்.

"என்னைக் கண்டு பயப்படறதுக்கு நான் என்ன புலியா சிங்கமா, சார்? இவ்வளவு நாள் எப்படி எப்படியோ சமாளிச்சிண்டிருந்தேன். போன மாசம் அந்த ஆளு பெரிய ரகளை பண்ணி ஊரைக் கூட்டி வீட்டை விட்டுத் துரத்திட்டான்."

"யாரு?"

“இவ புருஷன்தான்” என்று சொன்ன ராமநாதன், “டீ வாங்கி வர பாட்டில் எங்கே?” என்று சியாமளாவைக் கேட்டான்.

“டீக்கடையிலே அந்தப் பையனே உடைச்சிட்டானாம். அவனையே டீ கொண்டு வரச் சொல்லு.”

ராமநாதன் கீழே இறங்கிப் போனான். நான் பால்கனியில் தண்ணீர் கீழே போவதற்காக இருந்த ஓட்டை அருகில் வாயிலிருந்த சக்கையைத் துப்பிவிட்டு வந்தேன். அந்த அரை விநாடிக்குள் அறையை ஒரு மாதிரி சியாமளா நேர்த்தி செய்துவிட்டாள்.

“குழந்தைக்கு என்ன பேரு?” என்று கேட்டேன்.

“பத்மினி.”

“இதுவும் சினிமா ஸ்டார்தானா?”

சியாமளாவின் முகபாவத்தைக் கொண்டு அவள் என்ன நினைக்கிறாள் என்று சொல்ல முடியாதபடி இருந்தது. திடீரென்று அழ ஆரம்பித்தாள்.

“நான் ஒண்ணும் கேலி பண்ணலை. இதுக்கு எதுக்கு அழறே?”

“இல்லீங்க. ராமு மட்டும் அன்னிக்கு வீட்டாண்ட வராமப் போயிருந்தா என்னை உயிரோட பார்த்திருக்க முடியாது. அப்படி ஒரு வெறியோடு அந்த மனுஷன் கையிலே காலிலே கிடைச்சதெல்லாம் வெச்சு வீசினான். இரண்டு மூன்று அடி ராமு மேலேகூட விழுந்தது.”

“அடிக்கறது திடீர்னு ஒரு நாளிலே வர விஷயமில்லை, சியாமளா. ரொம்ப நாளாப் பொங்கிப் பொங்கி வரதுதான் ஒரு நாளைக்கு அடியா விழறது.”

“ஆண்டவன் புண்ணியத்திலே, நான் ஒருத்தன் காசுக்கு எதிர்பார்த்து இல்லை, கோபால் சார். பத்து வயசிலேர்ந்து நான் திங்கற சோறு நான் சம்பாதிச்சது.”

“அதுவேகூட அவர் அடிக்கறதுக்குக் காரணமாயிருக்கலாம். நான் போகணும் சியாமளா. ராமநாதன் வந்தாச் சொல்லு.”

“வந்தீங்க, உடனே போறீங்களே...”

“ராமநாதன்தான் என்னைப் பிடிச்சு இழுத்துண்டு வந்தான். வீட்டிலே கொஞ்சம் சௌகரியம் இல்லை. டாக்டரைக் கூப்பிடப் போயிண்டிருந்தேன்.”

“ஐயோ, அப்போ கிளம்புங்க.”

நான் படியிறங்கிக்கொண்டிருக்கையில் எதிரில் ராமநாதன் டீ தம்ளர்களோடு வந்துகொண்டிருந்தான்.

“வாங்க, கொஞ்சம் லேட்டாயிடுச்சு. இதோ வாங்கி வந்துட்டேன்,” என்றான். நான் மீண்டும் படியேறினேன். அப்படிச் செய்யாவிட்டால் அவன் மேலே வரவே முடியாது.

நானும் ராமநாதனும் நின்றுகொண்டே டீயைக் குடிக்க, சியாமளா ஒரு பாலூட்டும் பாட்டிலில் சிறிது டீ விட்டுக் குழந்தைக்குக் கொடுத்தாள்.

“உனக்குப் படம் ஏதும் இல்லையா இப்போ?” என்று சியாமளாவைக் கேட்டேன்.

“இப்போதைக்கு ஒண்ணும் இல்லை, சார். இந்தக் குழந்தை உண்டுன்னு தெரிஞ்சதிலேர்ந்து நானும் அதிகமா வெளியிலே போகலை. ஜோடிக் கை வளை இருக்கு. அஞ் சாறு மாசம் தள்ளிடலாம்.”

“அதெல்லாம் வேண்டாம். சும்மா இங்கே விழுந்து கிட,” என்று ராமநாதன் சொன்னான்.

“என்னதான் இருந்தாலும் அவள் இன்னொருத்தன் பொண்ஜாதி இல்லையா? நீ இப்படிக் கொண்டு வந்து வைச்சுடலாமா?” என்று நான் கேட்டேன்.

“எல்லாக் கேள்வியும் எல்லாரும் கேட்டாச்சு. எல்லாரும் கேக்கிற கேள்விகளுக்குப் பதில் சொல்லிண்டு இருக்கிறதுக்கு நேரம் பத்தாது. அப்புறம் பொழைப்பை எப்படிப் பாக்கறது?”

நான் காலி தம்ளரைக் கீழே வைத்துவிட்டு மாடிப்படி இறங்கித் தொடங்கினேன். நான் நினைத்தபடி டாக்டர் வீட்டில் இல்லை. என் வீட்டுப் பக்கம் விரைந்தேன். வீட்டு வாசலில் இரண்டு மூன்று பேர் நின்றுகொண்டிருந்தார்கள். “யார்?” என்று கேட்டேன்.

“உள்ளே ஏதோ மாதிரிச் சத்தம் கேட்டது. கதவு வெளியிலே பூட்டியிருக்கு. என்னவாக இருக்கும்னு யோசித்தோம்.”

கதவைத் திறந்துகொண்டு உள்ளே போனேன். ஜம்பகம் விபரீதமான நிலையில் இருந்தாள்.

3

என் கைக்கு உடனே கிடைத்தது நான் தரையில் போட்டிருந்த ஜமக்காளம்தான். அதை எடுத்து ஜம்பகத்தைப் போர்த்தி அவளைத் தூக்கி னேன். "என்னைத் தொடாதேடா சோதாப் பயலே!" என்றாள். நான் அவளை அப்படியே விட்டுவிட்டு ஓடி வாசல் கதவைத் தாளிட்டுவிட்டு வந்தேன். "எழுந்துரு ஜம்பகம், இது என்ன பைத்தியக்காரத்தனம்?" என்றேன்.

"என்னைத் தொடாதேடா. ஊர்லே இருக்கிற சினிமாக்காரியோட எல்லாம் சுத்திட்டு என்னையும் ஏண்டா தொட வரே? தொட்டால் திருநீலகண்டம்!"

அவள் ஜமக்காளத்தைத் தூர எறிந்தாள். எனக்கு அவளைக் காணக் கண் கூசியது. எனக்கு ராஜா எழுந்துவிடக் கூடாதே என்றிருந்தது. அதே நேரத்தில் ஒருவர் துணையில்லாமல் அவளுக்கு உடை உடுத்தி விட முடியாது போலவும் இருந்தது, என் அம்மா இருந்தால் இப்படி நடந்திருக்காது. அவள் இருக்கிறாள் என்கிற உணர்விலேயே ஜம்பகத்தின் உள்மனம் ஒரு கட்டுப்பாட்டுக்குள் இருக்கும். ஆனால் அம்மா இருந்தபோதும் இப்படியாகியிருந்தால்?

நான் மிகவும் கோபம் வந்தவன்போல அவள் மூலைக்கொன்றாக எறிந்திருந்த துணிமணிகளைச் சேகரித்துக்கொண்டு அவளிடம் சென்றேன். முரட்டுத்தனமாக அவளுடைய கைகளை நீட்டி அவளுடைய ஜாக்கெட்டை மாட்டினேன். ஆனால் புடவையை இடுப்பைச் சுற்றிக் கட்டப்

போனபோது, "தொடாதேடா!" என்றாள். ஆனால் இம்முறை அவளுடைய அதட்டலை நான் பொருட்படுத்தவில்லை. அவளை நிற்க வைத்துப் புடவையை மூன்று நான்கு முறை சுற்றித் தலைப்பைத் தோளில் போட்டேன். அவள் ஓரடி எடுத்து வைத்தாள். நான் புடவை கட்டிய முறையில் நடக்க முடியாமல் தடுக்கி விழுந்தாள். "பாவி! பாவி!" என்றாள். நான் அவளைத் தூக்கிவிட்டேன். அவள் புடவையை எடுத்து எறிந்துவிட முடியாமல் அவளுடைய கைகளைக் கெட்டியாகப் பிடித்துக்கொண்டேன். "ராஜா! ராஜா!" என்று கூப்பிட்டேன். ராஜா தூங்கிக்கொண்டிருக்க வேண்டும் – மிகவும் ஆழ்ந்து தூங்கிக்கொண்டிருக்க வேண்டும். அவன் வரவில்லை. ஐம்பகம் என்னைக் கடிக்க முயன்றுகொண்டிருக்கிறபோதே அவளுடைய கைகளை அவளுடைய முதுகுக்குப் பின்னால் இழுத்து அவளுடைய புடவைத் தலைப்பினாலேயே இரண்டு மூன்று முறை சுற்றினேன். அவளை இறுக்கிப் பிடித்துத் தூக்கி நாற்காலியில் உட்காரவைத்தேன்.

எப்போதோ எதற்கோ வைத்த அலாரம் கடிகாரம் விரிசல் ஒலி எழுப்பியது. காலை ஐந்து மணிக்கு அடித்திருக்க வேண்டும். அலாரம் வைத்துக்கொள்வது காமாட்சி கல்யாணமாகிப் போனதிலிருந்து அதிகம் கிடையாது. காமாட்சிக்கு உண்மையில் அலாரம் தேவைப்பட்டதில்லை. காலை ஐந்து மணிக்கு எழுந்து படிக்க வேண்டும் என்றால் அவள் நான்கு மணியிலிருந்தே விழித்திருப்பாள். அப்போதெல்லாம் ஐம்பகம் விழுந்து விழுந்து தூங்குவாள். அந்தத் தூக்கம் இப்போது போய்விட்டது. ஆனால் சமயா சந்தர்ப்பம் இல்லாத தூக்கம். இந்தக் கணம் அவள் தூங்கினால் எவ்வளவோ நல்லது. ஆனால் என்னை நோக்கிப் பற்களை நறநறவென்று கடித்துக் கொண்டிருக்கிறாள்.

நான் மீண்டும் ராஜாவைக் கூப்பிட்டேன். எனக்கு ஐம்பகத்தை அப்படியே விட்டுவிட்டுப் போக முடியவில்லை. அவள் முகத்தில் தெரிந்த குரோதம் விபரீதமாகத் தெரிந்தது. அவளுக்குக் கோபம் ஒரு சகஜமான நிலையென்று நடந்து வந்த எனக்கே அப்போது அவளைப் பார்க்கப் பயமாக இருந்தது. அந்த நிலையில் ஆண் பெண் என்று வித்தியாசம் கிடையாது. ஐம்பகம் அவள் கையில் கிடைத்த எதையாவது எடுத்து வீசினால் விளைவு எப்படி இருக்கும் என்று சொல்ல முடியாது. இப்போது அவளை நிதானப்படுத்தவாவது டாக்டரை அழைத்தே வந்துவிட வேண்டும்.

“ஜம்பகம், ஜம்பகம்” என்று நான் ஆறுதலாக அவளை அழைத்தேன். “ஏன் இந்த மாதிரியெல்லாம் நடத்துக்கறே? நாலு பேர் சிரிக்கமாட்டாளா?”

அவள் சீறினாள். “இப்போ மட்டும் என்னடா வாழ்ந்தது? உன்னைப் பத்தித்தான் ஊரே சிரிக்கிறதே? ஒவ்வொரு குச்சுக்காரி வீடா நுழைஞ்சு நுழைஞ்சுட்டு வறயேடா? வீட்டிலே பொண்டாட்டி குழந்தை இருக்குன்னு நினைப்பு உனக்கு உண்டாடா? கோயில் காளை மாதிரி ஊரைச் சுத்திச் சுத்தி வந்து வீட்டைக் குட்டிச்சுவராக்கிட்டேயேடா? நீ எங்கெங்கேயோ ஒட்டிண்டு வந்த நாத்தமெல்லாம் வீடு முழுக்க சகிக்க முடியாதபடி அடிக்கறதேடா? அதைத் தாங்கிக்க முடியாதபடிதானே ராஜா செத்துப்போயிட்டான். ராஜா என்னடா, நானே செத்துப் போகப்போறேன். நீ செத்துப் போகப்போறே. எல்லாரும் செத்துப் போகப் போறா. நீ மட்டும் வெறுமனே செத்துப் போகமாட்டே. உடம்பெல்லாம் புழுத்துப்போய் அழுகிச் சொட்டிச் சாகப் போறே. நீ ஒவ்வொரு நாளும் எனக்கும் வீட்டுக்கும் பண்ணிண்டிருக்கிற துரோகத்துக்கு நீ தெருத் தெருவா நாறிச் சாகப் போறே. என்னைத் துரோகம் பண்ணின நீ வெள்ளைச் சட்டை போட்டுண்டு சாது மாதிரிப் பேசினா நீ சாமியார் ஆயிடுவியா? சாமியார் பத்திப் பேச உனக்கு என்னடா யோக்யதை இருக்கு? ஊர் பொறுக்கிகளோடும் தெருப் பொறுக்கிகளோடும் சுத்தற உனக்கு உபதேசம் என்னடா வேண்டியிருக்கு! என்னைப் பாழாப் பண்ணிட்டயேடா, என் குடித்தனத்தைப் பாழாப் பண்ணிட்டயேடா, நீ நன்னாயிருப்பயாடா, நீ சந்தோஷமாயிருப்பயாடா. . ?”

எனக்கு அவள் பேச்சு காதில் விழுந்துகொண்டிருந்தது தவிர அதன் பொருள்மீது மனதைச் செலுத்த இயலவில்லை. எனக்கு அந்த நேரத்தில் உதவி பெற்று அவளைத் தற்காலிகமாகவாவது ஓயச் செய்ய வேண்டும். உண்மையில் அவள் கத்திக்கொண்டிருந்தது மூன்றாம் மனிதருக்கு விளங்கும் என்று சொல்ல முடியாது. அவளுடைய கணவனை ஏதோ வைதுகொண்டிருக்கிறாள் என்கிற அளவுக்குத்தான் புரியும். மனநோயுற்ற எந்த மணமான பெண் அவளுடைய கணவன் மீது வசை பாடாமல் இருந்திருக்கிறாள்?

ராஜா தூங்கிக்கொண்டிருந்தது ஒரு விதத்தில் எனக்கு ஆறுதலாயிருந்தது. அவன் முன்னால், இதற்கு முன்னர் எங்கள் இருவருக்கும் சிறு சிறு சண்டைகள் தோன்றியிருக்கின்றன. எவ்வளவோ வீடுகளில் அந்தந்தக் கணவர்கள் வீட்டுப்

பொறுப்பை ஏற்றுக்கொள்வதில் என்னைவிட அதிகம் முயற்சி எடுத்துக்கொண்டிருக்கிறார்கள் என்று கூறிவிட முடியாது. ஆதலால் ஜம்பகம் என்னைப் பற்றிக் குற்றமாகக் கூறுவதை அவன் அதிகம் பொருட்படுத்தியிருக்கப் போவதில்லை. மேலும் அத்தருணங்கள் எல்லாமே கட்டுக்கடங்கிய சந்தர்ப்பங்கள். ஆனால் இப்போது ஜம்பகம் கொண்டிருக்கும் குரோதம் ஒரு சிறுவனை அவனுடைய சொந்த அப்பாவுக்கு எதிராக நினைக்கவைக்கக்கூடியது. 'உண்மையான காரணம் ஏதும் இல்லாமல் அம்மாவுக்கு அப்பா மீது இவ்வளவு கோபம் இருக்க முடியுமா?

நான் கையைச் சிறிது தளர்த்த ஜம்பகம் என்னிடமிருந்து திமிறி ஒரு கணத்தில் புடவைச் சுற்றலிலிருந்து தன்னை விடுவித்துக்கொண்டு விட்டாள். நான் கையை ஓங்கி அவளை அடித்துவிட்டேன். அவள் திருப்பி என்னை அறைந்தாள். அத்துடன் நில்லாமல் என் சட்டையில் முன் பொத்தான்கள் இருக்கும் பட்டியைப் பற்றி இழுத்தாள். என் சட்டை கிழிந்து தொங்கியது. அவள் அத்தோடும் திருப்தி அடையாமல் தன் இரு கைவிரல்களை விரித்து வைத்துக்கொண்டு என் கண்களை நோக்கிப் பாய்ந்தாள். அவளுடைய வேகம் தாங்க முடியாமல் நான் கீழே சாய்ந்துவிட்டேன். “உன் முழியைப் பிடுங்கிப் போட்டுடறேண்டா!” என்று சொல்லியபடி ஜம்பகம் என் முகத்தைப் பிராண்டினாள். நான் அவள் கைகளைப் பற்றிக்கொண்டேன். ஒரு கையை மட்டும் முறுக்கி அவளுடைய முதுகுப்புறம் எடுத்துச் சென்று இன்னொரு கையுடன் சேர்த்துக் கட்டினேன். இம்முறை அவள் எளிதில் விடுவித்துக்கொள்ள முடியாதபடி முடியை இறுக்கிப் போட்டேன். எனக்கு மிகவும் வேதனையாக இருந்தது. அப்புடவையாலேயே அவளைச் சுற்றிப் போட்டுத் தரையில் கிடத்தினேன். அவள் உதைத்துக்கொண்டிருக்கும் போதே கால்கள் இரண்டையும் சேர்த்துக் கட்டினேன். ஜம்புகம் தொடர்ந்து வைதுகொண்டே இருந்தாள். அவள் மனதில் என் மீது இவ்வளவு குறைகள் இருந்தது என்று உணரப் பெருத்த வருத்தமாயிருந்தது.

வாசற்கதவு தட்டும் சத்தம் கேட்டது. பால்காரன். நான் கதவைப் பெரிதாகத் திறக்காமல் ஒரு பாத்திரத்தில் பாலை வாங்கிவைத்தேன். வீட்டு வேலை செய்யும் பெண் தெருவில் தென்பட்டாள். “இங்கே வாம்மா,” என்று கூப்பிட்டேன். அவள் வந்தாள்.

“இங்கே வேலை முடிச்சாச்சா!”

"இல்லை. அம்மாதான் எல்லா வீட்டையும் முடிச்சுட்டு இங்கே வான்னு சொன்னாங்க."

"இன்னும் எங்கேயாவது போகணுமா?"

"அந்த சேட் வீடு மட்டும் பாக்கி."

"இன்னிக்கு அங்கே கடைசிலே போகலாம். இங்கே இப்போ வந்து முடிச்சிட்டுப் போயிடு."

அவள் தயங்கினாள். நான் அவளுடன் இதற்கு முன்னர் பேசியது கிடையாது. அதுவே அவளைப் போய் விட முடியாமல் தடுத்தது. அவள் தெருவில் நின்ற இடத்தில்கூட ஐம்பகத்தின் குரல் கேட்டது. ஐம்பகத்தைப் பார்க்க யாரோ வந்திருக்க வேண்டும் என்று அவள் நினைத்திருக்கக் கூடும்.

ஆனால் வீட்டினுள் வந்தவுடன் அவள் திடுக்கிட்டு "என்னங்க இது!" என்று கேட்டாள்.

"அம்மாவுக்குத் திடீர்னு உடம்பு சரியில்லை. அவுங்க ஏதாவது செஞ்சிண்டுடப் போறாங்களேன்னு கட்டிப் போட்டிருக்கு. பயப்பட ஒண்ணும் இல்லே. இதோ டாக்டரைக் கூப்பிட்டுண்டு வரேன். நீ அப்படியே வீட்டு வேலையை முடிச்சிடு."

அவள் பதில் பேசாது பிரமித்து நின்றாள். அப்புறம் சட்டென்று வெளியே ஓடினாள். ஐம்பகம் தொடர்ந்து "பாவி! கடங்காரா! தேவடியாளைச் சுத்திண்டிருக்கறவனே! என்னை நாசமாக்கினவனே! படுபாவி!" என்று கத்திக்கொண்டிருந்தாள். நான் ஏதோ தோன்றி வீட்டு வாசல் கதவைத் தாளிட்டுவிட்டு ராமநாதன் வீட்டுப் பக்கம் விரைந்தேன். அங்கு சியாமளா மட்டும் இருந்தாள். "என்னங்க?" என்று கேட்டாள்.

"என் உறவுக்கார மனுஷாளுங்க எல்லாரும் வெளியூர்லதான் இருக்காங்க. நான் சொல்லியனுப்பிச்சாக்கூட நாளைக்குத்தான் வர முடியும். என் சம்சாரத்துக்கு உடம்பு சரியில்லை. கொஞ்சம் என் வீட்டிலே வந்து இருக்க முடியுமா?" என்று கேட்டேன்.

"அதுக்கென்னங்க, இதோ வரேன். அது எங்கே போயிடுச்சு, தெரியலையே? இங்கேதானே இருந்தது?"

"ராமநாதனா? அவன் வந்தா அவன்கிட்டே சொல்லிண்டு என் வீட்டுக்குப் போறாயா? என் வீடு எங்கே இருக்கு, தெரியுமா?"

“ராமுக்குத் தெரியுமில்லே?”

“தெரியும். நான் போய் டாக்டரைக் கொண்டு வரேன். நீ உடனே என் வீட்டுக்குப் போயிடு.”

“சரீங்க.”

நான் படியிறங்கிய பிறகு ஒரு விஷயம் ஞாபகத்துக்கு வந்தது. “நீ குழந்தையிருக்கேன்னு பாக்காதே. குழந்தையும் கொண்டு வந்திடு. இன்னிக்கு ஒரு நாளைக்கு எனக்குத் துணையிருந்துட்டா நான் என் அம்மா அத்தை யாரையாவது கூப்பிட்டுப்பேன்” என்று சொல்லிவிட்டு வந்தேன்.

டாக்டரை அழைத்துவர ஒரு கைரிக்ஷாதான் கிடைத்தது. நானும் டாக்டருமாக ரிக்ஷாவில் ஏறிய பிறகு ரிக்ஷாக்காரன் வண்டியின் பிடியைத் தூக்கி அதை இழுக்க ஆரம்பித்தபோது என் வயிறு ஒரு கணம் இழுத்துப் பிடித்துக்கொண்ட மாதிரி இருந்தது.

சியாமளா குழந்தையோடு என் வீட்டு வாசலில் காத்திருந் தாள். நான் கதவைத் திறக்க, டாக்டரோடு அவளும் உள்ளே போனாள். எங்களைக் கண்டதும் ஜம்பகம் கத்த ஆரம்பித்தாள். அவளுடைய புடவையெல்லாம் நனைத்திருந்தது. இன்னுமா ராஜா தூங்குகிறான் என்று அவன் படுத்திருந்த அறைக்குச் சென்றேன். அவன் ஒரு தலையணை கொண்டு முகத்தை மூடியபடி படுத்திருந்தான். நான் தலையணையை எடுத்தேன். அவனுடைய மூச்சு நின்றிருந்தது.

IV

1

ஷூட்டிங் என்று ஆரம்பித்துவிட்டால் ஸ்டூடியோவில் எல்லோரும் பேய் பிடித்தவர்கள் போலாகிவிடுவார்கள். இரவு ஷூட்டிங்கில் பேய்களாகவே தோன்றுவார்கள். ஸ்டூடியோ கொட்டகையினுள் சில இடங்களில் மட்டும் கண்ணைப் பறிக்கும் வெளிச்சம். இதர இடங்கள் நிழலாடும். ஸ்டூடியோ வெளியே ஒன்றுமே தெரிய முடியாத இருட்டு. பிரகாசமான ஒளிக் கற்றைகள் விழும் பாதையில் உலவும் தூசுக் கூட்டம் புகை போலக் காட்சியளிக்கும். மனிதர்கள் இருட்டிலிருந்து வெளிச்சத்திற்கும் வெளிச்சத்திலிருந்து இருட்டுக்கும் போவதாயிருப்பார்கள். திடீரென்று எல்லா விளக்குகளையும் அணைத்து விட்டு ஒரு மிகச் சிறிய பகுதிக்கு மட்டும் ஒளி வீச வைப்பார்கள். அங்கு நானும் என் கதாநாயகியும் அணைத்துக்கொண்டிருப்பதாகக் காட்சி இருக்கும். ஒளியடித்துக்கொண்டிருக்கும்போது என் கைகள் கௌரவமான இடத்தில் இருக்கும்.

இன்றும் நான் கதாநாயகியைச் சந்திக்கும் காட்சிதான். அந்தக் காட்சியில் என் வயது ஐம்பத்தைந்து, ஐம்பத்தாறுதான் இருக்க வேண்டும். ஆனால் சினிமாக்காரர்களுக்குக் கதாநாயகனைக் கிழவனாகக் காட்ட வேண்டுமென்றால் அவனைப் படுகிழவனாகத்தான் காட்டுவார்கள். தலையும் மீசை தாடியும் காட்டேரி போல இருக்க

வேண்டும். அது எப்படி இந்த சினிமா கதாநாயகர்களுக்கு என்ன வயதானாலும் தலை வழுக்கை விழுவதில்லை?

எனக்கு முகமெல்லாம் மயிர். கண்ணருகே சுருக்கங்களுக்குப் பதில் கறுப்புக் கோடுகள், நெற்றியிலும் அவ்வாறே. கிழிந்து போன கோட்டு, பாண்ட். எல்லாப் பணமும் போய்ப் பிச்சைக்காரனாக வாழும் கதாநாயகனுக்கு இப்படிக் கோட்டும் பாண்ட்டும் எங்கு கிடைத்தது? "கியா கோபால்ஜி, சினிமா பார்க்க வருபவர்கள் எல்லாரும் முட்டாள்களா?" என்று கேட்கலாம் என்று கோபால்ஜிக்காகத் திரும்பித் திரும்பிப் பார்த்தேன்.

ஒரு வேடிக்கை. நானும் மூன்று வருடங்களாக மதராஸுக்கு வந்து போய்க்கொண்டிருக்கிறேன். என்னிடம் உண்மையான அந்தரங்கத்துடனும் நட்புடனும் பேச யாரும் கிடையாது. சினிமாப் படமெடுக்கும் முதலாளிகளோடு மணிக்கணக்கில் குடித்துக்கொண்டிருக்கும்போதுகூட 'உன் குழந்தைகள் என்ன வகுப்பில் படிக்கிறார்கள்? உன் அப்பா சௌக்யமாக இருக்கிறாரா?' என்று ஒரு கேள்வி வந்ததில்லை. யார் யாரோ எடுத்த சினிமாப் படங்களில் கண்ட விசித்திரங்கள், எந்தெந்த சினிமாப் படத்திலோ கதாநாயகி அல்லது கதாநாயகன் தற்கொலை புரிந்துகொண்ட காட்சி, மதுரை புடவை வியாபாரி புனாவில் போய் எடுத்த தமிழ்ப் படத்தின் தலைவிதி - இப்படித்தான் பேச்சு. ஒருமுறை உண்மையாக வாய்விட்டுச் சிரித்தது கிடையாது. இதற்கு நானும் காரணமாக இருக்கலாம். எனக்கும் யாரிடமும் பேச விருப்பம் இருப்பதாகவே காண்பித்துக்கொள்ள முடிய வில்லை. என்னை ஒரு மதராஸியாலும் ஒரு சாதாரண ஆளாக நடத்த முடியவில்லை.

இங்கு வேலைக்காரர்கள் என்று இருப்பவர்கள் நான் நினைத்தபோதெல்லாம் பத்து ரூபாய் இருபது ரூபாயாக பக்ஷீஸ் தர வேண்டும் என்று எதிர்பார்க்கிறார்கள். சிறிது வசதி படைத்தவர்கள், அவர்கள் எனக்குக் கொண்டுவரும் தின்பண்டங்களைத் தின்ன வேண்டும் என்று நினைக்கிறார்கள். எனக்கு அவர்கள் தயாரிப்புகள் சற்றும் பிடிக்கவில்லை என்று எப்படிச் சொல்வது? சொல்லியாயிற்று. இருந்தும் இதோ இந்த இரவு பத்தரை மணிக்கு அந்த நர்ஸ் வேஷக்காரி எனக்குக் கோழி சமைத்துக்கொண்டு வந்திருக்கிறாள். அவளுக்கு நான் தர வேண்டிய கட்டணம் கொடுத்தாகிவிட்டது. நிறையக் கொடுத்தாகிவிட்டது. அப்படியிருந்தும் இந்தத் தண்டனை.

மிகப் பெரிய முகம், மிகப் பெரிய உடலோடு திரைப்படத் தயாரிப்பாளர் கண் கொட்டாமல் உட்கார்ந்துகொண்டிருக் கிறார். பணம் பண்ணும் வித்தை தெரிந்தவுடனேயே கண் கொட்டாமல் இருக்கவும் தெரிந்துவிடுகிறது.

“ரெட்டி சாப். கோபால்ஜி ஏன் இன்னும் வரவில்லை?” என்று கேட்டேன்.

ஒரு விநாடி விஷயத்தைப் புரிந்துகொள்வதற்கு எடுத்துக் கொண்டு அவர், “என்னப்பா, யாரங்கே? கோபால்சாமியை வரச் சொல்லு,” என்றார்.

“கோபால்ஜிக்கு உடல் நிலை சரியில்லை. நான் மாலையில் போய்ப் பார்த்தேன். அவருடைய வீட்டில் வேறு யாருக்கோ டாக்டரை அழைத்து வர வேண்டும் என்று சொன்னார்,” என்றேன்.

“என்ன இந்த ஆளு, எப்போ பார்த்தாலும் உடம்பு சரியில்லை, அது சரியில்லை, இது சரியில்லைன்னு சொல்றான். ஏம்பா, யாராவது போய் அந்த ஆளை அழைச்சுண்டு வரச் சொல்லு.”

நான் மீண்டும் என் நாற்காலியில் உட்கார்ந்துகொண்டு ஒரு சிகரெட் பற்றவைத்தேன். காமிராமேன் சுப்பு மேலே கிரேனிலிருந்து என்னைப் பார்த்தான். நான் வேறு திசையில் முகத்தைத் திருப்பிக்கொண்டேன். பம்பாயில் ஒருமுறை இம்மாதிரி கிரேன் ஷாட்டின்போது ஒரு சிறு கவனக் குறைவால் காமிராமேன் கீழே விழுந்து அவன் மீது காமிரா விழுந்து விஷயம் பெரும் சிக்கலாகிவிட்டது. அந்த விபத்தில் எல்லாரும் அந்தத் தயாரிப்பாளரை விட்டுவிட்டார்கள். என்னைப் பிடித்துக்கொண்டார்கள். எனக்கு ஐம்பதாயிரம் ரூபாய் போலச் செலவாயிற்று. செலவைப் பற்றிக்கூட நான் வருத்தப்படவில்லை. அந்த காமிராமேன் மனைவியையும் என்னையும் சேர்த்து எவனோ கதை கட்டிவிட்டான். இந்தக் கதைகளுக்கு எங்கேயும் பஞ்சமே கிடையாது. ஆனால் அதனாலேயே விளைவுகள் கிடையாது என்று கூறிவிட முடியாது. கால் சரியாகி வந்த அந்த காமிராமேன் குடிகார னாகப் போய்விட்டான். வேலைக்கு என்று போகாமல் ஸ்டூடியோ ஸ்டூடியோவாகச் சுற்றி வருவான். அவனிடம் சிக்கிக்கொண்டவர்களிடம், “பார், என் மனைவி எனக்குத் துரோகம் செய்துவிட்டாள்,” என்பான். “ஒரு நாள் இந்த சத்யன்குமார் பத்மாஷைக் குத்திக் கொல்லப்போகிறேன்,” என்பான். பிறகு ஐந்து பத்து வாங்கிக்கொண்டு குடிக்கப்

போய்விடுவான். இந்த மதராஸி சுப்பு குடிகாரனாக மாட்டான். எந்தச் சூழ்நிலையிலும அவன் மனைவியைச் சந்தேகிக்கமாட்டான். ஆனால் பத்தடி உயரத்தில் ஒரு சிறு வட்டப் பலகையில் நின்றுகொண்டிருப்பவன் கால் தவறிக் கீழே விழ எவ்வளவு நேரம் ஆகும்?

என் ஷாட் ரெடியாயிற்று. என் உலகமே இருண்டு போய் நான் ஒரு குட்டிச்சுவரருகில் வீழ்ந்து கிடக்கிறேன். வழக்கம் போல இடி மின்னல். என்னருகில் ஓர் உருவம் வருகிறது. நான் முதலில் கால்களைப் பார்க்கிறேன். உடனே பல ஆண்டுகள் முன்பு என் நண்பனுக்காக நான் தியாகம் புரிந்த என் காதலியை அடையாளம் கண்டுகொண்டு தலையை நிமிர்த்தி அவள் முகத்தைப் பார்க்கிறேன். கிரேனில் காமிரா உயரத்திலிருந்து என்னை நெருங்கி இறுதியில் என் முகத்தை மட்டுமே காட்ட வேண்டும்.

இதற்கு ஒலிப்பதிவு ஏதும் கிடையாது. இருந்தாலும் 'சைலன்ஸ்! ஷாட் ரெடி! டேக்!' என்றெல்லாம் இருந்தது. எனக்கே அந்தக் கணம் கனத்த மனதைத்தான் உண்டு பண்ணியது. நானும் என் பிறந்த மண்ணை விட்டு ஓடி வந்தவன். அந்த மண்ணோடு என் சிறு பிராயத்து அனுபவங்கள், சின்னங்கள், என் மீது அன்பு காட்டியவர்கள், நான் அன்பு காட்டியவர்கள், என் வீடு, என் புறாக்கள், என் பம்பரங்கள், என் பட்டங்கள், என் மாஞ்சாக் கயிறுச் சுருள்கள் எல்லாவற்றையும் விட்டுவிட்டு வந்தவன். எத்தனை பெண்கள்? பெஷாவரில் ஒவ்வொரு தெருவிலும் ஒவ்வொரு சந்திலும் அழகிய பெண்கள் இருந்தார்கள்.

நான் ஊரை விட்டு வந்த பருவம் கண்ணில் தென்படும் அழகிய பெண்கள் எல்லாம் காதலிகளாக எண்ணும் பருவம். அதிலும் கோல் பஜார் சந்தில் இருந்த ருக்ஸானா— அவளுடைய கண்கள் பூனைக் கண்கள். எவ்வளவு பரிசுத்த மான கண்கள்! அதுவே பரிசுத்தமான காலம். இன்று அதெல்லாம் போய்விட்டது. அசுத்தம் ஒவ்வொரு கணமும் தெரிகிறது. இந்த அசுத்தத்தைக் கழுவ வேண்டும் என்று நினைக்கையில் அது அப்படி ஒன்றும் சாத்தியம் இல்லை என்றும் சோர்வு தோன்றுகிறது. அசுத்தம் உடலில் மட்டும் நிரம்பி வழியவில்லை. என் மூச்சில், என் பார்வையில், என் மனதில், என் ஆத்மாவில். . .

ஒரே ஷாட்டில் முடிந்துவிட்டது. செட்டில் உடனடியாக வேலை இல்லாதவர்கள் அனைவரும் உணர்ச்சிவசப்பட்டிருந்

தார்கள் உணர்ச்சிவசப்படுவதற்குக்கூட வசதி வேண்டும். அடிமட்டச் சேவகர்களுக்கு அதெல்லாம் எட்டக்கூடாதவை.

எவனோ ரெட்டி சாப் அவர்களிடம் வந்து காதோரமாக ஏதோ சொல்கிறான். அந்த மனிதன் உடனே என்னைப் பார்க்கிறான். கோபால்ஜி எனக்குத் தமிழ் நிறையத் தெரிந்து விட்டது என்று சொல்வார். உண்மையில் எனக்குத் தெரிந்த அந்த மொழியை வைத்துக்கொண்டு கடைத்தெருவில் ஒரு நெருப்புப்பெட்டிகூட வாங்கிவர முடியாது. இங்கே மாதத்திற்கு ஒரு ஹிந்திப் படம் எடுத்துத்தள்ளுவதாகச் சொல்லுகிறார்கள். அந்த ஷூட்டிங்கில் உள்ளதைத் தவிர வேறு ஹிந்தியே கிடையாது. எல்லாம் டமில். இவர்கள் டமில் புத்தகத் தமிழாக இருப்பதில்லை. ஒரு புது சங்கேத மொழியாக இருக்கிறது. வெகு வேகமாகப் பேசுகிறார்கள். காதைக் கடிப்பது போலப் பேசுகிறார்கள். அல்லது காது செவிடாகும்படி பேசுகிறார்கள்...

நான் ஒரு சிகரெட்டை முடித்து இன்னொன்றைப் பற்ற வைத்துக்கொள்கிறேன். இன்று இரவு இந்தக் குட்டிச்சுவர் காட்சிகளை முடித்துவிட வேண்டும். இது படம் பார்க்க வருபவர்களைத் தொண்டையடைக்கச் செய்யும் கட்டம். படம் முடியும்போது எல்லோரும் அழுதுகொண்டு வீட்டுக்குக் கிளம்ப வேண்டும். என்னுடைய இந்த சீன்கள் பிரபலமானவை. படத்தின் ஆரம்பத்தில் மூச்சு விடுவதெல்லாம் காதல். இடைவெளியின்போது காதல் பறிபோதல் அல்லது நான் தியாகம் செய்துவிடுவேன். படத்தின் முடிவில் நான் என் காதலிக்கு நேரும் மிகப் பெரிய இக்கட்டைத் தீர்ப்பேன். சில படங்களில் உயிரையும் விட்டுவிடுவேன். நான் உயிர் விடும்போது திணறித் திணறிப் பொன்மொழிகளாக உதிர்ப்பேன். அதைக் கதாநாயகியும் அவளுடைய கணவனும் அவர்களுடைய பிள்ளை, பெண், மாப்பிள்ளை, பேரக் குழந்தைகள், கிராமத்தார் எல்லாருமாகக் கேட்டுக்கொண்டு கண்ணீர் விடுவார்கள். அவர்களுடைய கண்ணீர் வெள்ளத்தில் கொப்புளித்துக்கொண்டு என் உயிர் சொர்க்கத்துக்குச் செல்லும்...

"கோபால்ஜி பற்றித் தகவல் வந்ததா?" என்று நான் என் நாற்காலியில் உட்கார்ந்தபடியே ரெட்டி சாப் அவர்களை நோக்கிக் கத்தினேன்.

"ஒன்றும் சரியாகத் தெரியவில்லை. வீட்டில் ஏதோ குழப்பமாக இருக்கிறது என்று டிரைவர் சொன்னான். மிஸ்டர் வரதனைப் போய் விசாரித்து வரச் சொல்லியிருக்கிறேன்."

"ஐம்பது லட்சம் போட்டுப் படம் எடுக்கிறீர்கள், கதை எழுதுபவர்களுக்கு நீங்கள் டெலிபோன் ஏற்பாடு செய்ய வேண்டும், ரெட்டி சாப்."

இப்போது கதாநாயகியை அழைத்துவந்துவிட்டார்கள். அவளுக்கும் தலை மயிரில் ஐந்தாறு வெள்ளைக் கோடுகள் போட்டாயிற்று.

முகத்தில் கண்களுக்கடியில் லேசாகக் கறுத்த வண்ணம். நான் கிழவன் என்றால் அவளும் கிழவியாகத்தான் இருக்க வேண்டும். ஆனால் கட்டுக் குலையாத உடம்பு. பெராக்ஸைட் போட்ட பற்கள், பளபளவென்று மின்னுகின்றன. அவளைப் பார்த்து எனக்குக் காமம் சீறிக்கொண்டு எழுந்தது. என்னுடைய நாற்காலியில் கால் மீது கால் போட்டுக்கொண்டு உட்கார்ந்தேன். எனக்கு நிலைகொள்ளவில்லை. இம்முறை மதராஸுக்கு வந்து சேர்ந்து பன்னிரண்டு மணி நேரம் முடிந்துவிட்டது. இன்னமும் கோபால்ஜியுடன் ஒரு கவலையும் தொந்தரவும் இல்லாமல் பத்து நிமிடம் விச்ராந்தியாகப் பேச முடியவில்லை.

அவர் வீட்டுக்குச் சென்று வந்தது. குறைப்பட்டதாகத் தான் அமைந்தது. அவர் மயங்கி விழுந்தது வெறும் உடல் சம்பந்தப்பட்ட விஷயம் இல்லை. ஏன் அவருடைய மனைவிக்கு என்னைக் கண்டாலே ஆத்திரம் பொங்கிவருகிறது?

இரவு பன்னிரண்டு மணிக்கு வரதன் வந்தான். கோபால்ஜி வீட்டில் நடக்கக் கூடாததெல்லாம் நடந்திருக்கிறது. அவருடைய மனைவியைச் சங்கிலி போட்டுக் கட்டிப் போட வேண்டியிருக்கிறது. அவருடைய மகன் செத்துக் கிடக்கிறான். அவருடைய பெண்ணையும், மாப்பிள்ளையையும் அழைத்து வர ஆள் போயிருக்கிறது.

○

2

"ரெட்டி சாப், நான் உடனே கோபால்ஜியைப் பார்க்க வேண்டும்," என்றேன். செட்டிலேயே என்னுடைய மேக்கப்பைக் கலைக்கத் தொடங்கினேன்.

"சத்யன்குமார்! சத்யன்குமார்! நிறுத்துங்கள்! நிறுத்துங்கள்!" தயாரிப்பாளர், டைரக்டர் இருவரும் கதறினார்கள்.

"என்ன?"

"இன்னும் நாலு ஷாட்கள்தான். ஒரு மணி நேரத்தில் அடித்துத் தள்ளிவிடுகிறேன், ஹீரோயின் எல்லாம் ரெடி. இந்த செட்டப்பை இன்று முடித்துவிடலாம்."

"நான் காலையிலிருந்து கழுதை போலக் காத்திருக்கிறேன், அப்போதெல்லாம் ஒன்றும் செய்யாமல் இப்போது நடு இரவுக்கு மேலே கெஞ்சுகிறீர்களே! ஐ'ம் சாரி."

"ப்ளீஸ், ப்ளீஸ், சத்யன்குமார்! ஒரு அரை மணி நேரம்..."

"என் நண்பன் பெரிய சிக்கலில் தவிக்கிறான். அவன் சகாயத்துக்குப் போக முடியாமல் நான் மதராஸிலிருப்பது ஒரு ... க்கும் பிரயோசனமில்லை."

நான் மதராஸில், அதுவும் படத் தயாரிப்பாளர்கள் அல்லது சிப்பந்திகள் மத்தியில் என் சொற்களை வெகு கவனமாக விடுவேன். மதராஸில் தான் என்றில்லை, பம்பாயிலும் மூன்றாமவர்

 83

முன்னிலையில் என்னை மறந்து நான் பேசுவதில்லை. எவ்வளவு இரவுகள் எவ்வளவு குடியும் கும்மாளமும் நிகழ்ந்திருக்கிறது! எனக்கு ஆபாசமாகத் திட்டவே வராது என்றுகூட நான் நினைத்ததுண்டு. ஒருமுறை ஒரு வயதான நடிகை படுக்கையில் என்னைச் சீண்டிச் சீண்டி எப்படியாவது அவளை நான் ஆபாசமாக வைய வேண்டும் என்று முயற்சிசெய்தாள். "டேய் முஸல்மான் கே பச்சே! பெஷாவர் பேவகூஃப்! உன் வாயில் என்னடா அடைத்துக்கொண்டிருக்கிறாய்?" அப்போதெல்லாம் தளராத என் கட்டுப்பாடு இங்கே மதராஸில் இந்த நள்ளிரவில் யாருமே எந்த வெறியிலும் இல்லாதிருக்கும்போது கழண்டு போய்விட்டது. எந்த வெறியும் இல்லை என்று கூற முடியாது. இங்கே, இந்த சினிமாவும் இப்படிப் பணம் பண்ணுதலும் புகழ் சேர்ப்பதும் ஆதார வெறிகள் அல்ல. பதினைந்து ஆண்டுகளுக்கு முன்பு பம்பாய் நகரில் பரேல் பகுதியில் உயிருக்குப் பயந்துகொண்டு ஒண்டிக் கொண்டிருந்தபோது சினிமாவில் பணம் சம்பாதிப்பது பெரிய எண்ணமாயில்லை. திறமையான பையன், நம்பகமான ஆள், உழைப்பதற்குத் தயங்காதவன் என்று பெயரெடுப்பதுதான் பிரதான நோக்கமாக இருந்தது. இப்போது வெற்றியே சலித்துவிட்டது. இன்று இந்தப் கோபம், கோபால்ஜி மீது கொண்டிருக்கும் அக்கறையினாலா அல்லது எனக்கு என்னையே சலித்துப்போனதின் சின்னமா?

இருபது பேருக்கும் மேல் அப்படியே அசையாமல் என் அடுத்த செய்கைக்காகவும் சொல்லுக்காகவும் காத்திருந்தார்கள். என் தலைக்கு மேலே முப்பது அடி உயரத்தில் பிசாசுகள் போல லைட்பாய்கள் தோற்றமளித்தார்கள். அவர்களுக்குக் கீழே தரையில் நடைபெறுவதெல்லாம் தெரியவரும் என்று கூற முடியாது. தலை உச்சிகளை மட்டும் பார்க்க முடிவதால் யாராவது பெரிதாகக் கத்தினால்தான் அது முழுதாகக் காதில் விழுந்து விஷயம் என்னவென்று தெரியும். அவர்களுக்கு இப்போது இங்கே ஒரு நெருக்கடி ஏற்பட்டிருக்கிறது என்று புரிந்திருக்காது. அவர்கள் பொறுப்பில் உள்ள விளக்குகள் குறித்து அடுத்த உத்தரவுக்குக் காத்திருப்பார்கள்...

"ஆல் ரைட்! ஆல் ரைட்! சரியாக முப்பது நிமிடங்கள்," என்றேன். செட்டில் நிலவிய இறுக்கம் சற்றுத் தளர்ந்தது. ஆனால் ரெட்டி அசையாமல் நின்றிருந்தார். இப்போது அந்த மனிதன், "நிறுத்து வேலையை! எனக்குச் சலுகை வேண்டியதில்லை!" என்று சொல்லிவிட்டால் இந்த நெருக்கடி மிகப் பெரிய நெருக்கடியாகிவிடும். அப்படி ஆனால்கூட நல்லதே என்று நான் எண்ணினேன்.

ஆனால் ரெட்டி அப்படிச் செய்யவில்லை. ஒரு நிமிடத்திற்குப் பிறகு நிதானமாகத் தன் நாற்காலியில் உட்கார்ந்தார். எல்லாரும் ரகசியம் பேசும் குரலில் பேசி அடுத்த ஷாட்டுக்கு ஆயத்தமானார்கள்.

என் மேக்கப் சற்று அதிகமாகவே கலைந்திருந்தது. காமிராமேன் சுப்புவின் அபார சமயோசிதத்தை நினைத்து ஆச்சரியப்பட்டேன். அந்த ஷாட்டுக்கு அவன் உத்தரவிட்ட விளக்குகள் என்னைச் சந்தேகமறக் காட்டும். ஆனால் முகத்தை நிழலிலேயே வைத்திருக்கும்.

கதாநாயகி இலேசாக நனைந்த கண்களோடு என்னைப் பார்க்கிறாள். நான் அவளுடைய துக்கத்தை முற்றிலும் உணர்ந்தவனாக அவளைப் பார்க்கிறேன். அவளுடைய முகத்தை என் இரு கைகளில் குவித்துப் பார்க்கக் கைகளை உயர்த்துகிறேன். ஆனால் கன்னங்களை நெருங்கும்போது கைகள் அப்படியே நின்றுவிடுகின்றன. அந்த நடிகை நடுநடுங்கிக் கொண்டிருந்தாள். இவள்தான் பத்து நிமிடங்கள் முன்பு என்னைக் கிளர்ந்தெழச் செய்தவள் என்று நினைத்தபோது எனக்குச் சிரிப்பும் வருத்தமும் ஒரு சேர ஏற்பட்டது.

ஓர் அதிகப்படி ஒலி அல்லது பேச்சு இல்லாமல் வேலை நடந்துகொண்டிருந்தது. சுப்பு வேலையில் மிகவும் நிதானம் என்று பெயர். ஆனால் அவன் அந்த வேளையில் இடைவெளி விடாமல் அடுத்தடுத்து விளக்குகளுக்கு உத்தரவுகள் பிறப்பித்தான். இந்த முறை ஒலிப்பதிவு உண்டு. சவுண்டு பாய் மைக் பூமைத் தள்ளி வந்தான். சாதாரணமாக அது ஒலியெழுப்பக்கூடியது என்று யாரும் எண்ணிப் பார்த்திருக்கமாட்டார்கள். ஆனால் இன்று அதன் ஒவ்வொரு சக்கரத்துக்கும் ஒரு சேர் கிரீஸை அப்பினால் என்ன என்று தோன்றவைக்கும்படி அச்சக்கரங்கள் கிரீச்சிட்டன. மைக்கை வேகமாகச் செட்டுக்கு உரிய இடத்தில் கொண்டு வருவதா அல்லது அதன் சக்கரங்கள் எழுப்பும் சப்தத்தை முக்கியமாக எண்ணி, அவற்றை அதிகம் கிரீச்சிடாமல் மெதுவாகத் தள்ளி வருவதா? ஆனால் அவன் வேகமாக அதைத் தள்ளிக்கொண்டு வந்தான். பொதுவாக எடுத்த எடுப்பில் மைக்கில் நிழல் ஏதாவது நடிகர் மீதோ அல்லது காமிராவில் தெரியக்கூடிய இடம் ஏதோவொன்றிலோ விழும். அதைப் போக்க புதியதோர் விளக்கு வைப்பார்கள் அல்லது ஏற்கெனவே உள்ளதைத் திசை திருப்புவார்கள். ஆனால் இப்போது அதற்குக்கூடத் தேவையில்லை. சுப்பு அவ்வளவு திறமையாக விளக்குகளை அமைத்திருந்தான்.

"இன்னும் எனக்காக எதற்குக் கண்ணீர்? எல்லாருடைய கண்ணீரையும் கடவுள் என் கண்களில் அல்லவா தேக்கி வைத்துவிட்டார்!"

இதுதான் நான் சொல்ல வேண்டிய வசனம். இது நிச்சயம் கோபால்ஜியுடையது இல்லை. கோபால்ஜி ஒரு வசனத்தில் ஒரே சொல்லை இரு முறை பயன்படுத்தமாட்டார். அதிலும் கண்ணீர் என்ற சொல்லையே பயன்படுத்தவே மாட்டார்.

நான் பல்லைக் கடித்துக்கொண்டேன். அந்த நடிகையின் பயம் இன்னும் அதிகரித்தது. நான் ஆறுதலாகக் கையை உயர்த்திக் காட்டினேன்.

இதுவே கடைசி ஷாட்டாக இருக்கும் என்று நினைத்தேன். ஆனால் அதற்குப் பிறகும் ஒன்று இருந்தது. என் தோள் மீதிலிருந்து கதாநாயகியின் முகம் மட்டும் தெரியும்படியாக ஒரு ஷாட். அவள் சொல்வாள். "கண்ணீர் உகுத்து உகுத்து எப்போதோ எல்லாமே வற்றிப் போய்விட்டது என்றுதான் எண்ணியிருந்தேன். ஆனால் இப்போது உன்னைக் கண்டவுடன் மறுபடியும் ஊற்றெடுத்துப் பெருகுகிறது."

என்ன பைத்தியக்கார வசனம்! ஆனால் அதைக்கூட அவள் மிகப் பொருத்தமானது போலச் செய்துவிட்டாள். என் கண்களையே நேருக்கு நேர் பார்த்து அவள் இதைச் சொல்ல வேண்டும். திடீரென்று ஒரே கணத்தில் என் அப்பா, அம்மா, பெரியப்பா, சகோதரர்கள், நண்பர்கள் எல்லாரும் என் கண் முன் தோன்றினார்கள். பதினைந்து இருபதாண்டுப் பழைய கதை. இதில் யார் உயிரோடிருக்கிறார்கள், எங்கு இருக்கிறார்கள் என்று யாருக்குத் தெரியும்? பெரியப்பா தப்பிப் பிழைத்திருக்கிறார். என் சகோதரர்களில் இருவர் இந்தியாவுக்கு வந்து சில மாதங்கள் என்னோடு தங்கியிருந்தார்கள். அப்பாவும் அம்மாவும் பெஷாவரை விட்டு ஹஜாரி என்ற கிராமத்துக்குப் போய்விட்டதாகச் சொன்னார்கள். என் கடிதம் ஏதும் போய்ச் சேர்ந்ததாகத் தெரியவில்லை. இந்தியன் ஹைகமிஷன் மூலமாகக்கூட அவர்களைப் பற்றி விசாரிக்கச் சொன்னேன். ஆனால் அவர்கள் போன சுவடே தெரியவில்லை. முஜாஹீர்களை ஒழித்துக்கட்டு என்று ஒரு கலவரம் எழுந்தது. இவர்களை முஜாஹீர்கள் என்று யாராவது ஏதாவது செய்துவிட்டார்களா? இனக் கலவரங்களில் மட்டும் யார் இறந்தார்கள், எப்படி எங்கே இறந்தார்கள் என்று கணக்குக் கிடையாது.

காமிரா ஓடத் தொடங்கி, கதாநாயகி தன் கண்ணீர் பற்றிப் பேச ஆரம்பித்தவுடன் எனக்கு கோபால்ஜி முகம்

தோன்றியது. 'நம்மிருவருக்கும் நிறையக் கண்ணீர் இருக்கிறது' என்று எனக்குள் முணுமுணுத்துக்கொண்டேன்.

ஷாட் முடிந்தவுடன் ரெட்டியைப் பார்த்து நிதானமாக, ஆனால் தீர்மானமாக, "நாளை நான் வரவில்லை. நாளை இரவும் நான் வர முடியாது" என்றேன். அந்த மனிதன் பதிலேதும் பேசவில்லை.

இரண்டே நிமிடங்களில் மேக்கப்பைக் கலைத்துக்கொண்டு முகத்தில் கோல்ட் கிரீமைத் தடவிக்கொண்டேன். வரதன் ஓடிவந்து, "இங்கே காத்திருக்கிறது," என்றான். அவன் முன்னால் விரைய நான் அவனைப் பின்தொடர்ந்தேன்.

வண்டி அருகில் நின்றேன். என் சோக நடிப்பு இந்தியா, பாகிஸ்தான், மலேசியா முதலிய நாடுகளில் சினிமா பார்ப்போர் நெஞ்சை அடைக்கும்படி செய்யலாம். எனக்காக எல்லாப் பிரிவினரிடமும் எல்லா வர்க்கங்களிலும் எல்லா வயதிலும் மாதுகள் கனவு காணலாம். எனக்கு ஒரு முறை முடி வெட்ட முடிந்தது என்பதற்காக அதன் பின் முடிவெட்டும் கட்டணத்தை நூறு ரூபாய்க்கு உயர்த்தின பார்பர்கள் உண்டு. மதராஸில்தான் எல்லாரும் இட்லி சாம்பார் சாப்பிட்டுவிட்டு ஏப்பம் விட்டுக் கலைந்துவிடுவார்கள். பம்பாயில் ஒரு ஷெட்யூல் ஷூட்டிங்குக்கு முன்பு எவ்வளவு பாட்டில்கள், முடித்த பின் எவ்வளவு பாட்டில்கள்? இது மொரார்ஜி தேசாய் பம்பாய் முதலமைச்சராக இருந்தபோதே.

இதற்காகவெல்லாம் எப்படி ஆயிரக்கணக்கில் பணத்தை வாரி விடுவார்கள்? ஆனால் என் கையில் காசேதும் வைத்துக்கொள்வது கிடையாது. என் வேலைக்காரர்கள், எனக்காக சேவை செய்தவர்கள் ஹோட்டல் ரூம் பையன்கள் இவர்களுக்கு இனாம் தர வேண்டும் என்றால்கூடப் பல தருணங்களில் என்னால் காசாகக் கொடுக்க முடிந்ததில்லை. என்னுடைய எவ்வளவு சிகரெட் பெட்டிகள், லைட்டர்கள், பேனாக்கள், ஷர்ட்கள், செருப்பு—கைக்குட்டைகூட இனாமாகக் கொடுக்கப்பட்டிருக்கிறது! இதோ இன்றும் என் கையில் காசு கிடையாது. காசு ஏதும் இல்லாமல் செத்த வீட்டுக்குப் போய் என்ன பயன்?

என் கண்ணில் பட்ட ஆளை விரலசைத்துக் கூப்பிட்டேன். "ரெட்டி சாப்பிடம் போய்ச் சொல்லு. எனக்குப் பணம் தேவைப்படுகிறது."

எப்போதும் ஷூட்டிங் முடிந்து நான் ஹோட்டல் ரூமுக்குக் கிளம்பும்போது என்னைச் சுற்றி ஏழெட்டுப்

பேராவது இருப்பார்கள். இன்று எல்லாருமே கண்ணில் தெரியாதபடி ஒளித்துகொண்டிருந்தார்கள். ஒருவேளை ஷுட்டிங் இன்னும் தொடர்ந்து நடப்பதாக இருக்கலாம். இவர்களால் எப்படி இதையெல்லாம் நினைத்தபோது மாற்ற முடிகிறது? இந்த மதராஸ் தர்பார் தனி தர்பார்.

வரதன் ஓடி என் அருகில் வந்து சற்றுக் கைகளை மறைத்த வண்ணம் ஒரு சிறு கட்டுப் பணம் கொடுத்தான். “இப்போது ஆயிரத்து நானூறுதான் முடிந்தது; நாளைக் காலை ஐயாயிரம் அனுப்புவதாக முதலாளி சொன்னார்.”

“இந்த வண்டி இன்று முழுவதும் எனக்கு வேண்டும். டிரைவரிடம் சொல்லிவிடு.”

“இந்த வண்டி வேண்டாம் சார். நீங்கள் ஹோட்டல் போய் இறங்கிக்கொண்டு அனுப்பித்துவிடுங்கள். நான் வேறு வண்டி அனுப்புகிறேன்.”

“நான் ஹோட்டல் போகவில்லை. கோபால்ஜி வீட்டுக்குப் போகிறேன்.”

“அங்கே இன்னொரு வண்டி அனுப்பிவிடுகிறேன் சார், இந்த வண்டியை மட்டும் திருப்பி அனுப்பிவிடுங்கள்.”

எனக்கு இந்த வரதன் மீதும் மதிப்பு ஏற்பட்டது. பணிவாக இருப்பது போலத்தான் நடந்துகொள்கிறான். ஆனால் அதே நேரத்தில் அவனுடைய திட்டங்களை விட்டுக் கொடுத்துவிடுவதில்லை.

காரில் ஏறிக்கொண்டேன். “போ, சீக்கிரம்.”

டிரைவர் ஒரு விநாடி தயங்கினான்.

“கோபால்ஜி வீட்டுக்கு.”

வண்டி பாய்ந்துகொண்டு கிளம்பியது.

3

அந்த இரவை என்னால் மறக்க முடியாது. கோபால்ஜியின் வீட்டை நான் அடைந்தபோது கோபால்ஜியுடைய மகன் ராஜாவை முன் அறை யில் தரையில் கிடத்தியிருந்தார்கள். பிணம் படுக்கையில் கிடக்கக் கூடாது! கோபால்ஜி ஒரு மூலையில் சுவரில் சாய்ந்தபடி உட்கார்ந்திருந்தார். நான் சில படங்களில் துண்டு வேடங்களில் பார்த்த ஒரு பெண்மணி ஒரு குழந்தைக்குப் பால் கொடுத்தவண்ணம் இருந்தாள். இன்னும் இருவர் மூலைக்கொருவராகப் படுத்துக் குறட்டைகூட விட்டுக்கொண்டிருந்தனர். வீடும் தெருவும் ஊரும் மயான அமைதியில் ஆழ்ந்திருந்தன.

நான் உள்ளே வருவதைப் பார்த்த அப் பெண்மணி தடாலென்று எழுந்தாள். நான் அவளை லட்சியம் செய்யாமல் கோபால்ஜியிடம் சென்றேன். "கோபால்ஜி, என்ன ஆயிற்று? என்ன ஆயிற்று? இன்று மாலைகூட எல்லாம் சாதாரண மாகத்தானே இருந்தது?" என்றேன்.

கோபால்ஜி புன்னகை புரிய முயற்சி செய்தார்.

"ஏன் முன்னமேயே சொல்லி அனுப்பவில்லை? மாலையிலேயே பிரமாதம் விளைந்துவிட்டதாமே? நான் ஓடி வந்திருக்கமாட்டேனா? பாபிஜி எங்கே?"

கோபால்ஜி பதில் சொல்லவில்லை.

"வெளியே எங்காவது போயிருக்கிறார்களா? யார் யாருக்குச் செய்தி அனுப்ப வேண்டும்? என்னிடம் வண்டி இருக்கிறது. நீங்கள் சொல்லுங்கள். பாபிஜி எங்கே?"

கோபால்ஜி விரலை உதடுகள் அருகில் எடுத்துச்சென்று உஸ்ஸென்றார். பிறகு தணிந்த குரலில் தாழிட்ட கதவு ஒன்றைக் காண்பித்து, "அங்கே" என்று காண்பித்தார்.

"அங்கே படுத்திருக்கிறாரா?"

"படுக்க வைத்திருக்கிறோம். மிக வலுவான தூக்க மருந்து அவளுக்குத் தரப்பட்டிருக்கிறது."

"ஒரே மகன். பத்துப் பதினைந்து ஆண்டுகள் வளர்ந்து ஆளாகிய மகன், அவன் திடீரென்று போய்விட்டால் எந்தத் தாயால்தான் தாங்கிக்கொள்ள முடியும்? கோபால்ஜி ஏன் அப்போதே டாக்டரை அழைத்துவரவில்லை? நானே அவனை எடுத்துச் சென்றிருப்பேனே!"

கோபால்ஜி பதில் பேசாதிருந்தது என் பேச்சின் பயனற்ற தன்மையை எனக்கு இன்னும் அதிகமாக உணர்த்தியது.

நான் கோபால்ஜியின் தோள்களைப் பிடித்துக்கொண்டேன். என்னையறியாமல் என் கண்களிலிருந்து கண்ணீர் பெருக்கெடுத்தது. சற்றுநேரத்திற்கு முன்புதான் நான் கண்ணீர் வரவழைக்கும் காட்சி ஒன்றில் நடித்துவிட்டு வருகிறேன். அந்தக் காட்சிக்கும் கண்ணீருக்கும் யதார்த்தத்தோடு எந்தச் சம்பந்தமும் கிடையாது. பிரிந்த காதலர்கள் எங்கு எப்படி இருபதாண்டுகள் முப்பதாண்டுகள் கழித்து இருவருக்கும் அழுவதற்கு வசதியாக ஒரு குட்டிச்சுவர் அருகில் சந்திக்க முடியும்? என் முகத்தில் தாடி மீசை என்பது தவிர வயதும் துயரமும் தரும் என்ன மாற்றங்களை என் முகத்தில் வரவழைக்க முடிந்தது? அந்தக் கதாநாயகி அதற்கு மேல் போலி. இதோ இங்கே ஒரு மாது உட்கார்ந்திருக்கிறாளே, இவளே சினிமாக்காரிதான். இவளை எவன் இரண்டாம் முறை பார்ப்பான்? ஆனால் இரண்டல்ல, இருபது முறை பார்க்கவைக்க வேண்டும் என்பதுதானே சினிமாவில் இவளுடைய முயற்சியாக இருக்கும்? இதோ இங்கே இந்தச் சாவு உண்மையானது. கோபால்ஜியின் இழப்பு உண்மை யானது, அவருடைய மனைவியின் இழப்பு உண்மையானது. இவர்களுடைய கண்ணீரை என்னால் எப்படித் துடைக்க முடியும்? என் கண்ணீரையே என்னால் துடைத்துக்கொள்ள முடியுமா?

அந்தப் பெண்மணி கோபால்ஜி அருகில் வந்து ஏதோ தமிழில் கேட்டாள். கோபால்ஜி பதில் சொல்லாமல் உட்கார்ந்திருந்தார்.

"என்ன?" என்று நான் கேட்டேன்.

“உனக்குக் காபி டீ ஏதாவது வாங்கி வரவா என்று கேட்கிறாள்.”

“இந்த வேளையில் எனக்கு எதை உண்ண முடியும், எதை விழுங்க முடியும்? நான் பாபிஜியைப் பார்க்க வேண்டுமே?”

“வேண்டாம், சத்யன்குமார். அரை மணிநேரம் முன்புதான் அவளுடைய ஓலம் ஓய்ந்தது. என்னால் ஏதும் செய்ய முடியவில்லை. அக்கம்பக்கத்துக்காரர்கள் வந்து ஏற்பாடு செய்தார்கள். உறவினர்கள் இனிமேல்தான் வர வேண்டும்.”

அந்தப் பெண்மணி அவளுடைய குழந்தையின் அருகில் சென்றுவிட்டாள்.

“இவள் உன் உறவுக்காரப் பெண்ணா?” என்று நான் கேட்டேன்.

அந்தத் துக்கமான நேரத்தில்கூட கோபால்ஜியின் முகத்தில் லேசாகச் சிரிப்புத் தோன்றியது. “நல்ல வேளை, என் மனைவி பக்கத்தில் இல்லை. இவளை என் உறவுக்காரி என்று சொல்லிவிட்டால் அவளுடைய ஆத்திரம் இன்னும் அதிகமாகிவிடும். நீ பார்த்திருப்பாய் இவளை. இவள் ஒரு எக்ஸ்ட்ரா. எனக்கு அவள்மீது நிறைய நம்பிக்கை. ஆனால் என் உண்மையான உறவு மனிதர்கள் வந்தவுடன் வெளியே போக வேண்டும். இவளை வீட்டில் சேர்க்கமாட்டார்கள்.”

நான் சற்று நகர்ந்து ராஜாவின் முகத்தைப் பார்த்தேன். சிறிது கோணியிருந்த மாதிரி இருந்தது. அவனைப் போர்த்தி இருந்த துணியை விலக்கி வயிற்றுப் பகுதியைப் பார்த்தேன். வயிறு லேசாக உப்பி இருந்தது. ஐந்தாறு கொப்புளங்கள் தெரிந்தன. கை இறுக மூடியிருந்தது.

“அவனுக்கு உன்மேல் மிகுந்த மதிப்பு. அவனுக்கு உன்னைப்போல் ஒரு நடிகனாக வேண்டும் என்றிருந்தது. அவனுடைய வாழ்க்கையே ஒரு நாடகமாகப் போய்விட்டது.”

கோபால்ஜியால் எப்படி உணர்ச்சிவசப்படாமல் இதைச் சொல்ல முடிந்தது என்று எனக்கு ஆச்சரியமாக இருந்தது. மிக அற்பமான இழப்புகளுக்கு உலகமே அஸ்தமித்ததுபோல நடந்துகொள்கிறவர்கள் நிறையப் பேர் இருக்கிறார்கள். இவர் மகனைப் பறிகொடுத்துவிட்டு அவனைப் பற்றி ஒரு பத்திரிகைச் செய்தி போலப் பேசுகிறார்.

நான் பெஷாவரை விட்டு வந்தபோது ஏன் என் அப்பா அம்மா என்னைப் போகாமல் தடுக்கவில்லை? ஒருவிதத்தில் நானும் என் பெற்றோர்களுக்கு இந்தப் பிணம் போலத்தான்.

அவர்கள் முகம்கூட மறந்துவிட்டது. சினிமாப் பாட்டுகளில் அநேகம் முறை இந்த முகம் மறந்துபோவது வரும். உன் முகம் மறந்துவிட்டதே என்று கதாநாயகன் அழுதுகொண்டு பாடுவான். அல்லது கதாநாயகி அழுதுகொண்டு பாடுவாள். ஐயோ, முகம் மறந்துபோவது எவ்வளவு பெரிய துர்பாக்கியம்!

திடீரென்று நான் கோபால்ஜியைக் கட்டிக்கொண்டு விம்மி விம்மி அழ ஆரம்பித்தேன். பூட்டிய அறையில் யாரோ முனகும் சப்தம் கேட்டது. கோபால்ஜி என்னை அணைத்தவண்ணம் அந்தப் பெண்மணி பக்கம் பார்த்தார். அவள் குழந்தையைப் பக்கத்தில் கிடத்திக்கொண்டு தூங்கிக் கொண்டிருந்தாள்.

எனக்குத் துக்கம் பெருகிக்கொண்டே போயிற்று. கோபால்ஜியைக் கட்டிக்கொண்டபோது நான் என்றென்றுமாக இழந்த என் பெற்றோர்கள் நினைவு மட்டும் என்றில்லை, என்னுடைய முப்பத்தெட்டாண்டு வாழ்க்கையின் பல இழப்புகள் சீறிக்கொண்டு வெளிவந்தன. கோடி கோடி மக்களுக்கு லட்சிய நாயகனாகவும் எல்லாப் பிரச்சனைகளுக்கும் தீர்வு வைத்திருக்கும் ஓர் அதிமனிதனாகவும் வேஷமிடும் நான் கழிவிரக்கம் மேலிட்டு மகனை அப்போதே சாகக் கொடுத்த ஒருவரின் தோள்மீது சாய்ந்துகொண்டு ஒரு பெண்ணைப் போலக் கண்ணீர் பெருக்கிக்கொண்டிருக்கிறேன்!

கோபால்ஜிக்கும் இது தோன்றிருக்க வேண்டும். என் முதுகைத் தட்டிக் கொடுத்து, "சுதாரித்துக்கொள், கொஞ்சம் சுதாரித்துக்கொள்," என்றார். என்னை அப்படியே விட்டுவிட்டு எழுந்து உள்ளே சென்றுவிட்டு வந்தார். வாசல் பக்கம் பார்த்தவர். "உனக்கு வண்டி இல்லை? நீ எப்படித் திரும்பப் போகிறாய்?" என்று கேட்டார்.

நான் கண்களைத் துடைத்துக்கொண்டேன். "வண்டி இல்லையா?" என்று எனக்கு நானே கேட்டுக்கொண்டேன். அப்போதுதான் நான் காலையிலிருந்து சிறிது நேரம்கூட களைப்பாறவில்லை என்பது நினைவுக்கு வந்தது. "வண்டி இல்லையா?" என்று உரத்துக் கேட்டேன்.

கோபால்ஜி தெருவில் எட்டிப் பார்த்துவிட்டு வந்து சொன்னார், "இல்லை."

"அந்த வண்டி, அதாவது நான் வந்தது இங்கே இருக்காது. வேறு ஒரு வண்டி அனுப்புவதாக மானேஜர் சொன்னான்."

"உனக்குச் சாப்பிடுவதற்குத் தர ஒன்றும் இல்லை."

"முதலில் உங்களைப் பற்றிச் சொல்லுங்கள். உங்கள் குடும்பங்களிலும் சாவு என்றால் நிறையச் செலவுதானே?"

"சாவு எங்கு செலவில்லாமல் இருந்தது? இப்பக்கத்தில் கல்யாணத்திற்குச் செலவழிக்கிறார்களோ இல்லையோ சாவுக்கு நிறையச் செலவு செய்வார்கள். சில பிரிவுகளில் சாவை ஓர் உற்சவம்போலச் செய்துவிடுவார்கள். ஆனால் எங்கள் ஜாதியில் சப்தம் சிறிது குறைவாகத்தான் இருக்கும். செலவுக்குக் குறைவிருக்காது."

"இதை வைத்துக்கொள்ளுங்கள். நாளை இன்னும் சிறிது கொண்டு தருகிறேன்."

கோபால்ஜி சிறிது தயக்கத்திற்குப் பிறகு நான் கொடுத்த பணத்தை வாங்கிக்கொண்டார். தன் இடது கைக் கட்டை விரலாலும் நடுவிரலாலும் தன் நெற்றிப் பொட்டை அழுத்திப் பிடித்துக்கொண்டார்.

வாசலில் ஒரு கார் வந்து நிற்கும் சப்தம் கேட்டது. வரதன் மாற்றுக் கார் அனுப்பிவிட்டான்.

"நான் ஹோட்டலுக்குப் போய் வண்டியை இங்கேயே அனுப்புகிறேன். உங்களுக்குத் தேவைப்படும்," என்றேன்.

"தேவைப்படும்தான். காலையில் ஸ்டேஷனுக்குப் போய் காமாட்சியை அழைத்து வர வேண்டும். என் மனிதர்கள் இன்னும் சிலரும் வர வேண்டியிருக்கிறது."

பூட்டிய அறையிலிருந்து கோபால்ஜியின் மனைவியின் குரல் கேட்டது. "டேய், அங்கே எவன்டா வந்திருக்கான்?"

எனக்குப் புரியவில்லை. அது பாபிஜியின் குரல்தான். ஆனால் அதன் தொனி மிகவும் சந்தேகமளிப்பதாக இருந்தது.

அவள் உள்ளேயிருந்து பெரிதாக வைய ஆரம்பித்தாள். கதவைத் தடதடவென்று தட்டினாள். அங்கே உள்ளேயிருந்த சாமான்களை எடுத்துக் கீழே தள்ளினாள். ஏதேதோ கத்தினாள். எனக்குப் புரியவில்லை. அங்கே ஸ்டுடியோவில் அந்த ஆள் கோபால்ஜியின் மனைவியைக் கட்டிப் போட்டிருக்கிறது என்று சொன்னபோது அவளுடைய மிதமிஞ்சிய துக்கத்தில் ஏதாவது செய்துகொண்டுவிடப் போகிறாளோ என்றுதான் கட்டிப் போட்டிருப்பதாக நினைத்தேன். ஆனால் காரணம் வேறாக அல்லவா இருக்கிறது!

கோபால்ஜி இரு கைகளாலும் தலையைப் பிடித்துக் கொண்டார். வெளிவாசல் கதவை மூடிவிட்டு வந்தார்.

பாபிஜியின் குரல் தெரு முழுக்கக் கேட்கும்போலிருந்தது. அவள் இந்த நிலையில் இருக்கும்போது இங்கே மகனின் பிணம்.

"பாபிஜியை வெளியே விட்டுவிடுங்கள். பிள்ளை இறந்துவிட்டால் எந்தத் தாய்க்குப் பைத்தியம் பிடிக்காது? அவளுடைய துக்கத்தை அவள்தானே அழுது தீர்த்துக்கொள்ள வேண்டும்?"

கோபால்ஜி மிகுந்த கவலையோடு சொன்னார், "அவளுக்குப் பையன் இறந்துவிட்டதுகூடச் சரியாகத் தெரியாது."

"அப்படி இருக்காது, கோபால்ஜி. இது பிள்ளை போன துக்கத்தில்தான்."

"இல்லை, சத்யன்குமார். இல்லை. இப்போது மறுபடியும் டாக்டரை அழைத்துவர வேண்டும். அவர் வந்து ஊசி போட்டாலொழிய அவள் இப்படி இரைவது ஓயாது."

"வண்டி அனுப்பி அழைத்துவரச் சொல்லுங்கள்."

கோபால்ஜி தூங்கிக்கொண்டிருந்த பெண்மணியை எழுப்பினார். "சியாமளா, நீ வண்டியிலே போய் டாக்டரை அழைச்சிண்டு வந்துடறியா?"

நொடிப்போதில் அவள் தூக்கத்தை உதறிப் போட்டுவிட்டுப் போனாள்.

"சத்யன்குமார், உனக்கு ஒரு விஷயம் சொல்லப் போகிறேன். இதைத் தெரிந்த மாதிரியே காட்டிக்கொள்ளாதே."

"என்ன கோபால்ஜி?"

"நான் டாக்டரை அழைத்துவர வெளியே போனபோது வீட்டில் ராஜாவும் என் மனைவியும்தான். ராஜா தூங்கிக் கொண்டிருந்தான்."

கோபால்ஜி ஒரு கணம் பேச்சை நிறுத்தினார். சொல்ல லாமா வேண்டாமா என்றுகூட நினைத்திருக்கக்கூடும்.

"நான் திரும்பி வந்தபோது ராசா செத்துப்போயிருந்தான். எப்படித் தெரியுமா?" கோபால்ஜி குரலைத் தழைத்துச் சொன்னார். "அவன் முகத்தின் மீது தலையணை வைத்து அழுத்தப்பட்டிருந்தது."

V

1

என் வாழ்க்கையில் பதினைந்தாம் முறையாக நான் வேலையில்லாமல் இருந்தேன். வேலை இல்லை, வேலை கிடைக்கவில்லை என்று எவ்வளவு பேர் எப்படியெல்லாம் நொந்துகொள்கிறார்கள், நொடித்துப்போகிறார்கள்! எனக்கு வேலை வந்து, வேலை போய், எப்போது வேலையிலிருக்கிறேன். எப்போது இல்லை என்பதுகூட மனத்தில் உறைப்பதில்லை. வேலை இருந்தபோதுதான் எந்த எஜமானனுக்கு நான் பொறுப்பு உணர்ந்து பணிபுரிந்திருக்கிறேன்? நான் யாருக்குத்தான், யாருடைய பயனுக்காகப் பணிபுரிந்திருக்கிறேன்?

சமையலறைப் பாத்திரங்களை ஒரு கோணிப் பையில் போட்டுக்கொண்டிருந்தேன். என் அம்மா எனக்குக் கொடுத்தவை, ஜம்பகம் எங்கள் கல்யாணத்தின்போது கொண்டுவந்தவை இரண்டும் பிரிக்க முடியாதபடி கலந்துபோயிருந்தன. காபி பில்டரில் மேல் பாகம் அம்மாவுடையது. அடிப் பாகம் ஜம்பகத்துடையது. இந்த பில்டரில் என் சம்சார வாழ்க்கையில் இருபதாண்டுகள் காபி போட்டது போக எங்கள் பெற்றோர் வீட்டில் எவ்வளவு ஆண்டுகள் காபி போட்டிருப்பார்கள். முப்பது, நாற்பது ஆண்டுகள்கூட இருக்கும். உண்மையிலேயே அது விக்டோரியா காலத்துடைய தாகக்கூட இருக்கக்கூடும். எவ்வளவு பேர் இதைத் தொட்டுப் பயன்படுத்தியிருப்பார்கள்? பொடி போட்டு, கொதிக்கும் வெந்நீர் விட்டிருப்பார்கள்? டிகாக்ஷன் இறக்கிய காபிப் பொடியைக் கீழே போட்டுவிட்டுத் தேய்த்துக் கழுவியிருப்பார்கள்? பில்டர் பித்தளையிலானது. புளி போட்டுத்தான்

தேய்க்க வேண்டும். சமையலுக்குப் புளி இல்லை என்றால்கூடப் பாத்திரம் தேய்ப்பதற்குப் புளி வேண்டும்.

நான் காபி பில்டரைக் கையில் வைத்துக்கொண்டு சிறிது நேரம் அப்படியே உட்கார்ந்தேன். கடந்துபோன நாட்களைப் பற்றி நினைத்துப்பார்க்க ஒவ்வொரு காலத்திலும் ஒரு தனிச் சின்னம் கிடைக்கிறது. தஞ்சாவூர் ஜில்லாவிலும் மதுரை ஜில்லாவிலும் காபி நேரத்தைக் காபிக்கடை என்பார்கள். வர்த்தகத்தோடு இணைத்தால் லாபமும் நஷ்டமும் ஏற்பட்டுத் தானே ஆக வேண்டும்? எவ்வளவு குடும்பங்கள் இந்தக் காபிக்கடையாலேயே சீரழிந்துபோயிருக்கின்றன? என் தாய் தகப்பனார் காலத்தில் காபிதான் ஒரு குடும்பத்தின் சீரையும் சிறப்பையும் குறிப்பதாக இருந்தது. ஜம்பகத்துக்கும் இந்தக் காபிப் பைத்தியம் உண்டு. கோபால்சாமி வீட்டுக் காபி மிக நன்றாக இருக்கும் என்று பெயர் வாங்க வேண்டும். இந்தப் பித்தத் தண்ணீரைச் சிறப்பாகத் தயாரிப்பவர்கள் என்று புகழ் பெற வேண்டும்.

பில்டரைக் கையில் புரட்டிப் பார்த்தபோது அதனுடைய கண்கள் பல அடைத்துப்போயிருப்பதைக் கவனிக்க முடிந்தது. எப்போது போட்ட காபித்தூளோ? ஒவ்வொரு கண் அடைப்பும் ஒவ்வொரு காலத்தியதாக இருக்கும். ஷேக்ஸ்பியர் எழுதிய ஹாம்லெட் நாடகத்தில் ஹாம்லெட் இப்படிக் கையில் மண்டையோட்டை வைத்துக்கொண்டு யோசிப்பது ஒரு புகழ்பெற்ற காட்சி. அவனும் இடுகாட்டுக் குழி தோண்டுபவர்களும் பல மண்டையோடுகள் பற்றிப் பேசுகிறார்கள். “யாரும் எட்டாண்டுகளில் மண்ணோடு மண்ணாகிவிடுவார்கள் – தோல் பதனிடுபவனைத் தவிர. அவன் ஒன்பது ஆண்டுகள் மண்ணில் கிடப்பான்” என்கிறான் குழி தோண்டுபவன்.

“ஏன்?”

“அவனுடைய தோல் ஏற்கனவே பதனிடப்பட்டிருக்கும்– அவனுடைய தொழிலே அவன் உடலில் இருக்கும் தண்ணீரை அகற்றியிருக்கும்.”

எனக்குப் பில்டரைத் தூர எறிய வேண்டும் என்று ஒரு கணம் தோன்றியது. இது என்ன பைத்தியக்காரத்தனம் என்று உடனே இன்னொரு எண்ணம் தோன்றி முந்தையதை அவித்தது. என் தலையில் ஒன்று இரண்டு மூன்று எனப் பல பகுதிகள் எண்ணங்களை வெளியிட்டுக்கொண்டிருக்க, தலையில் ஒரு தனிப்பகுதி அத்தனை எண்ணங்களையும் குறித்துக்கொண்டு, சீர் தூக்கி, அபிப்பிராயம் கூறி . . .

பில்டரைக் கோணிப்பையில் போட்டுவிட்டு இன்னும் மிகுதியுள்ள பாத்திரங்களையும் அதில் திணித்தேன். எனக்கு ஷேக்ஸ்பியரின் நினைவுவந்தது குறித்து மனதின் ஓர் ஓரத்தில் சிறு மகிழ்ச்சி. நாற்பது வயதை நெருங்கும் போதும் என்றோ படித்து அனுபவித்த புத்தகங்கள் இன்னும் எனக்கு உண்மையானதாக இருக்கின்றன. ஹாம்லெட் நாடகத்தில் எல்லா உறவு வகைகளிலும் பலி உண்டு. கணவன், மனைவி, மகன், தந்தை, நண்பன், தாய் – ஒருவருக்கும் முறையான சாவு கிடையாது. விஷம், கத்திக் குத்து, தண்ணீரில் மூழ்கி இறத்தல்...

நான் இதர சாமான்களை இன்னும் துரிதமாக ஒழித்துவைத்துக் கட்டுக் கட்டி வைக்கத் தொடங்கினேன். காமாட்சியுடைய பொருள்கள்தான் எவ்வளவு இருந்தன! எவ்வளவு பொம்மைகள், துணிமணி, புத்தகங்கள்! ஒவ்வொன்றும் எவ்வளவோ பணம் கொடுத்து வாங்கியது. இன்று ஒரு பயனும் இல்லை. யாருக்காவது கொடுக்கலாம் என்றுதான் ஜம்பகம் வைத்திருப்பாள். ஜம்பகத்துக்கு யாருக்காவது தர வேண்டும் என்ற எண்ணம் வருமா? இருக்கும். ஆனால் இப்போது யாரையென்று தேடுவது? யாரும் அவ்வளவு சௌகரியமாகக் கிடைக்கமாட்டார்கள், எல்லாவற்றையும் குப்பைத் தொட்டியில் கொட்ட வேண்டியதுதான். அதற்கு முன் ஒருமுறை காமாட்சியை கேட்கலாம். ஆனால் அவள்தான் ராஜாவின் காரியங்களுக்கு வந்திருந்தாளே? எல்லாப் பொருள்களும் அவள் கண்ணில் படும்படிதானே இருந்திருக்கின்றன. அவளுக்குத் தேவைப்பட்டிருந்தால் அவசியம் எடுத்துச்சென்றிருப்பாள் அல்லவா?

காமாட்சியைப் பற்றி நினைவு வந்தவுடன் எனக்கு அதுவரை இல்லாத துக்கம் மேலெழுப்பி வந்தது. அப்பா என்றும் வீட்டின் தலைப்பெண் என்றும் அவளாக என்னிடம் சலுகை எடுத்துக்கொண்டதில்லை. எல்லாப் பெண்கள் போலவும் எல்லாக் குழந்தைகள் போலவும் அவளுக்குப் பகட்டான பளபளப்பான பொருள்கள் எப்போதுமே கவர்ச்சிகரமாகத் தோன்றியிருக்கின்றன. அவளிடம் மகிழ்ச்சியும் உற்சாகமும் திடீர் திடீரென்று பீறிட்டு வரும். அந்தக் கண்கள் அத்தனையையும் பிரகாசமிட்டுக் காட்டும். நான் குழந்தை என்று அவளை அதிகம் கொஞ்சியதில்லை. யாரையுமே விசேஷமாகக் கொஞ்சியதில்லை. காமாட்சியை மட்டும் அவள் குழந்தையாக இருக்கும்போதே அவளுடைய முகத்தையே பார்த்தபடி உட்கார்ந்திருப்பேன். அந்தக் கண்கள், கல்யாணத்திற்குப் பிறகு அவளுடைய பொம்மைகளின் கண்கள் போலாகிவிட்டன. மாறாக

மாப்பிள்ளை சுந்தரேசன் இன்னும் கொஞ்சம் உடல் பருத்து அவன் எங்கு உட்கார்ந்தாலும் அவனுடைய தொடைகள் இயந்திர விசைபோல ஆடிக்கொண்டிருக்கும். இந்தத் தொடைகளுக்கு ஈடுகொடுக்க முடியாதபடிதான் காமாட்சி இப்படிப் பேயறைந்த முகத்தோடு உலவிவருகிறாளா? ஒரு முறை சத்யன்குமார் சொன்னான்: ஒரு பெண்ணின் உற்சாகம் பூமிக்கடியில் கண்களுக்குத் தெரியாது விரிந்திருக்கும் கடல் போன்றது. அதைச் சரியானபடி கண்டுகொண்டு நாம் வெளியே கொண்டுவர முயற்சிசெய்தோமானால் அது உலகத்துக்கெல்லாம் உற்சாகம் தரக்கூடியது. இந்தியா – பாகிஸ்தான் சுதந்திரம் அடைந்தபோது, நடந்த படுகொலைகளின்போது ஆண்கள் உணர்ச்சிவசப்பட்டு வெறியர்களாகச் சுற்றிக்கொண்டிருந்தார்கள். அல்லது இடிந்துபோய் மூச்சு விடும் பிணங்களாகக் கிடந்தார்கள். பெண்கள் எல்லாக் கொடுமைகளுக்கும் உள்ளானாலும் அவர்கள்தான் முதலில் அவர்களைச் சுற்றி இருக்கும் மீதம் மிச்சங்களை மூட்டை கட்டிக்கொண்டு இன்னோர் இடத்திற்குக் குடிபெயர்ந்து புதுவாழ்க்கை நடத்தத் தயாராக இருந்தார்கள். பஞ்சாபில் மட்டும் வெறும் ஆண்கள் மட்டுமே அப்போது இருந்திருந்தால் இப்போது பஞ்சாபில் வாழ்வே இருந்திருக்காது. இடிபாடுகளும் சில கிழட்டுப் பைத்தியங்களும்தான் இருக்கும்.

வாயிற்கதவு தட்டும் சப்தம் கேட்டது. பால்காரன்.

"நேத்தே உங்கணக்கை முடிச்சுக் கொடுத்திட்டேனே?" என்றேன்.

"இப்போது பால் வேண்டாங்களா?"

"பாத்திரம் ஒண்ணும் இல்லையே."

அவன் யோசித்தான். "இந்த ஜோடுவாத் தவலையை வைச்சிட்டுப்போறேன். நான் திரும்பி வரப்போ தாங்க."

அந்தப் பாலை என்னால் எப்படிப் பயன்படுத்திக்கொள்ள முடியும்? ஆனால் பால்காரனின் நல்லெண்ணத்தை மதிப்பதானால், அவன் எனக்கு உதவியாக இருக்க வேண்டுமானால், பாலை வாங்கி வைத்துக்கொள்ள வேண்டும். பயன்படுத்த வேண்டும்.

"அரை அவர்லே வரேங்க," என்று சொல்லிவிட்டு அவன் போய்விட்டான். நான் கதவைப் பூட்டிக்கொண்டு ராமநாதன் வீட்டுக்குப் போனேன். ராமநாதன், சியாமளா இருவரும் இல்லை. குழந்தை மட்டும் தரையில் கிடத்தப்பட்டு இருந்தது. என்னைச் சந்தேகத்தோடு பார்த்தது.

மாடியிலேயே வசித்த இன்னொரு குடும்பத்திலிருந்து ஒரு பெண் வந்தாள். "அவுங்க வெளியே போயிருக்காங் களே. . ." என்றாள்.

"ஷூட்டிங் ஏதாவது போயிருக்காங்களா?"

"சியாமளாதான் ஷூட்டிங் போயிருக்கா. இவரு இங்கே தான் வெளியே போயிட்டு வரேன்னு சொல்லிட்டுப் போனாரு."

"இந்தப் பாலை வாங்கி எதிலேயாவது கொட்டி வைச்சுட்டுப் பாத்திரத்தைக் கொடு."

"பாலு அவங்களுக்கா?"

"நீகூடக் குடிக்கலாம்."

அப்பெண் சிரித்துவிட்டாள்.

அப்பெண்ணின் அம்மாவும் அங்கு வந்தாள். "என்னங்க?" என்று கேட்டாள்.

"வீட்டிலே கொஞ்சம் பால் இருந்தது. கொண்டுவந்து கொடுத்தேன்."

"டீ போட்டுத் தரட்டுமாங்க? இல்லேன்னா பாலைக் காச்சித் தரேன்."

"வேண்டாங்க. இன்னும் கொஞ்ச நேரத்திலே வீட்டைக் காலி பண்ணணும். டீ, பாலுன்னு உக்கார்ந்துட்டேன்னா வேலையை முடிக்க முடியாது."

"அம்மா இல்லீங்களா?"

"அம்மாவா? அம்மான்னா. . ?"

"அதாங்க உங்க. . ."

"ஓ! அவுங்களைக் கேட்டீங்களா? அவுங்க ஊருக்குப் போய் ஒரு மாசத்துக்கு மேலே ஆறதுங்களே. நீங்க எங்கம்மாவைக் கேட்டீங்களோன்னு நினைச்சேன். வந்து இருந்தாங்க. ஆனா அவங்களாலே இங்கே தொடர்ந்து இருக்க முடியாது."

மூவரும் சிறிது நேரம் பேசாமல் இருந்தோம். "பாலை வாங்கிக் கொட்டிட்டுப் பாத்திரம் தாங்க. பால்காரன்து. அவன் இதோ வந்துடுவான்."

அந்தப் பெண் பாலை வாங்கிக்கொண்டு அவள் பகுதிக்குச் சென்றாள். அவளுடைய அம்மா ரகசியமாகக் கேட்டாள்: "நீங்க இந்த வீட்டுக்கெல்லாம் ஏன் வரீங்க?"

2

ராமநாதன் வீட்டிலிருந்து நான் திரும்பிய போது வீட்டு வாசலில் பால்காரன் காத்திருந்தான். என் கையிலிருந்த பாத்திரத்தை வாங்கிக்கொண்டு கிளம்பினான். அவனைக் கூப்பிட்டு, "நாளைக் காலைக்குப் பால் வேண்டாம். இன்னி மாதிரிக் கொண்டு வந்தா நான் மறுபடியும் என் சிநேகிதங்க வீட்டைத் தேடிக்கொண்டு போக முடியாது" என்றேன்.

"நான் பாக்கிப் பணம் தர வேண்டியிருக்கு. பாலாக் கொடுத்திடலாமேன்னு பாத்தேன்."

"எவ்வளவு இருக்கு?"

"இருபது ரூபாய்க்கு குறையாது."

"இருபது ரூபாயா? அவ்வளவு பணம் எப்படி உங்கிட்டே சேர்ந்தது?"

"அம்மாதான் கொடுத்தாங்க."

"கணக்குப் பாத்தா கொடுத்தாங்க?"

"தெரியாதே – நூறு ரூபாயைக் கொடுத்தாங்க, வாங்கி வைச்சிண்டேன்."

"அப்போ பணமாக் கொடுத்திடேன். எனக்குப் பணம் தேவைப்படுது."

"நீங்க எங்கே போகப் போறீங்க. சொல்லுங்க, ஒரு அஞ்சாறு நாளிலே கொண்டுவந்து கொடுத்துடறேன்."

“அஞ்சாறு நாளிலே நான் எங்கேயிருப்பேன்னு தெரியாது.” இதைச் சொல்லிவிட்டு நான் கதவைத் திறந்துகொண்டு வீட்டினுள் சென்றேன்.

சென்னையில் வாசம் என்று ஏற்பட்ட பிறகு பலமுறை வீடு மாறியிருக்கிறேன். எல்லாச் சௌகரியங்களும் கொண்ட வீடு என்று ஒன்றும் கிடையாது. ஆனால் ஒவ்வொரு வீட்டைக் காலி செய்துகொண்டு போகும்போதும் ஏக்கம் ஏற்படும். அதிலுள்ள கஷ்டங்கள் எல்லாமே அப்படியொன்றும் சகிக்க முடியாதது அல்ல என்று தோன்றும். உண்மையில் அந்த அசௌகரியங்களே அந்த வீட்டுக்கு ஒரு விசேஷக் கவர்ச்சி தருவதுபோல இருக்கும். ஜம்பகத்தால் பழைய வீட்டைப் பற்றிய நினைவைச் சுத்தமாகத் துடைத்துவிட முடியும். அவள் ஒருமுறைகூட முந்தைய வீடுகள் அல்லது முந்தைய பக்கத்து வீட்டுக்காரர்கள் அல்லது கடைகள் என்று பேசியது கிடையாது. ஆனால் நான் மௌனமாக ஏங்கியிருக்கிறேன். முதல் ஒரு வாரத்துக்கு இது தீவிரமாகவே இருக்கும். அதன் பிறகு குறையத் தொடங்கும். நான் வேலையில்லாமல் கிடப்பது, கையில் காசில்லாமல் வீட்டில் முழுச் சமையல் சாப்பாடு இல்லாமல் போவது, துணிக்குப் போடும் சோப்பு வாங்க முடியாததால் அழுக்குத் துணிகளை லாண்டிரிக்குப் போடுவது – இதெல்லாம் நான் குடியிருந்த எல்லா வீடுகளிலும் நடந்திருக்கிறது. ஆதலால் இந்த வீடுதான் ராசியானது, இதுதான் யோகம் தந்தது என்று நினைக்க வழியில்லை. இந்த வீட்டில் நடக்கக்கூடாததெல்லாம் நடந்திருக்கிறது. ஆனால் வீட்டை விட்டுப் போகும்போது நெஞ்சு கனக்கிறது.

தபால்காரன் வந்தான். வழக்கம்போலக் கடிதம் இல்லை. ஆனால் நான் கூப்பிட்டுக் கேட்டேன். “நான் இங்கேயிருந்து போயிடறேனே, எனக்கு வர கடிதாசுகளை என்ன பண்ணுவீங்க?”

“நீங்க முன்னே வீடு காலி பண்ணினப்ப என்ன பண்ணினீங்க? போஸ்டாபீஸிலே சேஞ்ச் ஆஃப் அட்ரஸ் எழுதிக் கொடுக்கலை? அதே மாதிரி இங்கேயும் பண்ணிடுங்க.”

“அப்படியெல்லாம் செஞ்சதேயில்லை. பழைய வீட்டுக்கே மறுபடியும் மறுபடியும் போய் வாங்கி வந்தேன்.”

“அப்போ அதே மாதிரி இப்பவும் பண்ணுங்க.”

“அப்பல்லாம் ஊரை விட்டுப் போனதில்லையே!”

"போஸ்ட் மாஸ்டர்கிட்டே சொல்லிட்டு எழுதி வைச்சுட்டுப் போங்க. ஒரு மாசம்வரைக்கும் வெயிட் பண்ணலாம்."

தபால்காரன் போய்விட்டான். நான் பத்திரிகைகளுக்குக் கதைகள் எழுதிக்கொண்டிருந்தபோது என்னுடைய உலகத்தில் தபால்காரர்களுக்கு மிக முக்கியமான இடமிருந்தது. எங்கள் தெரு தபால்காரன் என்று இல்லை. எங்கு தபால்காரனைப் பார்த்தாலும் அவனிடம் எனக்கோர் கடிதம் இருப்பதுபோலவே தோன்றியிருக்கிறது. கதைகள் திரும்பி வரும்போதுகூட அது எனக்கோர் புதுச் செய்தியாகவும் என் வாழ்க்கையில் ஒரு புதுத் திருப்பமாகவும் எனக்குத் தோன்றியிருக்கிறது. ஆனால் எவ்வளவு எளிதாக, எவ்வளவு மௌனமாக, பூடகமாக ஆனால் உறுதியாக, நிரந்தரமாக மாற்றங்கள் நேர்ந்துவிடுகின்றன! இனியும் நான் பத்திரிகைகளுக்குக் கதை எழுத முடியும் என்று தோன்றவில்லை. அச்செழுத்து மூலமாக உலகோடு தொடர்புகொள்ள இனியும் சாத்தியம் என்று நினைக்க முடியவில்லை. சினிமா கம்பெனியில் வேலை பார்த்துப் பார்த்து எல்லாக் கதையையும் கதைச் சுருக்கமாகத்தான் நினைவுகொள்ளவும் உருவெடுக்கும்படியாகவும் மூளை பழக்கப்பட்டுவிட்டது.

ஒரு பாத்திர மூட்டை, புனா பாய்லர், பாத்திரங்கள் கொண்ட பெரிய ஜாதிக்காய் பலகைப் பெட்டி, இரண்டு டிரங்குப் பெட்டிகள், ஒரு பெரிய தகரப் பெட்டி, இரண்டு மடக்கு நாற்காலிகள், இரண்டு மர நாற்காலிகள், இரண்டு மர மேஜைகள், ஒரு திறந்த மர அலமாரி, ஒரு மூடிய அலமாரி... இதெல்லாம் இந்த ஊரில் ஒவ்வொன்றாக வாங்கிச் சேர்த்தது. எப்போது வாங்கியது, எவ்வளவு கொடுத்தது என்று ஞாபகம் இல்லை. ஜம்பகம் ஒரு காலத்தில் நல்ல நிர்வாகியாக இருந்திருக்கிறாள். ஊரிலிருந்து எப்போதோ சிறிது அரிசி வரும். புளி வரும். துவரம் பருப்பு வரும். எதையும் எதிர்பார்த்து இருக்க முடியாது. என்னுடைய நிரந்தரமற்ற, போதிய அளவு இல்லாத சம்பாத்யத்தைக் கொண்டு இருபது ஆண்டுகள் குடித்தனம் நடத்தி ஒரு பெண்ணுக்குக் கல்யாணமும் செய்துவைத்துவிட்டாள். அப்படிப்பட்டவள் கணக்குப் பார்க்காதபடி, கையில் இருக்கும் சிறு தொகையைச் சிதறவிட்டிருக்கிறாள். பால்காரன் யோக்கியமானவன். ஜம்பகம் இன்னும் யார் யாரிடம் இப்படி நூறு ரூபாய் நோட்டாகக் கொடுத்திருக்கிறாள்? அவள் புத்தி சுவாதீனத்தோடு இருந்தாளோ இல்லையோ அவள் வீட்டில் இருந்தவரையில் எனக்குத்தான் எவ்வளவு சுதந்திரம்

இருந்தது! உண்மையிலேயே வீட்டை விட்டு வெளியே கிளம்பினால் வீட்டுச் சிந்தனையே இல்லாமல்தான் நான் இருந்திருக்கிறேன். அதற்கெல்லாம் வட்டியும் முதலுமாக இப்போது வீட்டை ஒழித்து, வீட்டைக் காலி செய்யும் பொறுப்பு என் மீது விழுந்திருக்கிறது. சம்சார வாழ்க்கையின் சகல சுக துக்கங்களையும் இன்னொரு முறை அனுபவிக்க வைக்கும் சக்தி எதற்காவது இருக்குமானால் அது வீட்டின் பழைய சாமான்களுக்குத்தான். அதனால்தான் பழைய பொருள்களைப் பலர் வாங்கத் தயங்குகிறார்கள். ஒவ்வொரு பொருளோடும் நிறையப் பிசாசுகளும்கூட வந்துவிடும்.

சாமான்களை எடுத்துக் கட்டிவைக்கும் வேலையை மீண்டும் துவக்கினேன். என்னுடைய புத்தகங்கள், மேஜை, நாற்காலி முதலியவற்றைச் சுந்தரலிங்கம் வீட்டில் போட்டுவிட்டு வர ஏற்பாடு. என்னுடைய பெரியம்மா பெண் ஒருத்தி வடசென்னையில் இருந்தாள். முன்பு ஒருமுறை அவள் வீட்டில் சில மரச் சாமான்களைப் போட்டுவிட்டு வர நேர்ந்தது. அப்போது ஒரு பெரிய மரக்கட்டில் என்னைப் படாத பாடு படுத்தியிருக்கிறது. தலை கால் இரு பக்கங்களிலும் கண்ணாடி வைத்த இரட்டைக் கட்டில். என் கல்யாணத்தின்போது வாங்கிக் கொடுத்தது. கொசுவலைக் காம்புகளைத் தவிர இதர பாகங்கள் எதனையும் பிரிக்கவோ மடக்கவோ முடியாது. நுங்கம்பாக்கத்தில் அப்போது நான் இருந்த வீட்டிலிருந்து மண்ணடிவரை நான் கூடவே நடந்து போக, இரு ஆட்கள் அதைத் தலையில் சுமந்தபடி எடுத்துச்சென்றார்கள். இம்முறையும் அந்த வீட்டில்தான் மர அலமாரிகளைக் கொண்டுபோய்ப் போட வேண்டும். ஒழுங்காக ஒரு தள்ளு வண்டியில் கொண்டு சென்றுவிடலாம். தனியாக ஆட்கள் தலையில் தூக்கிச்செல்ல வேண்டியதில்லை.

ராமநாதன் வந்தான். "இன்னிக்குக் காலி பண்ணறதாகச் சொல்லியிருந்தா நான் அப்பவே வந்திருப்பேனே," என்றான்.

"பெரிய வேலை இல்லை. ஆனா ஒத்தாசைக்குக் கூட ஒரு ஆளு இருந்தா நல்லதுதான்..."

"இருங்க, அதை நான் கட்டு கட்டறேன்."

ராமநாதன் உதிரியாகக் கீழே இரைந்து கிடந்த பொருள்களை ஒன்று சேர்த்து நேர்த்தியாகக் கட்டு கட்டினான். "ஸ்டவ்விலே எண்ணெ இருக்கு போலேயிருக்கே?" என்றான்.

"அதெல்லாம் உன் வீட்டுக்குத்தானே போகப் போறது."

"சரீங்க, இருந்தாலும் இதை ஏங்க பயன்படுத்தணும்? எல்லாம் சுத்தமாப் பத்திரமாப் பரண் மேலே இருக்கும். நீங்க எப்ப வந்து சொன்னாலும் உடனே அரை மணியிலே உங்க உபயோகத்துக்கு உங்க இடத்துக்கு வந்துடும்."

"அந்தத் துணிமணி, பொம்மை எல்லாம் யாருக்காவது தேவைப்பட்டா கொடுத்துடு. இல்லேன்னா தெருவிலே யார் போனாலும் கொடுத்துடு."

"சரிங்க. அப்புறம் மறக்காம உங்க அட்ரஸ் கொடுத்துட்டுப் போங்க."

"வேண்டாம். கவலைப்படாதே. நான் நிச்சயம் திரும்பி வரப்போறேன். கொஞ்ச நாளைக்கு இந்த ஊர் சம்பந்தம் வேண்டாம்."

"உங்களுக்கு வர வேண்டிய பணம் இருக்கே, சார்."

"எனக்குத் தெரியலே எவ்வளவு இருக்குன்னு. ஆனா ரொம்ப இருக்காது. எங்கே போயிடப் போறது? நான் வந்து வாங்கிக்கறேன்."

"சியாமளா சொன்னா. நேத்து வரதன் பார்த்தானாம். உங்களை முதலாளி மறுபடியும் வந்து பார்க்கச் சொன்னாராம்."

"சியாமளாகிட்டே சொல்லற வரதனுக்கு என்கிட்டே வந்து சொல்ல முடியலியா?"

"அப்படியா சொல்லறீங்க?"

"நான் கோபத்திலே பேசலே, ராமநாதன். என் மாதிரி ஆளுங்க என் முதலாளிக்கோ அவர் போல வேறே முதலாளிங்களுக்கோ ஏராளமா ஆப்படுவாங்க. புதுசாக் கதைன்னு என்ன வேண்டியிருக்கு? நேத்து முந்தாநேத்து வந்ததையே கொஞ்சம் கொஞ்சம் மாத்தினதுதான் இன்னிப் படம். எனக்கு என் தொழிலேயே ரொம்ப நாள் முன்னாலியே சந்தேகம் வந்துடுத்து."

"இதுலே நம்ப சந்தேகம் பெரிய விஷயமா? மத்தவங்க சந்தோஷப்பட்டா அது போதாது?"

"நீ சொல்றதுதான் நிஜம். ஆனா நிஜத்தை மனசு ஒத்துக்கறதுக்குப் பக்குவம் வேணும். அது எங்கிட்டே இல்லை."

ராமநாதன் ஒரு ரிக்ஷா கொண்டுவர அதில் அவன் வீட்டில் போட்டுவைக்க வேண்டிய பொருள்களை ஏற்றினோம்.

இதெல்லாம் ஜம்பகம் ஒவ்வொரு நாளும் பயன்படுத்திய பொருள்கள். வீட்டில் மிச்சமிருந்த மளிகைச் சாமான்கள், ஒரு மண்ணெண்ணெய் டின், இரு பாட்டில்கள், ஒரு ஸ்டவ், ஒரு தகர டப்பாவில் கரி, இதெல்லாம் இப்போது சியாமளா பயன்படுத்துவாள். இதைக் கொண்டு அவளுடைய குழந்தை பத்மினிக்குப் பால் காய்ச்சுவாள். அன்று ஒரு நாள் பிற்பகல் இப்படித்தான் நான் பாலைக் காய்ச்சினேன். சத்யன்குமாருக்குக் காபி கலந்து தந்தேன். ஜம்பகத்துக்கும் தந்தேன். நானும் குடித்தேன். ஆனால் ராஜாவுக்கு ஒருவாய் தர முடியவில்லை. என் ஒரே மகன் வயிற்றில் ஒன்றும் இல்லாமல் ஜுரத்தோடு கிடந்து உயிரையும் விட்டிருக்கிறான். அன்று இரவு அவனுடைய பிணத்தைக் காவல் காத்துக்கொண்டு நான் உட்கார்ந்திருக்கப் பக்கத்து அறையில் ஜம்பகத்தைப் பிணம்போல மௌனமாக்கிக் கிடத்த வேண்டியிருந்தது. அன்று நானும் ஒன்றும் சாப்பிடவில்லை. ஒன்றுமே நடக்காத உப்புச்சப்பற்ற தினம் போலத்தான் போது விடிந்தது. உப்புச் சப்பற்ற தினமாகத்தான் போது சாய்ந்தது. ஆனால் பல விபரீதங்கள் யாருமே அறியாமல், யாருமே உணராமல் நடந்துகொண்டிருந்தன. ஏன் நடந்தன, இவற்றின் அர்த்தம் என்ன, தெரியவில்லை. இதுவரை தெரியவில்லை. தெரியுமா? தெரிய வழியுண்டா? யார் ஒளியூட்டுவார்கள்?

"சார், சார்! எங்கே போயிண்டேயிருக்கீங்க?" என்று ராமநாதன் கத்தியது கேட்டது. அவன் வீட்டைத் தாண்டிச் சென்றுவிட்டவன், திரும்பி வந்தேன். ராமநாதன் சாமான்களை ரிக்ஷாவிலிருந்து இறக்கத் தொடங்கினான்.

3

கும்பகோணத்துக்கு பாஸஞ்சர் வண்டிக்கான டிக்கெட் வாங்கியிருந்தேன். ஐந்து ரூபாய்க்குள் அடங்கிவிட்டது. இரண்டு துணிப் பைகள். ஒன்றில் இரண்டு ஜிப்பா, இரண்டு வேஷ்டி, இரண்டு பனியன், இரு கதர் அரை டிராயர், ஒரு துண்டு, ஒரு துப்பட்டி. இன்னொன்றில் சில புத்தகங்கள், காகிதங்கள், சிறிதளவு பணம். புத்தகங்களில் சத்யன்குமார் கொடுத்த 'டாக்டர் ஜிவாகோ.'

ஒரு மாதத்துக்கும் மேலாக என் வெளியுலகம் சியாமளாவும் அவளுடைய குழந்தை பத்மினியும் ராமநாதனும் அவனுடன் ஒண்டிக் குடித்தனம் இருந்த குடும்பமுமாக இருந்தாலும் நான் ஊருக்குக் கிளம்பும் தினம் ஐம்பது பேர் நினைவுக்கு வந்தார்கள். என்னை அறியாமலேயே எனக்குப் பலர் கடமைப்பட்டிருந்தார்கள். பலருக்கு நான் கடமைப்பட்டிருந்தேன். ராஜு என்னும் கார் டிரைவர் நான் இருக்கும் வீட்டைக் காலி செய்து விட்டு வேறு வீட்டில் குடிபோகாமல் எங்கோ ஊருக்குப் போகப்போகிறேன் என்று தெரிந்து மிகவும் கலங்கிப்போனான்.

"இப்படி எதுக்குங்க? ஊர்ல நிலம்புலம் ஏதாவது இருக்கா? இல்லே, வேற தொழில் ஏதாவது செய்யப் போறீங்களா? ஒண்ணும் இல்லேன்னீங்க, எதுக்கு இருக்கிற ஊரை விட்டு வெளியே போகணும்? கையிலே அதிகமாகக் காசு இருந்தால் ஊர் ஊராப் போய்ண்டேயிருக்கலாம். எனக்குத் தெரியும் உங்ககிட்டே எவ்வளவு இருக்கும், நீங்க எவ்வளவு சம்பாதிச்சிருப்பீங்கன்னு.

இங்கேயே இருந்தாலே வர்ற வேலையையும் பணத்தையும் பறிச்சுண்டு போகக் காத்திண்டிருப்பாங்க, நீங்க கண்ணிலே படாத தூரமாய் போயிட்டீங்கன்னா உங்களை யாரு நினைவு வச்சிண்டு கூப்பிடப் போறாங்க? எங்கேயும் போயிடாதே, சார். உங்களுக்கு நான் வழி பண்ணித்தரேன்."

எல்லாருக்கும் ஒருவனைப் பார்த்தால் முதலில் அவனுடைய பொருளாதார நிலைபற்றித்தான் நினைக்கத் தோன்றுகிறது. என் கையிலிருக்கும் பணத்தைக் கொண்டு ஒரு மாதம் இரண்டு மாதம்கூடத் தள்ளிவிடலாம். அப்புறம் என்னுடையது, என் குடும்பத்துடையது என்பவற்றை விற்றால் இன்னும் இரு மாதங்கள் தள்ளலாம். அதற்குள் ஒரு தயாரிப்பாளர் வராமலா போய்விடுவான்? சுந்தரலிங்கம் ஒரு வாரத்தில் ஏற்பாடு செய்துவிடுவான். நானுந்தான் பத்திரிகைகளில் பணிபுரிந்திருக்கிறேன்; யார் யார் சார்பிலோ நிறைய எழுதியிருக்கிறேன். மறுபடியும் ஏதாவது ஒரு பத்திரிகையில் போய் உட்கார்ந்துவிடலாம்.

வீட்டுக்காரனிடம் நான் முன்னமேயே தெரிவித்திருந் தேன். நான் அந்த வீட்டுக்குக் குடி வந்தபோது இரு மாத வாடகையும் இரு மாத மின்சாரக் கட்டணம் என்று ஒரு தொகையும் முன் பணமாகக் கொடுத்திருந்தேன். எப்படியும் ஒரு மாத வாடகையும் மின்சாரக் கட்டணமுமாக நிறையவே அதில் கழித்துவிட்டால் எனக்கு வர வேண்டியது அதிகம் இருக்காது. வீட்டுக்காரனுடைய மனைவியும் அவளுடைய அம்மாவும்தான் என்னை வெகுநேரம் காத்திருக்கும்படி செய்துவிட்டார்கள். இன்னொரு வீட்டில் காத்திருக்கும் நேரத்தில் யார் எப்படி வந்து பேச்சுக் கொடுப்பார்கள், கேள்விகள் கேட்பார்கள் என்று சொல்ல முடியாது. நான் வயதான பெண்மணிகளைப் பார்க்கும்போது மிகவும் சங்கட மடைகிறேன். அவர்கள் வெகு சாதாரணமாகக் கேள்விகள் கேட்கிறார்கள். எதிரும் புதிருமாகக் கேள்வி கேட்கும்போது பதில் சொல்லாமல் இருக்க முடியாது. ஆனால் அவர்கள் கேள்விகளுக்கு நான் பதில் சொல்வதானால் என்னை நானே வருத்திக்கொள்ள வேண்டும். எங்கோ மனதின் ஓரத்தில் மௌனமாக உபாதைப்படுத்திக்கொண்டிருந்த விஷயங்கள் இப்போது சொற்களால் உருவமும் வலிவும் ஒலியும் பெற்று என்னைச் சித்திரவதை செய்யத் தொடங்கிவிடும்.

"உங்க சம்சாரத்துக்கு இப்போ எப்படி இருக்கு?"

"போன வாரம் வந்த கடிதாசுலே தேவலைன்னு எழுதி யிருந்தாங்க."

"யாரு?"

"சம்சாரத்து மனுஷாளுங்கதான்."

"அப்பா அம்மா இருக்காங்களா?"

"அப்பா இல்லே. எனக்கும் அம்மா மட்டும்தான் இருக்காங்க."

"அப்ப யாரையாவது பட்டணத்துக்கே வரச்சொல்லி ஒத்தாசைக்கு இருக்கச் சொல்லிட்டு இங்கேயே வைத்தியம் பார்க்கலாமே? பட்டணத்திலே இல்லாத ஆஸ்பத்திரியா?"

"அவுங்க ஏதோ கோயிலுக்குக் கொண்டு போகணும்னாங்க."

"இந்தக் காலத்திலே கோயில் குளம் போய் என்னா பிரயோசனம்? எதுக்கு எடுத்தாலும் தாயத்து விபூதீன்னு இருந்தவங்கல்லாம் டாக்டர்கிட்டேதான் வராங்க."

"உங்க மகன் வரத்துக்கு ரொம்ப நேரமாகுமா?"

"நீங்க வருவீங்கன்னு சொன்னான். எங்கே போயிட்டானோ தெரியலையே?"

"இரவு எட்டு மணிவரைக்கும் பக்கத்திலே இருக்கிற கணேசபுரத்திலே எட்டாம் நம்பர் வீட்டிலே இருப்பேன். உங்க பிள்ளைக்குக்கூட அந்த இடம் தெரியும்."

"சொல்றேன். நீங்க மறுபடியும் வருவீங்க, இல்லே?"

"இப்பவே ஏழரையாறது. இன்னிக்கு ஒன்பதரை மணி வண்டியிலே போறேன். உங்க பிள்ளையையே அங்க வரச் சொல்லுங்க."

"இன்னும் எவ்வளவு பணம் பாக்கி? அவன் சொன்னதைப் பார்த்தா நீங்கதான் தர வேண்டியிருக்குமோன்னு நினைச்சேன்."

"அப்போ உங்க பிள்ளை வந்து காத்திண்டிருக்க மாட்டாரா?"

"என்னங்க அப்படிச் சொல்லிட்டீங்க?"

"நீங்க சொன்னதுக்குச் சொன்னேன். கட்டாயம் வரச் சொல்லுங்க."

ஊரிலிருந்து கடிதம் வந்து உண்மையில் வெகு நாட்கள் ஆகியிருந்தன. ஜம்பகம் நிலையில் சிறிதுகூட அபிவிருத்தியில்லை. அவளை ஓர் இருட்டு அறையில் தள்ளிப் பூட்டியிருக்கிறார்கள். சாதாரண நாட்களில் வீட்டிலே ஓர் அறையை இப்படியும் பயன்படுத்தலாம் என்று கற்பனையில்கூடத் தோன்றாது.

அசோகமித்திரன்

ராஜாவைப் பாடை கட்டித் தூக்கிக்கொண்டு போன போதுகூட ஐம்பகத்தைப் பூட்டித்தான் வைத்திருந்தது. அன்று அவளுடைய கத்தலுக்கு அதன் பொருள் கொண்டு யாராவது நடந்துகொண்டால் விபரீதம் நேர்ந்திருக்கும். ராஜாவைக் கொலை செய்துவிட்டு அவளையும் கொலை செய்ய வந்தேன் என்று மீண்டும் மீண்டும் கத்தினாள். வீட்டுக்கு வந்து போகும் எல்லாப் பெண்களும் என் ஆசைநாயகிகள் என்றாள். நான் துலுக்கன் ஒருவனுடன் சேர்ந்துகொண்டு குடிகாரன் ஆனதோடு மாட்டிறைச்சி சாப்பிடுகிறேன் என்றாள். இதெல்லாம்கூடப் புத்தி பேதலித்த நிலையில் சொல்லப்பட்டது என்று ஒருவேளை நம்பப்படாமல் போகலாம். ஆனால் எப்போதோ ஒரு சமயத்தில் இன்னொரு பயங்கரமான பழிச்சொல் சொன்னாள். நான் சினிமாக்காரர்களிடையே நல்ல பெயரெடுக்க வேண்டும், அவர்களுடைய விசேஷ ஆதரவு பெறவேண்டுமென்று அவளையே பலி கொடுக்க முற்பட்டேன் என்றாள். நான் பலமுறை செயலற்று, திக்பிரமை பிடித்தவன்போல நின்றேன். என் ஒரே மகன் – பதினான்கு பதினைந்து ஆண்டுகள் வளர்ந்த மகன் – திடீரென்று இறந்து கிடக்கிறான். அவனுக்காக நான் வாய் திறந்து ஒரு முறை கதறி அழ முடியவில்லை. ஐயோ, அவன் அன்று சாகப் போகிறான் என்று எனக்குத் தெரியவில்லையே? நான் கடைசியாக அவனிடம் பேசிய சொற்கள் அவனுடைய இயலாமையை இடித்துரைப்பது போலல்லவா இருந்தன. ஏன் அவனை ஒரு முறைகூட இழுத்து அணைத்துக்கொள்ளவில்லை? அவனைத் தொலைத்துவிட்டேனே. ஐம்பகம் வைதபடி நான்தான் அவனைக் கொன்றுவிட்டேனா? கழுத்தை நெரித்து மூச்சுத் திணறச் செய்தேனா அல்லது தலையணையை முகத்தின்மீது அழுத்தி மூச்சை அடைத்துவிட்டேனா?

"என்னங்க, ஏதோ மாதிரி இருக்கீங்க?" என்று சியாமளா கேட்டாள்.

"ஒண்ணுமில்லே. அலைச்சல், அவ்வளவுதான்."

"உடம்பு சரியில்லேன்னா இன்னிக்குப் போகாம நாளைக்குப் போகிறது. சும்மாத்தானே ஊருக்குப் போறீங்க."

"நாளை ராத்திரி பௌர்ணமி."

"பௌர்ணமிலே அவுங்களுக்கு ஏதாவது ஸ்பெஷல் வைத்தியம் செய்யப் போறீங்களா?"

இல்லையென்று சொல்லி இருக்க வேண்டும். அதுதான் உண்மையும்கூட. ஆனால் என் வாய் கூசாமல் 'ஆமாம்'

என்றது. நான் ஐம்பகத்தைப் போய்ப் பார்ப்பதாகக்கூட இல்லை என்பதை யார் கற்பனை செய்துகொள்ள முடியும்?

எட்டு மணி ஆகியும் ராமநாதனுக்கும் நான் குடியிருந்த வீட்டுக்காரனுக்குமாகக் காத்திருந்தேன். இருவரும் வரவில்லை. சியாமளாவிடம் சொல்லிக்கொண்டு கிளம்பினேன். அவள் குழந்தையுடன் கீழே தெரு வாசற்படி வரை வந்து என்னை வழியனுப்பினாள். தெருவில் போகிறவர்களுக்கு ஊருக்குப் போகும் கணவனுக்குச் சகுனம் பார்த்து விடை தர வந்த மனைவி போல அவள் தோன்றியிருக்கக்கூடும். ஐம்பகத்தின் வசவுகளுக்கு இன்னொரு புதுச் சேர்க்கை.

எட்டே முக்காலுக்கு எழும்பூர் ரயில்வே நிலையத்தை அடைந்துவிட்டேன். இரவில் வேகமாகப் போகும் வண்டிகள் நான்கில் போட் மெயில் மட்டும் மாயவரம், தஞ்சாவூர் வழியாகச் செல்லும். இதர மூன்று வண்டிகளும் விழுப்புரம்–திருச்சி குறுக்குப் பாதையில் சென்றுவிடும். இவற்றுக்குப் பிறகு, கடைசியாக இரு மெதுவான, மிக மிக மெதுவான ரயில்கள். இவை இரண்டும் மெயின் லைனில் செல்லும். அதாவது மாயவரம், கும்பகோணம், தஞ்சாவூர் செல்லும். நான் வைத்திருந்த டிக்கெட்டைக் கொண்டு இந்த இரு ரயில்களில் எதில் வேண்டுமானாலும் போகலாம். ஒன்று கும்பகோணத்துக்குக் காலை எட்டு மணிக்குப் போயடையும். இன்னொன்று பத்து மணிக்குப் போயடையும்.

கேட்கத் தேவையில்லையென்றாலும் ஒரு ரயில்வே பணியாளரை, "திருவனந்தபுரம் பாஸ்ட் பாசஞ்சர் எந்த பிளாட்பாரம்?" என்று கேட்டேன்.

"மூணாவதுலே வண்டியே நிக்கறதே."

இந்த வண்டியில்தான் ஐம்பகத்தை அவளுடைய அம்மாவும் சகோதரனும் அழைத்துப்போனார்கள். ரயிலில் அவள் என்ன பாடுபடுத்தினாளோ? அவளைக் கத்தவிடக் கூடாது என்று நான் ரயிலடிக்குக்கூடப் போகவில்லை.

ரயிலில் பெரிய கூட்டம் என்று கூற முடியாது. ஜனங்களே இல்லை என்றும் சொல்லிவிட முடியாது. அந்த நாளில் இரண்டே பெஞ்சுகள் கொண்ட தனிப் பகுதி கடைசி வகுப்புப் பெட்டிகளிலேயே உண்டு. அப்படிப்பட்டதொரு பகுதியில் எனக்கு உட்காருவதற்கு இடம் கிடைத்தது. ரயில் கிளம்ப இன்னும் அரை மணிக்கும் மேலாக இருந்தது. என் இரு பைகளையும் ரயிலில் வைத்துவிட்டுக் கீழே இறங்கி

நின்றேன். பிளாட்பாரத்துக்கே காரில் வந்து ரயிலேறும் பயணிகள் மிகுந்த உற்சாகத்தோடு காணப்பட்டார்கள். சிறுவர்கள், இளம் பெண்கள், வயதானவர்கள் எனப் பலர் இருந்தார்கள். என் வாழ்க்கையில் ஒருமுறைகூட என் மனைவியையும் என் குழந்தைகளையும் இப்படி உற்சாகம் தோன்ற நான் எந்த ஊருக்கும் அழைத்துச் சென்றதில்லை. ரயில் நிலைய பிளாட்பாரத்தில் விற்கப்படும் தின்பண்டங்கள் விசேஷ ருசி கொண்டதாக இல்லாமல் போகலாம். ஆனால் ஜம்பகத்துக்கும் என் குழந்தைகளுக்கும் அவற்றை வாங்கிச் சாப்பிட வேண்டும் என்று ஆசை இருந்திருப்பதில் ஆச்சரிய மில்லை. நான் ஒருமுறைகூட அவர்களுக்கு எதுவும் வாங்கிக் கொடுத்தது கிடையாது. ரயில் பயணம்கூட உப்புச் சப்பற்ற அலுப்புத் தட்டும் அனுபவமாகத்தான் நான் அவர்களுக்கு அளித்திருக்கிறேன்.

படகு போன்றதொரு பெரிய கார் ஓசையே செய்யாமல் மிதந்து வந்து ரயில் பக்கம் நின்றது. தென்னிந்தியத் திரைப் படத்தின் அன்றைய மின்னலாகக் கண்களைக் கூச வைக்கும் ஜெயசந்திரிகா காரிலிருந்து இறங்கினாள். இறங்கியவள் நேராக என்னிடம் விரைந்து வந்தாள்.

❍

4

"உங்க ஊருக்குப் போறீங்களா, சார்?" என்று ஜெயசந்திரிகா கேட்டாள்.

"என் ஊரு எதுன்னு தெரியுமா உனக்கு?" என்று பதிலுக்குக் கேட்டேன்.

"தெரியும், சார்."

"எப்படி?"

"எங்கம்மா சொல்லியிருக்காங்க, சார்."

ஜெயசந்திரிகாவின் அம்மாவை நான் சந்தித்த நாளை எளிதில் மறக்க முடியாது. எனக்கு எட்டு அல்லது ஒன்பது வயது இருக்கும். மாயவரத்தில் இருந்த என் அத்தை வீட்டுக்குப் போயிருந்தேன். என் தாத்தாவுக்குப் பதினாறு குழந்தைகள். உத்தியோகம் இருபத்து நான்கு ரூபாயில், பள்ளிக்கூட வாத்தியாராக. அவருடைய மூத்த பெண்ணாகிய என்னுடைய முதல் அத்தை இரண்டாம் தாரமாகத்தான் மணமுடிக்கப்பட்டாள். இரண்டாவது மூன்றாம் தாரம். மூன்றாவது இரண்டாம் தாரம். இவளை அதிர்ஷ்டசாலி என்பார்கள். அவளை மணந்துகொண்டவருக்கு மாயவரத்தில் பதின்மூன்று வீடுகள். பத்து வேலி நிலம். ஓர் இரும்புப் பெட்டி நிறையத் தங்க நகைகள், நான்கைந்து இரும்புப் பெட்டிகள் நிறைய வெள்ளிப் பாத்திரங்கள், பித்தளைப் பாத்திரங்கள் இரு பரண்கள் நிறைய. மாடு கன்று பத்துப்

பதினைந்துக்குக் குறையாது. இந்த அத்தை தன்னுடைய பதினெட்டாவது வயதில் விதவையானாள். நான் எட்டு வயதுப் பையனாக அவள் வீட்டுக்குப் போனபோது அவளுக்கு வயது நாற்பதுக்கும் மேலிருக்கும். எப்போதும் சிரித்த முகமாக இருப்பாள். என்னுடைய ஒரு பெரியப்பா மகனை அவள் சுவீகாரம் எடுத்துக்கொண்டிருந்தாள். அவனுக்குப் பதினெட்டு அல்லது பத்தொன்பது வயதிருக்கும். சாமா என்று பெயர்.

நான் மாயவரம் சென்ற அடுத்த நாள் அத்தையிடம் சாமா, "நான் போய் வாடகை வசூல் பண்ணிண்டு வரேன்," என்று சொன்னான். "வாடா என்கூட," என்று என்னையும் அழைத்துக்கொண்டு போனான். "சாமாவுக்குத்தான் எவ்வளவு பொறுப்புத் தெரிய ஆரம்பிச்சுடுத்து!" என்று அத்தை சந்தோஷப்பட்டுக்கொண்டாள்.

சாமா என்னை அழைத்துப்போன வீடு கோயிலுக்கு வடக்கே இருந்தது. அது எனக்குப் பழக்கமானபடி இல்லை. முன்புறம் சாதாரண ஓட்டு வீடாக இருந்தாலும் ரேழியைத் தாண்டி உள்ளே சென்றவுடன் லஸ்தர் விளக்குகள் அலங்கார மாகத் தொங்கிக்கொண்டிருந்தன. கருங்காலி நாற்காலிகள் மிகுந்த வேலைப்பாடு அமைந்ததாகக் காணப்பட்டன. வெவ்வேறு வயதில் நான்கைந்து பெண்மணிகள் உட்கார்ந்து பல்லாங்குழி விளையாடிக்கொண்டிருந்தார்கள். எனக்குக் கூச்சமாயிருந்தது. நான் ரேழியிலேயே நின்றுவிட்டேன். பளபளவென்று பெரிய அளவு வெற்றிலைப் பெட்டியை மடியில் வைத் வண்ணம் இருந்த அம்மாள் சாமாவைப் பார்த்து, "என்ன தம்பி, இந்த வேளைக்கு இந்தப் பக்கம்?" என்றாள்.

சாமா இளித்தான்.

அந்த அம்மாள் கண்களில் விஷமம் தோன்ற, "வாடகை வாங்க வந்தியா?" என்றாள்.

நான் தெருவில் காத்திருந்தேன். சிறிது நேரத்துக்குப் பிறகு சாமா வந்தான். "யாரது?" என்று கேட்டேன்.

"ஏண்டா வெளியிலேயே நின்னே? உள்ளே வந்து உட்கார்ந்திண்டிருக்கிறதுதானே?"

"அங்கே ஒரே பொம்மனாட்டியா இருந்தாளே?"

"இருந்தா என்ன? பொம்மனாட்டின்னா உனக்குப் பிடிக்காதா?"

"இது யார் வீடு?"

"அத்தை வீடுதான்."

"நம்ம அத்தை வீடா?"

"ஆமாண்டா. நம்ம அத்தை வீடுதான்."

"பின்னே யார் யாரோ இருக்காளே?"

"இல்லாம? எல்லா வீட்டிலேயும் அத்தையே இருக்க முடியுமா? இவாள்ளாம் இங்கே வாடகைக்கு இருக்கா."

"நீ வாடகை வாங்கிட்டாயா?"

சாமா அசட்டுச் சிரிப்புச் சிரித்தான். "உம்" என்றான்.

அத்தைக்கு அந்தத் தெருவில் இருந்த வீடுகள் அனைத்தும் சொந்தம் என்று சாமா சொன்னான். வேறு சில வீடுகளும் வேறு இடங்களில் இருந்தன. ஆனால் இந்தத் தெருவுக்கு மட்டும் அத்தை வர மாட்டாள். அவனோ வேறு யாரோதான் போய் வாடகை வாங்கிக்கொண்டு வர வேண்டும்.

அன்று நாங்கள் நேராக வீடு திரும்பவில்லை. சாமா காவேரியில் இறங்கிக் குளித்தான். என்னுடைய சட்டையைக் கழட்டச் சொல்லி அதைத் துண்டாகப் பயன்படுத்தித் துடைத்துக்கொண்டான். அவனுடைய குடுமி மயிர் கத்தையாக இருந்தது. அதைக் கோதி விட்டுக்கொண்டும் சொடக்கி விட்டுக்கொண்டும் உலர்த்த முயன்றான்.

"ஏண்டா உடம்பெல்லாம் ஒரே ஈரமா வந்திருக்கே? வெளியில என்ன குளிக்கறது வேண்டியிருக்கு? வீட்டிலே அண்டா நிறைய வெந்நீர் பாழை போறது. பச்சைத் தண்ணியிலே குளிச்சுட்டு வந்து நிக்கறியே?" என்று அத்தை கோபித்தாள். அத்தைக்குச் சாமா மீது இவ்வளவு ஆசையா என்று எனக்குப் பொறாமையாகக்கூட இருந்தது.

"வாடகை எங்கேடா?"

"சனிக்கிழமை வரச் சொன்னா."

"ஏன், இப்ப என்னவாம்?"

"களத்து மேட்டிலேயே ஒண்ணும் பைசல் பண்ண முடியலியாம். நெல்லை வித்துத்தான் தரணுமாம்."

அத்தை ஏதோ சொல் சொல்லி, "இவளுக்கு நெல் வித்துத்தான் பணம் வருமாமா?" என்று கோபமாகச் சொன்னாள்.

வேறெங்கெங்கோ தனியாகப் போகிறவன் அந்தத் தெருவில் வாடகை வசூல் செய்யப் போகிறேன் என்று சொல்லிவிட்டுக் கிளம்பும்போதெல்லாம் மட்டும் என்னையும் கூடவே சாமா அழைத்துப்போவான். அந்த வீடுகளில் ஒன்றில் தான் நான் சுந்தரம் என்றொரு பெண்ணைப் பார்த்தேன். அவளுக்கு என் வயது இருக்கும். அல்லது ஓரிரண்டு ஆண்டுகள் அதிகமாக இருக்கலாம். அவள் வயதிற்கு அவள் நிறையப் படித்திருந்தாள். அவ்வளவு சிறிய வயதில் அவள் மிகப் பெரியவர்களுக்குரிய துக்கத்தைச் சுமந்தவளாக இருந்தாள். வழக்கம் போல் ஒருநாள் அவள் வீட்டில் ஓர் அறையில் சாமா மறைந்து போய்விடத் தாழ்வாரத்தில் உட்கார்ந்திருந்த எனக்குத் துணையாக சுந்தரம்தான் இருந்தாள்.

“இன்னும் இரண்டு மூணு வருஷம்தான் நான் இப்படி இருக்க முடியும் கோபு. அப்புறம் நானும் எங்க வீட்டுப் பெரியவங்க எல்லாரையும் போல ஆகிவிடுவேன்,” என்று சொன்னாள். நான் எங்கள் ஊர் திரும்பிய பிறகு பல நாட்களுக்கு லேசாகக் கண்ணீர்த் திரை படர்ந்த அவளுடைய கண்கள் என் கண் முன் வந்து நிற்கும். நான் மீண்டும் மாயவரம் போகும் வாய்ப்புக் கிடைக்கவில்லை. எங்கள் அத்தைக்கு மார்பில் பெரிய கட்டி கிளம்பி அவள் இறந்தேபோனாள்: அவள் படுக்கையில் ஜுரம் கண்டு செத்துப்போனாள் என்றாலும் மார்பு வலி தாங்காமல் அவளே ஜுரத்தை வரவழைத்துக்கொண்டாள் என்றும் சொல்வார்கள். சாமா அதிக நாட்கள் வாடகை வசூல் செய்துகொண்டிருக்கவில்லை. அத்தையின் ஏராளமான சொத்துக்கள் ஏழெட்டு ஆண்டுகளில் வேறு யார் யாரிடமோ போய்ச் சேர்ந்துவிட்டன.

சுந்தரத்தை நான் சென்னையில் பார்த்தேன். கழுக்கு மொழுக்கென்றிருந்தாள். நான் என்றோ அவளிடம் கண்ட துக்கமெல்லாம் இன்று சாத்தியமேயில்லை என்பது போலிருந்தாள். வசதியாக இருந்ததுபோலத் தோன்றியது. நான் பணிசெய்து கொண்டிருந்த சினிமாப் படத்தில் அவளுடைய மகள் பாலகிருஷ்ணனாக நடித்துக்கொண்டிருந்தாள். ஊதா வண்ணத்தில் கச்சம் வைத்த வேஷ்டி கட்டிக்கொண்டு மேலே சட்டையில்லாமல் இருக்க அந்தச் சிறு பெண் மிகவும் கூச்சப்பட்டுக்கொண்டிருந்தது தெரிந்தது. அவள் கூச்சம் குறித்துத் தயாரிப்பாளர் ஏதோ சொல்லப் பக்கத்திலிருந்தவர்கள் எல்லாரும் கொல்லென்று சிரித்தார்கள். ஒரு வயதானவர் மட்டும் ‘இப்படியும் பேசுவார்களா’ என்று எண்ணுவது போல வாயைப் பொத்திக்கொண்டார். ஆனால் அந்தப்

பெண்ணின் அம்மா எல்லாவற்றையும் ரசிப்பதுபோலக் காணப்பட்டாள். தயாரிப்பாளருக்கு அவள் அருகில் இருந்தது மிகுந்த உற்சாகம் தந்தது.

அப்போது அவள்தான் சுந்தரம் என்று எனக்குத் தெரியாது. இருபது இருபத்தைந்து ஆண்டுகள் ஓடிப்போய் விட்டன. எங்கோ பார்த்தது போலிருக்கிறதே என்றுகூடத் தோன்றவில்லை. சினிமா சமூகத்தில் எல்லோருக்கும் தனித்தனிப் பெயர் கிடையாது. அதிலும் எதிர்காலம் உடையவர்களாக வரும் பெண்ணின் தாய், தகப்பன், அக்கா, அண்ணாவுக்குப் பெயரே கிடையாது. ஆதலால் சுந்தரமும் பேபி கிரிஜாவின் அம்மா என்றுதான் அழைக்கப்பட்டாள். எனக்கு அவளோடு பேசுவதற்கோ பழகுவதற்கோ எந்த நியாயமும் இல்லை.

கிருஷ்ணன் ஒரு வீட்டில் வெண்ணெய் திருடப் போய் வசமாக மாட்டிக்கொண்டுவிட்டான். அந்த வீட்டுக்கார அம்மாள் மத்து கொண்டு அவனை அடிக்கிறாள். அவன் ஓர் அடி வாங்கிக்கொண்டு ஓடிவிடுகிறான். அவன் ஓடும்போது முதுகில் அடி வீழ்ந்த இடம் ஒரு கோடாகத் தெரிகிறது. அந்த அம்மாளுக்குப் பச்சாதாபம் மேலிட்டுத் தன்னை நொந்துகொள்கிறாள். கண்ணன் மீது விழுந்த அடிக்கு மருந்து தடவ அவனைத் துரத்திப் போகிறாள்.

அன்று அந்தச் சிறு பெண் மிகவும் தவித்தாள். மேக்கப் செய்பவன் செட்டிலேயே ஒரு விரலில் சிறிது மை எடுத்து அவளுடைய முதுகில் தழும்பு போலக் கோடிட்டான். அன்றும் அது தயாரிப்பாளரிடம் சிரிப்பு எழுப்பியது. நான் ஏனோ அப்போது அப்பெண்ணின் அம்மாவைப் பார்த்தேன். அவளும் என்னையே உற்றுநோக்கிக்கொண்டிருப்பது தெரிந்தது. அன்று மாலை ஷூட்டிங் முடிந்து செட்டிலிருந்து வெளியே வரும்போது அவள் என் அத்தையின் பெயரைச் சொல்லி, "நீங்க அவுங்க தம்பி பிள்ளைதானே?" என்று கேட்டாள்.

"ஆமாம், உங்களுக்கு எப்படித் தெரியும்?"

"என்னைத் தெரியலையா? உங்க பெரியப்பா பிள்ளை சாமா ஐயரோட எங்க வீட்டுக்கு வருவீங்களே?"

என்னால் நினைவுபடுத்திக்கொள்ள முடியவில்லை. "நான் சுந்தரம் இல்லீங்களா? உங்க அண்ணா உள்ளே

போயிருக்கறப்போ நாம இரண்டு பேருந்தானே ஒரு நாள் தாழ்வாரத்தில் உட்கார்ந்து பேசிண்டிருந்தோம்? என்னைத் திருவாசகமெல்லாம் ஒப்பிக்கச் சொன்னீங்களே?"

உண்மையில் அப்படி இல்லை. என்னுடைய பாட புத்தகத்தில் இரண்டே பாடல்கள் இருந்தன. அதை நான் சொல்ல அவள் கடகடவென்று தானாகவே ஒப்பிக்கத் தொடங்கினாள்.

நான் அவளை ஏற இறங்கப் பார்த்தேன். அந்த ஒல்லியான, சோகமான பெண்ணா இப்படி மாறியிருக்கிறாள்! அவளுடைய முகத்திலும் உடலிலும்தான் எவ்வளவு உறுதி!

"அம்மா வரலியா?" என்று ஜெயசந்திரிகாவைக் கேட்டேன்.

"எங்க பாட்டி ஒருத்தி காலமானான்னு போன வாரம் தான் ஊருக்குப் போனாங்க. என்னால் இப்போதான் போக முடியுது."

"நீ போட்மெயிலிலேயே போயிருக்கலாமே? இந்த வண்டி பத்தடிக்கு ஒரு தடவை நின்னு நின்னு போகுமே?"

பிளாட்பாரத்தில் சிறிது சிறிதாகக் கூட்டம் அதிகரிக்கத் தொடங்கியது. சிலர் ஜெயசந்திரிகாவை அடையாளம் கண்டுகொண்டு அவளையே முறைத்துப் பார்த்துக்கொண்டு நின்றார்கள். அவள் கிரிஜா என்ற பெயரில் கண்ணன் வேடம் அணிந்துகொண்டு தோள் மீது துணியில்லாமல் நிற்க வேண்டியதற்குக் கூச்சப்பட்ட நாளை நினைத்துப் பார்த்தேன்.

"மாமியும் வராங்களா? வண்டியிலே ஏறியிருக்காங்களா?" என்று ஜெயசந்திரிகா கேட்டாள்.

"மாமி எங்கிட்டே இருக்கப் பிடிக்காமே ஊருக்குப் போயிட்டாங்க."

"உங்களைப் பிடிக்காம போகுமா, சார்?"

"அவளுக்குப் பிடிக்கலே. இப்போ என்னை மட்டுமில்லாமே வாழ்க்கையே அவளுக்குப் பிடிக்காமப் போயிடுத்து."

"ஐயையோ!"

"பயப்படாதே. ஒண்ணும் ஆயிடலே. கொஞ்சம் புத்தி பிசகிப் போயிடுத்து. சரியாயிடும்."

"அப்படீங்களா சார்? ஏன் சார்?"

"ஏன்னு என்ன சொல்றது? அவளுக்கு எம்மேல சந்தேகம் பிடிச்சுடுத்து. தினம் ஒருத்திக்கிட்டே நான் போயிட்டு வரதா நினைச்சிண்டுட்டா. நான் அவளைத் தொட்டே பத்து வருஷத்துக்கு மேலாறது."

அவளுடைய டிரைவர் வந்தான். "எல்லாத்தையும் ஏத்திட்டேம்மா," என்றான்.

"நீ தனியாததான் போறியா?" என்று கேட்டேன்.

"ஆமாம் சார், நீங்களும் எம்பெட்டியிலே வந்துடுங்களேன்," என்றாள். நான் சாமாவை நினைத்துக்கொண்டேன்.

VI

1

நௌஷாத் சாப் நேற்று இரவு என்னோடு உணவருந்த வந்திருந்தார். நான் அவருடைய பாண்ட்ரா வீட்டிற்குப் பலமுறை சென்று விருந்து சாப்பிட்டிருக்கிறேன். அவர் என் வீட்டிற்கு வருவது இதுவே முதல் தடவை. என்றோ ஒருநாள் 'நீ உன் மனைவியோடு என்னை அழைத்தால்தான் உன் வீட்டிற்கு வருவேன்' என்று சொன்னதிலிருந்து என்னுடைய பல பார்ட்டிகளுக்கு அவரை அழைக்க எனக்குத் துணிவு வந்தது கிடையாது.

ராவல்பிண்டியில் எனக்கு ஒரு மாமா இருந்தார். அந்த மாமாவும் எப்போதும் ஒரு சிறு சிரிப்புடன் சிகரெட்டும் கையுமாக ஆகாயத்தைப் பார்த்தவண்ணம் உட்கார்ந்திருப்பார். ஒரு மந்த புத்தி மனிதன் செய்வதற்கோ சொல்வதற்கோ ஒன்றும் தெரியாமல் அசட்டுச் சிரிப்புத் தெரிய உட்கார்ந்திருப்பது போலத் தெரியும். ஆனால் அவர் அறியாத விஷயம் கிடையாது. அவரால் தெரிந்துகொள்ள முடியாத புதிர் ஏதும் கிடையாது. நௌஷாத் சாப் கண்ணில்பட்டால் உடனே என் சிகரெட்டைக் கீழே போட்டு மிதித்துவிடுவேன். அவர் சௌகரியமாக உட்காராதவரை நான் நின்று கொண்டிருப்பேன். ஹிந்துஸ்தானின் மிகச் சிறந்த நடிகன் என்று பெயர் வாங்கி, நான் கேட்கும் முன் அவர்களாகவே சினிமாத் தயாரிப்பாளர்கள் என் ஊதியத்தை லட்சக்கணத்தில் பெருக்கிய பிறகுகூட நௌஷாத் சாப் பொறுத்தவரை என்

நடவடிக்கை ஒரு பள்ளிச் சிறுவனுடையது போலத்தான் இருக்கும்.

என் சித்தி, என் சித்தியுடைய சித்தி, என்னுடைய ஒன்றுவிட்ட பெரியப்பா, பெரியப்பாவின் இரு மனைவிகளின் ஐந்து சகோதர, சகோதரிகள், பெஷாவரில் எங்களுடைய பக்கத்து வீட்டில் வீட்டு வேலை செய்துகொண்டிருந்த யாகூபின் மைத்துனன் என என் வீட்டில் முப்பதுக்கு மேல் நபர்கள் வீட்டின் வெவ்வேறு பகுதியில் பெட்டி படுக்கை வைத்துக்கொண்டு, சமையலறையில் சென்று வேண்டியதைச் சமைத்து உண்டுகொண்டு ஒரு விசித்திரமான வாழ்க்கை நடத்தினார்கள். எனக்கு வேலைக்காரர்களை மெஹ்பூப் சாப் எப்போதோ அமர்த்திக்கொடுத்தார்கள். அவர்கள் அப்படியே தொடர்ந்துவந்தார்கள். இந்த வேலைக்காரர்கள் ஊருக்கு எங்கேயாவது போனால் அவர்களாக ஒரு ஆளை மாற்றுக் கொண்டுவருவார்கள். அவர்கள் திரும்பி வந்த பிறகும் இந்த மாற்று ஆள் அப்படியே இருப்பான். எங்கோ யாருடைய பணமோ யாருக்கோ உணவாகிக்கொண்டிருந்தது.

உணவாக மட்டும் செலவாகிக்கொண்டிருக்கவில்லை. உடை, உடல், குடி, புகை, கார், நகை... என் அப்பா அம்மாவைக் கண்டுபிடிக்க முடியவில்லை. நான் வளர்ந்து சம்பாதிக்கத் தொடங்கிய பின் என் அம்மாவுக்கு ஒரு கஜம் துணி வாங்கித் தரவில்லை. ஒரு தோலா லவங்கம்கூட வாங்கித் தரவில்லை. என் அப்பா வெகு நாட்களுக்கு மூக்குக் கண்ணாடியில் ஒரு பக்கம் சரி பாதியாக உடைந்த கண்ணாடியோடுதான் சமாளித்துவந்தார். அவருக்கு நான் ஒரு ஜதை செப்பல் வாங்கித் தரவில்லை. ஒரு பாக்கெட் பாஸிங் ஷோ வாங்கித் தரவில்லை. இங்கே ஹிந்துஸ்தானில் நான் எவ்வளவு நபர்களின் வாழ்க்கைக்குப் பொறுப்பாகி விட்டேன்? என் பணமே யாரையும் உண்மை பேசவிடாதபடி தடுத்தது. எனக்கு எது நலனாயிருக்கும், இருக்காது என்று நிர்ணயிக்க முடியாதபடி செய்தது. எவ்வளவு நடிகர்கள், நடிகைகள், அவர்களுடைய உறவினர்கள், தயாரிப்பாளர்கள், டைரக்டர்கள், டெக்னிஷியன்ஸ், கடைக்காரர்கள், ஹோட்டல் நடத்துபவர்கள், நவாபுகள், ஜமீன்தார்கள், பெரும் நெசவு மில் அதிபர்கள், ஏற்றுமதியாளர்கள், ஐ.ஏ.எஸ். அதிகாரிகள், மந்திரிகள், முதல் மந்திரி, பிரதம மந்திரி, ஜனாதிபதி– இவ்வளவு ரகங்களில் நான் கைகுலுக்காத ரகத்தினர் கிடையாது. எல்லாருமே ஏதோ ஒரு தோற்றத்தைப் பார்த்து, அதுதான் நான் என்று நினைக்கிறார்கள். அந்தத் தோற்றத்தில் தவறில்லை. அது என்னுடையதுதான். ஆனால் நான் அது

மட்டுமல்லவே. உண்மையில் இப்போது அந்தத் தோற்றம் எவ்வளவு சலிப்பூட்டுகிறது! மனக் கசப்பளிக்கிறது!

நான் நௌஷாத் சாப் அருகில் ஒரு டின் 555 வைத்துவிட்டு ஒரு சோபாவின் ஓரமாக உட்கார்ந்திருந்தேன். என் உறவினர்கள் அவ்வப்போது வந்து எட்டிப் பார்த்துவிட்டுப் போனார்கள். பாதிப் பேருக்கு சினிமாவில் பாட சான்ஸ் வேண்டும் என்று ஆசை. ஒருவரும் நேரிடையாக என்னிடம் சொன்னது கிடையாது. நான் நௌஷாத் சாபோடு பேசிக் கொண்டிருக்கும்போது ஏதேதோ அறைகளிலிருந்து யார் யாரோ திடீர் திடீரென்று ஒரு வரி அல்லது இரு வரிகள் பாட்டுப்பாடுவார்கள். சினிமாக்காரன் வீட்டிலேயே இருந்து கொண்டு சினிமாக்களில் வருவதுபோல நிஜ வாழ்க்கையிலும் நேரும் என்று எதிர்பார்க்க இவர்கள் கண்கள் எவ்வளவு குருடாகிவிட்டன! அதிலும் பெரியம்மா ஏன் இவ்வளவு பைத்தியக்காரியாக நடந்துகொள்கிறாள்?

வெகுநேரம் மௌனமாகப் புகைபிடித்துக்கொண்டிருந்து விட்டு நௌஷாத் சாப் எழுந்தார். “நான் போய்விட்டு வருகிறேன்” என்றார். ஹாலைத் தாண்டி வெராண்டாவுக்கு வந்தோம். அங்கே உட்கார்ந்திருந்த அவருடைய டிரைவர் அவரைக் கண்டவுடன் வண்டியை எடுத்துவர ஓடினான்.

“யூசுப், கோபித்துக்கொள்ளாதே. எனக்கு ஏதோ சரியாக இல்லை என்று தோன்றகிறது. உன் உறவினர்கள் யாராவது இருந்தால் சொல்லு. இல்லாது போனால் நான் என் மனைவியிடம் சொல்கிறேன். நீ சீக்கிரம் கல்யாணம் செய்துகொண்டுவிடுவது நல்லது. இல்லாது போனால் என்று நான் சொல்ல வேண்டியதில்லை.”

அடியில் கடிதம் போட்டிருந்தான். “இந்த வருடம் தன் பிறந்த தினத்தன்று பாபா பேசப்போகிறார். கட்டாயம் பேசுவார். தாங்கள் அந்த வைபவத்தில் கலந்துகொள்ள வேண்டும்.”

எனக்கு இந்த மெஹர் பாபா விஷயத்தில் ஒன்று நிச்சயமாகத் தெரிந்தது. பாபா சொற்களை நம்புவதில்லை. அவருடைய பணி அவரை அணுகுகிறவர்களுக்கு உதவுவது. அவருக்கு அதற்குச் சொற்கள் பயன்படுவதில்லை.

பாபா உதவுகிறாரா? எனக்குத் தெரிந்தே பல நபர்கள் அவர் படத்தை வீட்டில் மாட்டியிருக்கிறார்கள். அவருடைய நூல்களைப் படிக்கிறார்கள். அவர்களை அப் புத்தகங்கள் அலுப்படையச் செய்யும்போது அவரைப்

பற்றி எழுதப்பட்ட நூல்களைப் படிக்கிறார்கள். வாரம் ஒருமுறை கூடுகிறார்கள். கண் மூடி தியானம் புரிகிறார்கள். நான் இதற்கெல்லாம் பணம் தருவதைத் தவிர வேறேதும் செய்வதில்லை. என்னால் கண்ணை மூடி ஒரு நிமிடம் இருக்க முடியவில்லை. பூதம் பிசாசு தோன்றுவதில்லை. அப்பா அம்மா வருகிறார்கள். இன்னும் யார் யாரோ வருகிறார்கள். எல்லாரும் என் பாவச் சுமையை என் தோள்மீது வைத்து அழுத்துகிறார்கள். என்னைக் கடுமையாக வசைபாடுகிறார்கள். நாயே, பன்றியே என்கிறார்கள். இவர்களுக்காகவே நான் கண்களை மூடுவதில்லை. என் கண்கள் ஒரு நிரந்தரச் சிவப்பு நிறம் பெற்றுவிட்டன. என் கறுப்புக் கண்ணாடி இதைப் பிறருக்குப் புலப்படுத்தாமல் இருக்கலாம். ஆனால் எனக்குத் தெரியும். வாயே திறவாமல் கண்களை மட்டும் வைத்துக்கொண்டு இயங்கும் மெஹர் பாபாவுக்குத் தெரியும். அல்லது தெரிந்திருக்க வேண்டும். கடைசியாக அகமது நகர் சென்றபோது அவரருகில் சென்றவுடன் கறுப்புக் கண்ணாடியைக் கழட்டிவிட்டேன். பாபாவின் முகத்துக்கும் கோபால்ஜியின் முகத்துக்கும்தான் எவ்வளவு ஒற்றுமை! கோபால்ஜி மூக்கு இந்திய மூக்கேயல்ல. இந்த மதராஸிக்கு அந்த இரானிய மூக்கு எப்படி வந்து சேர்ந்தது?

நான் பஸ்ஸரை அழுத்தினேன். என் ஏர்கண்டிஷண்டு அறைக்கு இருந்த ஒரே கதவைத் திறந்துகொண்டு அன்வர் எட்டிப்பார்த்தான்.

"முன்ஷி சாப் வந்தவுடன் என்னை வந்து பார்க்கச் சொல்லு. உடனே மதராஸுக்கு ஒரு டிக்கெட் புக் பண்ணச் சொல்லு."

"சரி, பாய்ஜான்."

என்னை பாய்ஜான் என்று உண்மையாக அழைக்க வேண்டியவர்கள் எங்கோ தெரியாத இடத்தில் இருக்கிறார்கள். இங்கு பம்பாயில் நேற்று வந்து இந்த வீட்டில் உட்கார்ந்தவன் இன்று என்னை பாய்ஜான் என்று அழைக்கிறான்.

எனக்கு மதராஸ் நினைவு வந்ததற்கு இன்னொரு காரணமுமிருக்கிறது. கோபால்ஜியின் மகன் இறந்த பிறகு அவர் ஸ்டூடியோவுக்கு வருவதையே விட்டுவிட்டார். நான் ஒருமுறை அவரைத் தேடிப் போனேன். வீடு பூட்டியிருந்தது. டிரைவரை விட்டு விசாரிக்கச் சொன்னேன். அவன் மதராஸி மொழியில் சொன்னது அனைத்தும் புரியாவிட்டாலும் கோபால்ஜி ஊரில்தான் இருக்கிறார், அவருடைய மனைவியை

எங்கோ கொண்டு போய்விட்டார்கள் என்று தெரிந்தது. வரதன் விசாரித்துச் சொல்வதாக இருந்தான். முடிந்தால் கோபால்ஜியையே அழைத்து வந்து விடுவதாகச் சொன்னான். ஆனால் அதெல்லாம் நடக்கவில்லை. நான் அடுத்த முறை மதராஸ் சென்றது இன்னொரு படத்திற்கு. இந்த முதலாளி மிகவும் முன்னுக்கு வந்துவிடுவான். தினம் ஒரு பாட்டில் விஸ்கி வாங்கி வைத்துக்கொண்டு ஹோட்டல் அறைக்கு வந்துவிடுவான்.

அவனுடைய வீட்டில் அவன் மனைவி குழந்தைகளுடன் அவனுடைய அம்மாவும் இருந்தார்கள். என் அறையில் குடித்துவிட்டு வீட்டுக்குக் கிளம்பும் நேரத்தில் அவன் இடது கால் செருப்பை வலது காலுக்கு மாட்டியிருப்பான். அவன் சொல்ல முயலும் சொற்கள் பற்களாலும் நாக்காலும் ஒழுங்காக வடிவம் பெற முடியாமல் வாயிலிருந்து வழுக்கி வெளியே விழும். அவனுடைய பாண்ட்டையெல்லாம் நனைத்துக் கொண்டிருப்பான். இப்படி வீட்டுக்குப் போவதற்குப் பதிலாக வீட்டிலேயே குடித்துவிடலாம். இவன் என்னை அடிக்கடி இன்னும் ஏதாவது வேண்டுமா என்று கேட்டவண்ணம் இருந்தான். அவன் இன்னும் ஏதாவது என்று விசாரித்ததை அன்று மாலையே ஏற்பாடு பண்ணிவிட்டான். நான் ஷூட்டிங் முடித்து என் அறைக்குப் போனபோது அறையெல்லாம் மல்லிகைப்பூ சரங்களாகத் தொங்கின. என் கட்டிலை மணக்கட்டிலாக மாற்றியிருந்தான். படுக்கை முழுதும் ரோஜா இதழ்.

அந்தப் பெண் கோபால்ஜியைத் தெரியும் என்று சொன்னாள்.

◯

2

முதன்முறையாக முற்றிலும் முழுவதுமாக நான் சுதந்திர மனிதனாக மதராஸ் வந்து சேர்ந்தேன். இம்முறை ஷூட்டிங் என்று காத்திருக்க வேண்டியதில்லை. புரொட்யூசரின் விருந்துகள் கிடையாது. அசட்டு மனிதர்களின் அசட்டுப் பேச்சைக் கேட்டுக்கொண்டு அவர்களோடு குடிக்கவும் வேண்டியதில்லை.

ஹோட்டலில் என் சினிமாப் பெயரையே தராமல் பதிவு செய்துகொண்டேன். ரிசப்ஷனில் இருந்த ஹாண்டில் பார் மீசைக்காரனிடம், “நான் மதராஸுக்கு வரவில்லை. நான் இந்த ஊரில் இல்லவே இல்லை. எனக்காக விருந்தினர் யாரும் கிடையாது. எனக்கு ஒரு டெலிபோன் காலும் தர வேண்டாம்,” என்று சொன்னேன்.

அவன் எல்லாம் புரிந்ததுபோல “நோ பிராப்ளம், சார்” என்றான்.

பத்தே நிமிடங்களுக்குள், “சார், கால் ஃபிரம் ஸ்கிரீன் வீக்லி” என்று அறிவித்தான். நான் டெலிபோனையே உடைத்துவிடுவதுபோலத் திருப்பி வைத்தேன்.

ஐந்து நிமிடத்தில் ஷவரில் குளித்துவிட்டு வெளியே கிளம்பினேன். மதராஸ் வெயில் கடுமையாக இருந்தது. என்னுடைய கறுப்புக் கண்ணாடி இல்லாது போனால் நான் கண்ணையே திறக்க முடியாது. கண்ணைப் பாதுகாத்துக்கொள்ள முடிந்தபடி உடலைப் பாதுகாத்துக்கொள்ள

முடியாது. என் சருமம் அதற்கெனத் தனியாக உயிர் வந்து கெஞ்சுவதுபோல 'உள்ளே நிழலுக்குப் போ! தயவு செய்து நிழலுக்குப் போ!' என்று அழும். அது அழுவதற்கு அறிகுறியாக என்முன் கையிலும் கழுத்திலும் நூற்றுக்கணக்கில் சிறுசிறு பெண்ட்டகன்களும் ஹெக்ஸகன்களும் தோன்றும். என்னையே எண்ணெயில் போட்டு வறுத்து எடுத்த மாதிரி ஆகிவிடும்.

மதராஸிலேயே மிக உயரமான கட்டடம் என்பதைக் கட்டிக்கொண்டிருந்தார்கள். என் ஹோட்டலிலிருந்து டான் ஸ்டோர்ஸ் ஒருபுறம் செல்ல வேண்டும் என்றால் இது அதன் எதிர்ப்புறம். அங்கு ஒரு பெரிய புத்தகக் கடை இருந்தது.

நானும் கோபால்ஜியும் அந்தக் கடைக்கு இருமுறை சென்றிருந்தோம். அந்தக் கடையில் அவரைத் தெரிந்தவர்கள் இரண்டு மூன்று பேர் இருந்தார்கள். அதிலும் தோத்தி கட்டிய ஓர் ஆள் எங்களிருவரையும் விடாப்பிடியாகப் பிடித்துக்கொண்டான்.

நான் எப்படியும் பாண்டிச்சேரி போய் அங்குள்ள ஆசிரமத்துக்குப் போக வேண்டும் என்று திரும்பத் திரும்பச் சொன்னான். நான் என் குருவைக் கண்டாகிவிட்டது என்று சொன்னேன்.

"உங்களுக்கு எவ்வளவோ குருக்கள் கிடைப்பார்கள். ஆனால் அம்மா கிடைக்கமாட்டார்கள். இங்கே உங்கள் அம்மா இருக்கிறாள். போங்கள்" என்றான். இந்த அம்மாவிடம் ஒரு சங்கடம், எல்லாரும் எல்லா நாளும் போய்ப் பார்த்துவிட முடியாது. "அவள் பார்க்கவே வேண்டாம். நீங்கள் அவளை நினைத்த மாத்திரத்திலேயே அவள் உங்கள் பாதுகாப்பை மேற்கொண்டுவிடுவாள்" என்ற அந்த ஆள் சொன்னான்.

கோபால்ஜி பதிலே சொல்லாமல் மாறாத புன்னகையோடு கேட்டுக்கொண்டிருந்தார். நான்தான் பதில் சொல்ல வேண்டிய நிர்ப்பந்தத்தில் இருந்தேன்.

"சரி, சரி. அம்மா என்னைக் கூப்பிடட்டும். நான் கட்டாயம் போகிறேன்," என்றேன். அன்று அந்த ஆளிடமிருந்து தப்பித்தால் போதும் என்றிருந்தது. இன்று அவனைத்தான் தேடிச்சென்றேன்.

இந்தப் புத்தகக் கடைக்குத்தான் எவ்வளவு உயரத்தில் கூரை! இப்போது இந்த உயரம் எளிதாக ஒரு மூன்று மாடிக் கட்டடம் ஆகிவிடும். ஆனால் நூற்றாண்டுகளுக்கு முன்பு பெரிய அளவில் கட்டப்பட்ட எல்லாக் கட்டடங்களுக்குமே

கூரையை ஆகாயத்தருகில் கொண்டுபோய்க் கட்டியிருந்தார்கள். மனிதனின் ஜம்பம் ஒரு காரணம். எல்லாப் பெரிய முயற்சிகளுக்குமே ஜம்பம்தான் காரணம். இன்னொரு சிறிய காரணம், என் போன்றவர்கள் வெயில் கடுமையிலிருந்து சிறிது ஆசுவாசம் பெறுவதற்கு.

"குட்மார்னிங், மிஸ்டர் சத்யன்குமார்! ஆல் தி புக்ஸ் யு ஹாட் ஆர்டர்ட் ஹாவ் கம்!" என்ற குரல் கேட்டு ஒரு கணம் சுருங்கினேன். தான் என்ன செய்கிறோம், என்ன சொல்கிறோம் என்று ஊருக்கெல்லாம் பறைசாற்றி விட்டுத் தான் செய்ய வேண்டுமா?

"திஸ் இஸ் எ பிரைவேட் விஸிட், ஐ வாண்ட் இட்டு ரிமெய்ன் ஸோ" என்று அந்த மனிதனிடம் என் பற்களுக்கிடையிலிருந்து சீறினேன். அவன் உற்சாகம் குறைந்தவனானான்.

"தாங்கள் ஆர்டர் செய்திருந்த புத்தகங்களைக் கொண்டு வரட்டுமா?" என்று கேட்டான்.

"சாரி... வேண்டாம். பம்பாய்க்கு அனுப்பித்துவிடுங்கள். எல்லாச் செலவுக்கும் மொத்தமாக இப்போதே பணம் கட்டி விடுகிறேன். எனக்கு இன்னொரு உதவி புரிய வேண்டும்."

"என்ன?"

"உங்கள் நண்பர் கோபால் இப்போது எங்கிருக்கிறார்?"

அவனுக்குப் புரியவில்லை. நினைவும் இல்லை என்று எனக்குத் தோன்றியது.

"யார்? யாரைச் சொல்கிறீர்கள்? இங்கே மானேஜர் பெயர் கோபால்."

"அவரைச் சொல்லவில்லை. என்னுடன் இருமுறை அவர் இங்கு வந்திருக்கிறார். நீங்கள்கூட நான் ஆரபிந்தோ ஆஷ்ரம் செல்ல வேண்டும் என்று சொன்னீர்கள்..."

"போகலாமே! இங்கிருந்து நூறு மைல்தான்."

"அதைச் சொல்லவில்லை. அன்று என்னுடன் ஒரு நண்பர் வந்திருந்தார். மதராஸ் நண்பர். அவர் உங்களுக்கும் நண்பர். அவரை நான் பார்க்க வேண்டும்."

அந்த ஆரபிந்தோ ஆஷ்ரம் அபிமானியிடம் நான் சொன்னது ஏதும் பயன்படவில்லை. எனக்கு அந்தப் பழைய ஸ்டூடியோ மனிதர்களைத் தேடிப் போவதில் விருப்பமில்லை.

ஒரு மனிதன் ஒரு துறையில் பத்து வருடம் பதினைந்து வருடம் பணிபுரிந்துவிட்டு எப்படி அடையாளமே விட்டு வைக்காமல் மறைந்து போய்விட முடியும்? எல்லாரும் தெரியும் என்றார்கள். எங்கே என்று கேட்டால் தெரியாது என்றார்கள். அவர்கள் ஒவ்வொருவருக்கும் இப்படித்தான் ஒரு நாள் நடக்கும் என்ற எண்ணமிருந்தால் ஒருவேளை அவர்களைச் சுற்றியிருப்பவர்கள் பற்றி இன்னும் அதிகக் கவனம் இருக்கலாம்.

ஒரு டாக்ஸி பிடித்து, "ஜெயசந்திரிகா ஹவுஸ்" என்றேன். அவன் ஹிந்திப் படம் பார்ப்பவன். என்னை உடனே அடையாளம் கண்டுகொண்டான். அவன் பையில் இருந்த நோட்டுகளில் புதிதாக இருந்த ஒன்றை எடுத்து "ஆட்டோகிராப், சார்" என்றான்.

மீட்டரைப் போடாமலேயே வண்டியைக் கிளப்பினான். எனக்கும் இந்த மீட்டர் விஷயம் நினைவில் இருக்க நியாய மில்லை. நானாக டாக்ஸி அமர்த்திக்கொண்டு வெளியில் சென்று பல ஆண்டுகள் ஆகின்றன.

ஆனால் முந்தைய தினம் பம்பாயில் மஹாலக்ஷ்மியருகில் ஷூட்டிங். ஜீவன் டாக்ஸி டிரைவர். "மீட்டரைப் போடு" என்று சொல்லிவிட்டு நான் ஏறுகிறேன். "மீட்டர் பராபர் நை ஹைசாப்" என்று ஜீவன் பதில் தர வேண்டும். இது மூன்று டேக் ஆயிற்று.

"நான் உங்கள் படங்களை முதல்நாளே பார்த்துவிடுவேன் சார்," என்று டாக்ஸி டிரைவர் சொன்னான். என்னுடைய ஆரம்பப் படங்களைக்கூடப் பார்த்திருந்தான் அவனுடைய பாராட்டில் ஓர் அபரிமிதப் பக்தி இருந்தது. மதராஸ்காரர்களுக்கே இந்த மாதிரிப் பக்தி அதிகம் என்று நினைத்துக்கொண்டேன். பம்பாயிலும் கூட்டம் கூடும். காத்திருப்பார்கள். ஆனால் இத்தகைய பக்தி கிடையாது. உண்மையில் திட்டுவார்கள். மதிப்போ மரியாதையோ காட்டமாட்டார்கள். பணக்கார ரசிகர்கள் விஷயம் மாறுபட்டதல்ல. நினைத்தால் பார்ட்டிக்கு வா என்பார்கள். பத்தாயிரக் கணக்கில் பணத்தை பிளாக் மார்க்கெட் விஸ்கியில் கரைப்பார்கள். ஒருவனின் மங்கு தசை தொடங்கிவிட்டது என்று தெரிந்தவுடன் அப்படியே கைவிட்டுவிடுவார்கள். அவர்களுடைய நினைவுச் சிதறலில்கூட அவன் தோன்ற மாட்டான்.

"நீங்கள் ஜயசந்திரிகாவுடன் நடிக்கப் போகிறீர்களா?" என்று டாக்ஸி டிரைவர் கேட்டான்.

"தெரியாது. இப்போதைக்கு இல்லை."

"ஆனால் அவர்களைப் போய்ப் பார்க்கிறீர்களே?"

"சேர்ந்து நடித்தால்தான் போய்ப் பார்க்க வேண்டுமா?"

"இல்லை, சார்."

தெருவில் மக்கள் நிறையக் காணப்பட்டார்கள். என் சருமம் சிறிதளவு வெயிலிலும் தவிக்கும் அளவுக்கு இவர்களுடையது தவிக்காது. ஆனால் இது இவர்களுக்குச் சுகமளிக்கப் போவதும் கிடையாது. வெயிலும் மழையும் பனியும் காற்றும் எல்லாருக்கும் எல்லாக் காலங்களிலும் ஒரே மாதிரிதான் இருந்திருக்கிறது.

இன்று வெயிலில் இவர்களைப் போலப் பத்தாயிரம் ஆண்டுகளுக்கு முன்பும் மக்கள் வறுபட்டுக்கொண்டிருந்திருப் பார்கள். ஆனால் இப்படிக் கூடிக்கூடிப் பேசிக்கொண்டிருந் திருப்பார்களா? ஏன் எல்லாரும் அப்படி அப்படியே நின்று பரபரப்புடன் ஏதோ பரிமாறிக்கொண்டிருக்கிறார்கள்?

ஜெமினி ஸ்டூடியோ அருகே பெரியதொரு சாலை மைய வளையம். எங்கள் வண்டி நின்றுவிட்டது. ஒரே ஒரு போலீஸ்காரன் நாற்புறத்திலிருந்தும் குழப்பமாக வந்து குவிந்துவிட்ட வண்டிகளைப் பிரித்து நகரச் செய்ய முயன்று கொண்டிருந்தான். எங்கள் வண்டியை உரசிவிடுவதுபோல நாற்புறமும் வண்டிகள், ஒரு சைக்கிள்காரன் ஒரு கையால் நானிருந்த வண்டியைப் பிடித்துக்கொண்டு காத்திருந்தான். டாக்ஸிக்காரனிடம் அவன் ஏதோ மதராஸி மொழியில் சொன்னான். இவன் 'எப்போது? எப்போது?' என்பது போலக் கேட்டான். அவன் என்ன சொன்னான் என்று எனக்குப் புரியவில்லை.

சாலைப் புதிர் சிறிது தீர்க்கப்பட்டு எங்கள் வண்டி கிளம்ப முடிந்தவுடன் டாக்ஸி டிரைவர் என்னிடம் கேட்டான், "உங்களுக்குச் செய்தி தெரியுமா?"

"எதைப் பற்றிக் கேட்கிறாய்?"

"உங்களுக்குத் தெரியாதா?"

"நீ எதைப் பற்றிக் கேட்கிறாய் என்று தெரியாமல் நான் என்ன சொல்ல முடியும்?"

“பண்டிட்ஜி பற்றி.”

“என்ன பண்டிட்ஜிக்கு?”

“இன்று காலையிலிருந்தே அவருடைய உடல்நிலை சரியில்லை.”

“என்ன சொல்கிறாய்? போன மாதம்கூட அவர் குலூவாலி சென்று மட்டக் குதிரை மீது சவாரி செய்யும் புகைப்படம் பார்த்தேன்.”

“இருக்கலாம். எல்லாம் சிறிது நேரத்திற்கு முன்பு முடிந்துவிட்டது.”

“என்ன சொல்கிறாய்?”

“ஆமாம், சார். பண்டிட் நேரு செத்துவிட்டார்.”

3

ஜெயசந்திரிகாவின் வீடு போய்ச் சேர்ந்த வுடன் *ஹிந்து* பத்திரிகைக்கு டெலிபோன் செய்து விசாரித்தேன். உண்மைதான். பண்டிட் ஜவஹர்லால் நேரு பகல் இரண்டு மணி அளவில் இறந்துவிட்டார்.

நான் ஒன்றும் பேச முடியாமல் நிலையற்று உட்கார்ந்துவிட்டதைக் கண்டு ஜெயசந்திரிகாவும் அவளுடைய அம்மாவும் மிகவும் கலவரப்பட்டு விட்டார்கள். இதைவிட இன்னும் நெருக்கடியான சம்பவங்கள் ஒரு திரைப்படத்துக்கென எடுக்கும் போது எங்கள் உடல் முகபாவம் இப்போதைவிட இன்னும் தீவிரமாக இருக்கும். ஆனால் நாங்கள் களைத்துப்போவோம். நிலையற்றுப் போக மாட்டோம். பார்க்கப்போனால் மனம் மிக இலேசாக இருக்கும். உற்சாகமாகக்கூட இருக்கும்.

ஆனால் இப்போது அந்த இரு பெண்மணி களும் என்ன செய்வது, என்ன பேசுவது என்று புரியாமல் தவித்தார்கள். திடீரென்று அந்த வீட்டில் ஒவ்வொரு வாசற்படியருகிலும் யாராவது ஒரு ஆள் அல்லது பெண் தோன்றியது மாயவித்தை காட்டுவதுபோல இருந்தது. எங்களை இவ்வளவு நபர்கள் நாங்கள் அறியாதபடி கவனித்தவண்ணம் இருக்கிறார்கள்.

அவர்கள் ஒருவரிடமும் நேருஜியின் மரணம் விசேஷ பாதிப்பை ஏற்படுத்தியதாகத் தெரிய வில்லை. அவர்கள் கண் முன்னால் அவர்கள் கூரையடியில் இந்தியாவின் மிகப் புகழ்பெற்ற நடிக

நட்சத்திரம் உட்கார்ந்திருக்கும்போது எங்கோ ஆயிரத்தைந் நூறு மைல் தொலைவில் சவமாகக் கிடக்கும் ஒரு நபர் அவர்களுக்குப் பெரிய விஷயம் இல்லை

பின்னொரு நாள் நான் உயிரை விடும்போதும் இதே போல இன்னோர் இடத்தில் அல்லது பல இடங்களில் நிகழக்கூடும்.

"எனக்குக் கொஞ்சம் தனிமை வேண்டும். மன்னிக்கவும். நான் உங்களைப் பிறகு வந்து பார்க்கிறேன்" என்று சொல்லி விட்டு எழுந்தேன்.

உடனே ஜெயசந்திரிகாவும் அவளுடைய அம்மாவும் தெளிவு பெற்றவர்களாக மாறினார்கள். அவளுக்குத் தெரிந்த ஹிந்தியில் தாயாரானவள், "நீங்கள் இங்கேயே இருக்கலாம். இது எங்கள் பாக்கியம். இங்கேயே தங்கலாம்" என்றாள். எனக்கும் ஜெயசந்திரிகாவுக்கும் முதல் சந்திப்பு ஏற்பாடாகி யிருந்தபோது அவளும் தன் பெண்ணுடன் வந்திருந்தாள்.

அந்தரங்கமான தருணத்தில் ஒருவன் எப்படி எல்லாம் நடந்துகொள்வான், என்ன வக்கிரமான உந்துதல்கள் அவனிடம் செயல்படும் என்பதை ஒரு மாதிரி ஊகித்தறிந்த பிறகே தன் பெண்களை அவனிடம் ஒப்படைத்துப் போகலாம் என்ற எண்ணத்துடனும் முன் ஜாக்கிரதையுடனும் வந்திருந்தாள்.

ஜெயசந்திரிகா போன்றதொரு பெண் இப்படித் தன் தாயாரின் ஆதிக்கத்தில் இருப்பது ஒரு விதத்தில் அவளுடைய முன்னேற்றத்துக்கு முட்டுக்கட்டையாக இருக்கும்போலத் தோன்றினாலும் நீண்டகாலப் பார்வையில் விபத்துக்கள் குறைவாகவே நேரக்கூடிய அனுகூலம் உண்டு. மனித இயல்பின் அனுபவச் சுரங்கமாக அவள் என் கண்ணுக்குத் தோன்றினாள்.

"நான் மீண்டும் சந்திக்கிறேன். ஓரிரு நாட்கள் மதராஸில் தான் இருப்பேன். இப்போது நான் உடனே போயாக வேண்டும்," என்று உறுதியாகச் சொன்னேன்.

"நம் வண்டியிலேயே போங்கள். இந்த வண்டியை உங்களிடமே வைத்திருங்கள். டிரைவர்!" என்று ஜெயசந்திரிகா வின் அம்மா கூவினாள். நான் அவர்களைக் கடந்து செல்லும்போது தாய், மகள் இருவரும் சற்றே முகம் சிவந்த மாதிரித் தோன்றியது. அந்த நாணத்தின் நளினத்தை நான் அன்றுவரை எங்கும் கண்டதில்லை. ஆண் – பெண் உறவின் எல்லையற்ற பரிமாணங்களை அந்த ஒரு நொடிப் போது காட்டுவதாக எனக்குத் தோன்றியது.

அவர்களுடைய டிரைவர்கூட எனக்கு விசேஷமாகப் பட்டான். அவன் அந்த மோட்டார்கார் ஸ்டியரிங் சக்கரத்தின் பின்னால் உட்காரவில்லை என்றால் ஒரு பழங்காலப் பள்ளிக் கூடத்தின் தலைமை ஆசிரியர் என்று நினைக்கக்கூடும். காரைக் கிளப்பும்போதும் ஓட்டிக்கொண்டிருக்கும்போதும் ஒரு கணம்கூட காரின் இஞ்சினின் சக்தியைச் சிறிதளவுகூட வீணாகப் பயன்படுத்தவில்லை.

இதெல்லாம் என் மனதில் தோன்றிக்கொண்டிருந்தபோது பண்டிட் நேருவின் நினைவு என்னைக் கவ்விக்கொண்டிருந்தது. அவரைப் பற்றிய உணர்வு என்னை மூச்சுத் திணறும்படி செய்யாதிருந்தால் என் கவனம் இவ்வளவு கூர்மையாகச் செயல்பட்டுக்கொண்டிருக்காது என்றும் தோன்றியது.

நான் பெரிய நடிகன், நட்சத்திரம் என்றானபோதுகூட டில்லி பற்றி அதிகம் அறியாதவனாக இருந்தேன். என் சினிமா வாழ்க்கை என்னை டில்லியிடம் அதிகம் அழைத்துச் செல்லவில்லை. முதன் முறையாக இந்திய அரசாங்கமே ஒரு பரிசளிப்பு விழா ஏற்பாடு செய்தது. அப்போது அரசியல் காரர்களும் அரசாங்கத்துக்காரர்களும் சினிமாத் துறை அவர்களுக்கு வலுவூட்டக்கூடிய சாத்தியத்தை அதிகம் அறிந்திருக்கவில்லை.

அந்த விழாவுக்கு ஒரு மந்திரியும் ஒரு சில அதிகாரி களும் வந்திருந்தார்கள். ஆனால் பல மந்திரிகளுடைய குடும்பங்கள், உறவினர்கள் நிரம்பியிருந்தார்கள். என்னைப் பார்க்க வேண்டும் வேறு நடிகர்களைப் பார்க்க வேண்டும் என்று அவர்கள்தான் எவ்வளவு துடித்துக்கொண்டிருந்தார்கள்.

எனக்கு எல்லாருமே ஏதோ நிர்ப்பந்தத்தின் பேரில் அந்த விழாவை நடத்தித்தந்த மாதிரி இருந்தது. நான் முள் மீது உட்கார்ந்திருப்பது போலச் சடங்கடப்பட்டேன்.

என்னுடைய திரை வாழ்க்கையின் ஆரம்ப காலத்தில் எனக்குப் பிரதான வேடம் தந்த நபருக்கு அந்த விழாவில் கௌரவ விருது தந்தார்கள். அவள் அந்த நாளில், அதாவது நான் பெஷாவரிலிருந்துகொண்டு பம்பாய், லாஹோர், கல்கத்தா சினிமாப் படங்களைப் பார்த்துக் கனவு கண்டு கொண்டிருந்தபோது, அவள் பம்பாயில் பெரிய சினிமா ஸ்டூடியோவும் நிர்மாணித்து அதன் முக்கியப் படங்களில் கதாநாயகியாகவும் நடித்துவந்தாள். அவளை ராணி சாஹிபா என்றுதான் நாங்கள் குறிப்பிடுவோம்.

நேருஜி அவளுக்கு ஒரு பிரத்யேக 'பிரேக்ஃபாஸ்ட்' அழைப்புத் தந்திருந்தார். தீன்மூர்த்தி பவனில் ராணி சாஹிபாவுடன் சென்றிருந்த எனக்கும் நேருஜியின் கைக்குலுக்கல் பெறும் வாய்ப்புக் கிடைத்தது.

ஐந்தாறு ஆண்டுகளுக்குப் பிறகு எனக்கே ஒரு பிரத்யேக அழைப்பு! முதலில் அவரைச் சந்தித்தபோது ஒரு சீமாட்டிக்குத் துணையாக வந்தவன் என்பதற்கு மேல் அவர் என்னை நினைத்துப் பார்த்திருக்க நியாயமில்லை. ஆனால் இந்த இரண்டாம் முறை அவர் என்னைப் பற்றிச் சற்றுத் தெரிந்து கொண்டிருந்தார்.

"எல்லோரும் உங்களை அனைத்துலக அளவில் மதிக்கிறார்கள். ஓர் இந்திய நடிகன் பற்றி அப்படிப் பேசும்போது எனக்கு எவ்வளவு பெருமையாக இருக்கிறது, தெரியுமா?" என்று சொன்னார். அவருக்கு சினிமாப் படங்கள் பார்க்க அவகாசமே கிடைத்ததில்லை.

அவர் அமெரிக்கா சென்றபோது ஜார்ஜ் ஆர்லிஸ் என்ற நடிகன் நடித்த 'கார்டினல் ரிஷ்லூ' படம் எப்படியாவது பார்த்துவிட வேண்டும் என்று அவருக்கு ஆசை. ஏனோ அதற்கு முன்னேற்பாடு செய்ய எல்லோரும் தவறிவிட்டார்கள். ஜனாதிபதி ட்ரூமன் முயற்சி எடுத்துக்கொண்ட பின்பும் அப்படத்தின் பிரதி ஒன்றை நேருஜி பார்க்க ஏற்பாடு செய்ய முடியவில்லை.

எனக்கு ஆச்சரியமாக இருந்தது. ஒரு பிரம்மாண்டமான நாட்டின் மிக முக்கிய மனிதர் நெடுநாளைய நண்பனிடம் அந்தரங்கங்கள் பரிமாறிக்கொள்வதுபோல என்னிடம் பேசிக் கொண்டிருந்தார்.

"பாருங்கள், மிஸ்டர் சத்யன்குமார், இரவு பன்னிரண்டு, ஒரு மணிவரை நான் மனிதர்களைச் சந்தித்துப் பேசி, அவர்கள் பேசியதைக் கேட்டு, என் அபிப்பிராயங்களைத் தெரிவித்து, உத்தரவுகள் பிறப்பித்து... இதற்கெல்லாவற்றுக்கும் பிறகுதான் சில நிமிடங்கள் எனக்குத் தனிமை கிடைக்கும்.

"நான் சிறுவனாக இருந்தபோது எனக்கு மகிழ்ச்சியளித்த பல தருணங்களின் நினைவு வரும். அதில் ஒன்று பஸ்டர் கீடனின் பேசாப்படம். அது ஒரு ரயில்வே இன்ஜின் டிரைவர் பற்றியது. அப்படியும் சொல்ல முடியாது. பஸ்டர் கீடன் இன்ஜின் டிரைவரானால் என்னென்ன நடக்கும் என்று கூறுவது போன்ற படம் அது.

மானசரோவர்

"எனக்குப் பல நேரங்களில் நானே பஸ்டர் கீடன் போலத்தான் இருக்கிறேன் என்று தோன்றும். நான் கொஞ்சம் விச்ராந்தியாகப் பார்த்த படம் 'லைலா மஜ்னு'."

"கதையில் லைலா, கையஸ் இரண்டு பேருமே பதினைந்து வயது தாண்டாதவர்கள். ஆனால் படத்தில் நடித்தவர்கள் இரண்டு பேருக்கும் நாற்பது ஐம்பது வயது இருக்கும் போலத் தோன்றிற்று. அந்த ஒரு குறை தவிர, மிக நன்றாக நடித்தார்கள். அப்புறம் நான் விசாரித்தேன். அவர்கள் இரண்டு பேருமே பாகிஸ்தான் போய்விட்டார்களாம். அவர்கள் போன்றவர்களைப் பற்றி நினைக்கும்போதெல்லாம் 'பாகிஸ்தான் என்று ஒன்று ஏற்படாது போயிருந்தால் எவ்வளவு நன்றாக இருக்கும்!' என்று தோன்றுவது உண்டு."

"எனக்கும் அப்படித்தான், பண்டிட்ஜி."

"நீங்கள் பார்ட்டிஷனில் வந்தவரா?"

"இல்லை. அதற்கு முன்னரே வந்துவிட்டேன்."

"ஆமாம், ஆமாம். மறந்துவிட்டது. நீங்கள் பெஷாவர்காரர். சொன்னார்கள்."

"பெஷாவர் பட்ஹான்."

"இன்று நான் இப்படிப் பேசக் கூடாது. நினைக்கக்கூடக் கூடாது. எனக்கு சினிமா பார்க்க நேரம் கிடைப்பதில்லை. அதற்கான விசேஷ ஆர்வமும் இல்லை. ஆனால் கோடிக் கணக்கான மக்களை உங்களைப் போன்றவர்கள் மகிழ்விக் கிறார்கள். அவர்களைப் புதிய புதிய உலகங்களுக்கும் அனுபவங்களுக்கும் அழைத்துப்போகிறார்கள். உங்களைப் பற்றி நிறையக் கேள்விப்பட்டிருக்கிறேன். மிஸ்டர் சத்யன்குமார். எனக்குச் சிறிது பொறாமைகூடத் தோன்றிற்று."

"நீங்கள் மிகைப்படுத்திச் சொல்லுகிறீர்கள் பண்டிட்ஜி."

"இருக்கலாம். ஆனால் எனக்குப் பொதுமக்களிடம், அதுவும் நேரடியாகப் பரிச்சயம் இல்லாத பொதுமக்களிடம், செல்வாக்கு செலுத்தக் கூடியவர்கள் மீது பெருமதிப்பு உண்டு. நடிகர், பாடகர்கள், நாட்டியக்காரர்கள் ஐந்து நிமிடம் பாட்டுப் பாடி அல்லது நடித்து அப்படியே லட்சக்கணக்கான பேரைத் தன் வசம் இழுத்துவிடலாம். என்னை 'டார்லிங் ஆஃப் தி மாஸஸ்' என்கிறார்கள். ஆனால் உண்மையான டார்லிங் நீங்கள்தான்."

"என்னிடம் மிகவும் அன்பு காட்டுகிறீர்கள்."

“ஆனால், பாருங்கள், மிஸ்டர் சத்யன்குமார். லட்சக்கணக் கானவர்கள் உங்களை அடையாளம் கண்டுகொண்டு விடுவதால் நீங்கள் அவர்கள் கவனத்தில் இருந்துகொண்டே இருக்கிறீர்கள். உங்களுடைய ஒவ்வொரு நடவடிக்கையும் எடையிடப்படுகிறது. அதேபோல உங்களுடைய ஒவ்வொரு செயலும் ஒரு முன்மாதிரியாகிவிடுகிறது. இது எவ்வளவு பெரிய பொறுப்பு!”

அவர் அப்படிப் பேசிக்கொண்டிருந்தபோது அவருடைய மகள் இந்திரா வந்தார். எனக்குக் கண்ணில் முக்கியமாகப்பட்டது அவருடைய தலைமயிரின் அடர்த்தியான கருமை.

“உனக்குத் தெரியும் இல்லையா இவரை? இந்தியாவின் மிகச்சிறந்த சோக நடிகர்.”

“அஃப்கோர்ஸ்! ஹூ டஸ்ஸண்ட் நோ மிஸ்டர் சத்யன்குமார்!” என்று இந்திராஜி சொன்னார்.

அன்று நானும் பண்டிட்ஜியும் சேர்ந்து போட்டோ எடுத்துக்கொண்டோம். நான் ஐந்தாறு பிரதிகள் ஆர்டர் செய்தேன். அதில் ஒன்றைத்தான் கோபால்ஜியின் மகளுக்குக் கொடுத்தேன்.

4

தேசமே துயரத்தில் மூழ்கியிருந்தது. இதைச் சொல்லும்போதே எனக்குச் சிரிப்பும் வருகிறது. தேசம் என்றால் என்ன? இந்த பூமியா அல்லது மக்களா? இதில் ஆயிரம் பேர் கூடினாலும் குறைந்தாலும் ஏதாவது மாறுதல் நேர்ந்துவிடப் போகிறதா? நான் இந்தத் தேசத்துக்கு வந்து சேர்ந்த சில நாட்களில் கோடிக்கணக்கில் நபர்கள் பிரிந்து போனார்கள், வந்து சேர்ந்தார்கள். அப்போதும் 'பாரத்'தான். என் பாஸ்போர்ட் விண்ணப்பத்தில் பிறந்த ஊர், மாநிலம் என்ற பிரிவில் பிரிக்கப்படாத இந்தியா என்று எழுதினேன். இப்போது எந்த இந்தியா துயரத்தில் மூழ்கியிருக்கிறது?

என் தொழிலில் மதத்திற்கு ஒரு விநோதமான இடம் இருந்தது. நான் சினிமாவுக்கு வந்த நாள் பம்பாயில் பெரிய நடிகைகள், சிறிய நடிகைகள் எல்லாரும் முஸ்லிம்கள். நேற்றுவரை பர்தா, இன்று வெள்ளித்திரை. ஹிந்துக்கள் இருந்தார்கள். ஆனால் குறைவுதான். அவர்களுக்குச் சமூக அந்தஸ்து கிடையாது. அவர்களுக்கு எங்கள்மீது ரகசியமாகப் பொறாமை. எனக்கு எப்படியோ ஹிந்துப் பெயர் வந்துவிட்டது. ராணி சாஹிபா என் பெயரை என் சொந்தப் பெயராகவே இருக்க விட்டிருக்கலாம். முஸ்லிம் பெண்கள் ஹிந்துப் பெயர்களில் உலவிக் கொண்டிருந்தபோது இதோ ஒரு முஸ்லிம் ஆணும் அவர்கள் கோஷ்டியில் சேர்ந்துவிட்டான்!

இந்த இரட்டை அடையாளந்தான் என் மதத்தை மீண்டும் மீண்டும் எனக்கு நினைவுப்

படுத்தும் உபத்திரவமாக இருந்தது. நான் முஸ்லிம் பெயருடன் முஸ்லிமாக இருந்திருந்தால் பிரச்சினையேயில்லை. நான் ஒரு சமையற்காரனைத் தேடிப்பிடித்து வீட்டுக்கு வா என்று அழைத்து வந்த பிறகு, "நீங்கள் முஸல்மானா?" என்று கேள்வி கேட்டபடியே அவன் போய்விட்டான். இது சின்ன விஷயம். இது சின்ன விஷயமா? இதுவும் இன்னும் நூற்றுக் கணக்கான சிறிய பெரிய சம்பவங்களும் நான் அடுத்த நாள் எங்கிருப்பது என்பது பற்றிச் சந்தேகம் கொள்ள வைத்திருக் கின்றன. இங்கிலாந்து, பிரான்ஸ், அமெரிக்கா போய்விட்டு வந்திருக்கிறேன். பாகிஸ்தான் மட்டும் இன்னும் போகவில்லை.

பண்டிட்ஜி என்னுடைய மிகக் குறைந்த அரசியல் மற்றும் மத உணர்வில்கூட நம்பிக்கைக்கு உரியவராக இருந்தார். அவரே ஒரு முஸ்லிம்போல நினைத்திருக்க முடியாது. ஆனால் முஸ்லிம் சிந்தனை என்பதின் பேரில் இதர ஹிந்துக்களுக்கு இயல்பாகத் தோன்றும் வேற்றுமை அவருக்கு ஏற்படாது என்றுதான் எனக்குத் தோன்றியது. அவரை எரிக்காமல் புதைக்கலாமே என்று நினைத்தேன். ஒருவர் இறந்துவிட்டால் உடனே பிணத்தை அப்புறப்படுத்தித்தானேயாக வேண்டும்.

ஜெயசந்திரிகா வீட்டுக் கார் டிரைவர் சினிமாக்காரர்களுக்கு அசாதாரணமான ஜாக்கிரதையுடன் வண்டியை ஓட்டுகிற விதத்தைக் கவனியாமல் இருக்க முடியவில்லை. அம்மாவும் பெண்ணும் ஏதோ இலக்குக்காக எதையும் பணயம் வைக்கத் தயாராக இருந்தார்கள். அவர்களிடம் கூலி வாங்கிப் பிழைப்பு நடத்தும் ஒருவன் அவன் மட்டுமின்றிப் பிறர் உயிரையும் சௌகரியத்தையும் மதிக்கிறான்! எனக்கு அன்று அதுவும் பண்டிட் நேருவின் ஒரு விசேஷ குணமாகத் தோன்றியது. அவர் இறந்த தினத்தன்று அவரை நேரில் பரிச்சயம் கொள்ளாத ஓர் எளியனிடம் அவருடைய சாயல் இருக்கிறது...

நான்கு பெரிய சாலைகள் குறுக்கிடும் இடத்தை நெருங்கியபோது டிரைவர், வண்டியின் வேகத்தைக் குறைத்து, "நான் எங்கே கொண்டுபோக வேண்டும்?" என்று ஒரு மாதிரியான ஹிந்துஸ்தானியில் கேட்டான்.

"என்னை இங்கேயே விட்டுவிடேன்."

"வேண்டாம், எஜமான். நீங்கள் செல்ல வேண்டிய இடத்திற்குக் கொண்டுசெல்கிறேன்."

"இங்கே பார்க் ஏதாவது இருக்கிறதா?"

"என்ன?"

"பார்க். செடி, மரங்கள் இருக்கும்..."

“ஓ அதுவா? அங்கே பக்கத்தில் இருக்கிறது. அங்கே எல்லாம் காடாகவும் புதராகவும் இருக்கும். நேர்த்தியாக இருக்காது.”

“பரவாயில்லை. ஐந்து பத்து நிமிடங்கள் அங்கு தங்கி விட்டுப் போகலாம். அல்லது நீங்கள் என்னை அங்கே விட்டுவிட்டுப் போகலாம்.”

“வேண்டாம் எஜமான். உங்களுடன் கடைசிவரை இருந்துவிட்டுச் வரச் சொல்லியிருக்கிறார்கள்.”

அந்தத் துக்கமான நேரத்தில் எனக்குச் சிரிப்பு அடிக்கடி வந்துகொண்டிருந்தது. என்னுடன் கடைசிவரை இருக்க இவர் யார்? எது கடைசிவரை? இந்த வரியையும் நான் சினிமாவில் எவ்வளவு முறை எவ்வளவு பேரிடம் சொல்லியிருப்பேன்! திருப்பித் திருப்பிச் சொல்லியிருப்பேன்! பிறர் சொல்லக் கேட்டிருப்பேன்! நிஜ வாழ்க்கையில் ஒருவன் இதே வரியைச் சொல்லம்போது எவ்வளவு செயற்கையாக இருக்கிறது? சிரிப்புத்தான் வருகிறது.

டிரைவர் சொன்னது உண்மைதான். நகரத்தின் நட்ட நடுவில் இவ்வளவு விசாலமானதொரு இடம் கவனிப்பார், பராமரிப்பார் சரியாக இல்லாமல் காடாகவும் புதராகவும் மண்டிக் கிடந்தது. அதே காரணத்தால் நல்ல நிழலாகவும் இருந்தது. காலுக்கடியில் எவ்வளவோ நாட்களாகக் கீழே உதிர்ந்து பரவிக் கிடந்த உலர்ந்த இலைகள். டிரைவர் வண்டியை விட்டிறங்கி ஒரு திசையில் சென்றான். நான் இன்னொரு திசையில் சென்றேன். “எனக்குப் பத்து நிமிடம் கொடு,” என்றேன்.

அந்த இடம் பல ஏக்கர் விஸ்தீரணம் கொண்டதாக இருக்க வேண்டும். மிகப்பெரிய மரங்களும் நிறைய இருந்தன. ஒரு மரத்திலேயே இன்னொரு மரமும் கிளைத்திருக்கும். வேறு கொடிகள் தொங்கும். எது முதலில் வந்தது, எது பிந்தையது என்று கூற முடியாதபடி அவை பின்னிப் பிணைந்து வானளாவ வளர்ந்துகொண்டிருந்தன.

அந்த பார்க்கிலேயே ஒரு சிறு மண்டபம். அப்போதே புராதன இடிபாடுபோல இருந்தது. அதைச் சீக்கிரமே சரிசெய்யாவிட்டால் நிச்சயம் விழுந்துவிடும். தூணில் இருந்த வெடிப்புகளிலிருந்து மெல்லிய செடிகள் தொங்கின.

அந்த மண்டபத்துக்கிருந்த படியில் உட்கார்ந்து கொண்டு ஒரு சிகரெட்டைப் பற்ற வைத்துக்கொண்டேன். நான் மதராஸுக்கு வந்த முதல் தினம் புகையிலைப் புகைக்காகத் தேடிப் போகும்போதுதான் முதன்முறையாகக்

கோபால்ஜியுடன் ஒழுங்காக நான்கு வார்த்தைகள் பேச முடிந்தது. இப்போது 'த்ரீ காஸெல்ஸ்' இல்லை. சுயமாக சுருட்டு சுருட்டிக்கொள்ள வாய்ப்பும் இல்லை, ஈடுபாடும் இல்லை. இந்த சிகரெட்கூட உண்மையில் தேவையில்லை. ஒன்றும் செய்யத் தோன்றவில்லை என்பது அச்சமுறுத்துகிறது; அதைப் போக்கத்தான் இதுவோ? என்னோடு இருந்து பேசி விட்டுப் போகும்போது கோபால்ஜியின் உடையெல்லாம் சிகரெட் வாசனை வீசிக்கொண்டிருக்கும். அவருக்கு அது பிடித்ததா பிடிக்காததா என்று தெரிந்துகொள்ள முடியவில்லை. அவரைப் பற்றி என்னதான் நான் தெரிந்துகொண்டேன்? அவர் எங்கேயிருக்கிறார் என்றுகூடத் தெரியாமல் இவ்வளவு பெரிய நகரத்தின் நடுவில் மனித நடமாட்டம் இல்லாத ஒரு வனத்தில் இன்றோ நாளையோ என்றிருக்கும் கட்டடத்தின் படியில் உட்கார்ந்திருக்கிறேன்.

ஒரு சிகரெட் முடிந்த பிறகு அதைத் தூரப் போட்டுவிட்டு இன்னொன்றைப் பற்றவைத்துக்கொண்டேன். தூரத்தில் ஜெயசந்திரிகாவின் கார் டிரைவர் தரையில் உட்கார்ந்துகொண்டு ஆகாயத்தைப் பார்த்தபடி பீடி குடித்துக்கொண்டிருந்தான். எனக்கும் பீடி குடிக்க வேண்டும் என்று தோன்றியது. அதே நேரத்தில் சிகரெட்டே கசந்தது. கோபத்துடன் கீழே எறிந்தேன். உடனே கலவரத்துடன் எழுந்தேன். நான் முன்பு எறிந்த சிகரெட்டும் எங்காவது புகைந்துகொண்டு அந்த இடத்தில் பெரிய தீயையே விளைவித்துவிடும். என்றோ ஒரு நாள் அங்கு வந்திருப்பவன் அப்படி ஒரு விபத்தை ஏற்படுத்திவிட்டுப் போகக் கூடாது.

நான் எழுந்திருந்து தரையில் படிந்து கிடந்த உலர்ந்த இலைகளைக் காலால் தள்ளிப் பார்த்தேன். இலைகள் அடியில் பல விசித்திரமான பொருள்கள். யாரோ டூத் பேஸ்ட் பாதியே காலியானபோதும் தூர விட்டெறிந்திருக்கிறார்கள். என்ன நேர்ந்திருக்கும் அப்படி அதை விட்டெறிய? ஒரு பெட்டியின் கைப்பிடி. ஒரு கட்டு நெருப்புப் பெட்டி வில்லைகள். இது விளையாடும் பையன்கள் போட்டுப் போயிருக்கக்கூடியது. . . நான் இன்னும் விறுவிறுப்பாகத் தேடினேன். நான் எறிந்த சிகரெட் துண்டு கிடைக்கவில்லை. எனக்குக் கவலை பிடித்துக்கொண்டது. அங்கே கிளம்பும் தீயால் மதராஸே எரியப் போவதுபோலத் தோன்றியது.

நான் தேடுவதைக் கண்டு அந்த டிரைவரும் அங்கு வந்தான். "என்ன தேடுகிறீர்கள்?" என்று கேட்டான்.

"மோதிரம்," என்றேன்.

மானசரோவர்

"தங்க மோதிரமா?"

"இல்லை. ஜெர்மன் சில்வர்."

"நானும் தேடிப் பார்க்கிறேன்." நான் தொலைக்காத மோதிரத்தை அவன் தேடத் தொடங்கினான். நான் நாலா புறத்திலும் காலால் உலர்ந்த இலைகளைப் புரட்டிப் போட்டுத் தேடினேன். சிறிது நேரத்தில் எனக்குக் களைப்பு வந்துவிட்டது. அதோடு என் மனது இலேசாகிப் போயிருந்தது. தீப் பிடிப்பதாயிருந்தால் இவ்வளவு நேரத்திறகுள் தெரிந்திருக்கும்.

"பரவாயில்லை. வா. நாம் கிளம்புவோம்" என்றேன்.

"கிடைத்துவிட்டது, எஜமான்."

அந்த டிரைவர் ஒரு மோதிரத்தை எடுத்து வந்தான். அது பித்தளை மோதிரம். பெரியவர்கள் மோதிரந்தான். யாரோ போட்டுப் போயிருக்கிறார்கள். அல்லது கையிலிருந்து நழுவி அங்கு விழுந்திருக்க வேண்டும். தொலைந்துபோன மோதிரங்கள் நிறைய விபரீதங்களை விளைவித்திருக்கின்றன. இந்த மோதிரத்திற்கு என்னென்ன கதைகள் இருக்கின்றனவோ?

"இதுதான், வா போகலாம்." டிரைவர் என்னைப் பார்த்த பார்வையில் அவ்வளவு நம்பிக்கை இல்லை.

"இதுதான்; நிச்சயமாக இதுதான்."

நாங்கள் இருவரும் கார் நோக்கி நடக்க ஆரம்பித்தோம். அவன் சற்று விரைவாகச் சென்று காரின் கதவைத் திறந்துகொண்டு காத்திருந்தான். காரில் ஏறப் போனவன் சாலையைப் பார்த்தேன். சில மனிதர்கள் ஊர்வலமாகப் போய்க்கொண்டிருந்தார்கள். நான் நின்ற இடத்திலிருந்து கூட அது ஒரு துக்க ஊர்வலம் என்பது தெரிந்தது. பண்டிட் நேருவுக்காக இருக்கலாம். அல்லது மதராஸிலேயே நிகழ்ந்த சாவுக்காகவும் இருக்கலாம். என் ஜாக்கிரதையுணர்வு அந்த ஊர்வலம் முழுவதும் அந்தப் பார்க்கைத் தாண்டிப் போகும் வரை காத்திருக்கச் செய்தது. டிரைவர் காரைக் கிளப்பிச் சாலையில் எட்டிப் பார்த்தான்.

"நிறுத்து!" என்ற கத்தினேன். கதவைத் திறந்துகொண்டு சாலையில் ஓடினேன். ஊர்வலத்தில் கடைசி வரிசையில் இருந்த ஒருவனை எட்டிப் பிடித்து, "கோபால்ஜி எங்கே?" என்று கேட்டேன்.

○

5

நான் முதலில் நினைத்தபடி அது ஒரு துக்க சம்பவத்துக்கான ஊர்வலம்தான். பண்டிட்ஜிக்காக அல்ல. யாரோ இன்னொருவருக்காக. நான் அந்த ஊர்வலத்தில் போய்க்கொண்டிருந்தவன் ஒருவனைத் தோளைப் பிடித்து, "கோபால்ஜி எங்கே?" என்று கேட்டது அந்த ஊர்வலத்தின் லயத்தையே தட்டுக்கெடச் செய்துவிட்டது. அந்த ஆள் திடுக்கிட்டு நின்றான். அவனை அடுத்து இருந்த நான்கைந்து பேரும் நின்றுவிட்டார்கள். அவன் பிரமித்து நின்றதிலிருந்து மற்றவர்கள் நான் திடுக்கிடுவதற்கு உகந்தவன் என்ற கணிப்போடு என்னைச் சூழ்ந்துகொண்டார்கள்.

ஜெயசந்திரிகாவின் காரும் என்னருகில் வந்து நின்றது. அத்துணை நேரம் தன் கண்களையே நம்ப முடியாமல் நின்ற அந்த ஆள் இப்போது அவன் முன்னால் நிற்பது நான்தான் என்று ஊர்ஜிதமானான்.

ஒரு சவ ஊர்வலத்தைத் தடுமாறச் செய்தது எனக்கும் வேதனையாக இருந்தது. "இது முடிந்த பிறகு தயவு செய்து என்னை வந்து சந்திக்கிறீர்களா?" என்று அந்த ஆளைக் கேட்டேன்.

"நான் வருகிறேன். நீங்கள் என்ன கேட்டீர்கள்?"

"கோபால்ஜியைத் தேடிக்கொண்டிருக்கிறேன்."

"கோபால் சாரையா?"

"ஆமாம்."

அவன் அங்குமிங்கும் பார்த்தான். அவனைச் சுற்றி நின்றவர்கள் அவனையே பார்த்தவண்ணம் இருந்தார்கள். அந்தக் கவனம் நான் அவனோடு பேசுவதற்கு நடுத்தெருவில் நின்றதால்.

"கோபால் சார் தெற்கேதான் எங்கேயோ போனார். நான் இந்த அடக்கம் முடிந்த பிறகு தங்கள் ஹோட்டலுக்கு வந்து சந்திக்கிறேன்."

அந்த ஊர்வலத்தவர் மட்டுமின்றி தெருவிலும் பலர் என்னை அடையாளம் கண்டுகொண்டுவிட்டார்கள். என்னைத் தொட்டபடியே பத்துப் பதினைந்து பேர் இருக்கும். நான் கார் கதவை நோக்கித் திரும்ப அவர்களும் என்னோடு திரும்பினார்கள்.

அந்தக் கார் டிரைவர் அனுபவஸ்தன் காரின் பின் கதவைத் திறந்துவிட்டு மதராஸி மொழியில் ஏதோ சொல்ல அந்தக் கூட்டம் எனக்கு வழிவிட்டது. நான் காரில் ஏறிக் கொண்டேன். ஒருவன் ஜன்னல் வழியாகக் கையை விட்டு என் முகத்தைத் தொட்டான். நான் கையைப் பிடித்து வெளியே தள்ளி ஜன்னல் கண்ணாடியை உயர்த்தினேன். டிரைவர் வண்டியை ஒரு பாய்ச்சலோடு கிளப்பினான். 'ஹே!' என்று கத்தியவண்ணம் அந்தக் கூட்டம் காரைத் துரத்தி வந்தது. நாங்கள் சவ ஊர்வலத்தைத் தாண்டிப் போக வேண்டியிருந்தது. அப்போதும் அந்தக் கூட்டம் ஹோவென்று கத்தியவண்ணம் பின்னால் ஓடிவந்தது. சாவுக்கும் மரியாதை தராத பண்பில்லாதவன் என்றுதான் பலர் என்னைப் பற்றி எண்ணியிருக்க வேண்டும். பின்னால் கூட்டத்திலிருந்து ஒரு கனமான பொருள் காரின் மீது வீசப் பட்டது. கார் இன்னும் வேகமாக முன்னேறியது.

நேர் வழியாகச் சொல்லாமல்தான் நாங்கள் ஹோட்டலை அடைந்தோம். எனக்கு முதலில் சொல்லத் தோன்றியது, 'போதும், திரும்பிப் போ!' ஆனால் அந்த ஆள் வந்தால் அவனுடன் எங்காவது போக வேண்டியிருக்கும். அனுபவமுள்ள டிரைவர் இருப்பது நல்லது. "நீங்கள் சற்றுக் காத்திருங்கள்," என்று டிரைவரிடம் சொன்னேன்.

"என்னைத் தங்களுடனேயே இருக்கும்படி அம்மா சொன்னார்கள்" என்று அவன் சொன்னான்.

நான் உள்ளே படியேறிப் போக இருந்தபோது, "மோதிரம் பத்திரம் எஜமான்," என்றும் சொன்னான். நான் உலர்ந்த

சருகுகளுக்கிடையில் சிகரெட்டை எறிந்தது நினைவுக்கு வந்தது. அது பெரும் தீயை விளைவிக்காமல் இருக்க வேண்டும்.

நான் காத்திருந்து பார்த்தேன். ரேடியோ ஒன்று என் அறையிலேயே வைக்கப்பட்டிருந்தது. கோவா, போர்ச்சுகீசியர் ஆட்சியில் இருந்தபோது, அந்த நேரத்தில் தான் தேர்ந்தெடுத்த ஹிந்தி சினிமாப் பாட்டுகளை அந்த நிலையத்தில் கேட்கலாம். இன்று அடுத்தடுத்துச் செய்திகள். பண்டிட் நேருவுக்கு அதிகாலை திடீரென்று உடல் நிலை பாதிக்கப்பட்டதிலிருந்து அவர் உயிர் பிரிந்த கணம்வரை எடுத்துக்கொண்ட மருத்துவ முயற்சிகள் பற்றியெல்லாம் சொன்னார்கள். நான் கடைசியாக மருத்துவ முயற்சிகள் பற்றி நினைக்க நேர்ந்தது, கோபால்ஜியின் மகன் நினைவிழந்து கிடந்தபோதுதான். அன்றும் மருத்துவ முயற்சிகள் வெற்றியளிக்கவில்லை.

மகனை இழந்த தந்தைக்கு எப்படி ஆறுதல் கூற முடியும்? என்னுடைய தந்தையும் என்னை இழந்துவிட்டார். நான் அன்று பெஷாவரிலிருந்து பம்பாய் கிளம்பியபோது நாங்கள் மீண்டும் சந்திக்க முடியாது என்று நினைக்கவில்லை. அந்த நாட்களில் பிழைப்பைத் தேடி மகன்கள் வெளியூர் சென்று விடுவது ஒவ்வொரு குடும்பத்திலும் நிகழக்கூடியது. நான் என் அம்மாவிடம் சரியாக விடைபெற்றுக்கொள்ளக்கூட இல்லை. அந்த நேரத்தில் வாசலில் ஒரு நண்பன் வந்துவிட்டான். நண்பனா? இல்லை. வெறுமனே தெரிந்தவன். என்னுடைய பழைய புத்தகங்களையும் என்னிடமிருந்த ஒரு ஹாக்கி குச்சியையும் வாங்கிப் போகலாம் என்று வந்தவன். நான் ஊரை விட்டுப் போவதில் அவனுடைய பலன் தவிர வேறெந்தச் சிந்தனையும் இல்லாதவன். அவன் பெஷாவரில் எனக்கிருந்த சில நிமிடங்களைப் பறித்துக்கொண்டான். என் அம்மாவை ஒரு முறை இறுகக் கட்டியணைக்க முடியவில்லை. அவளிடம் கடைசியாக ஒரு முத்தம் பெற முடியவில்லை. அவள் எனக்காக உகுக்கும் கண்ணீரை என் கன்னத்தில் வழிய விட்டுக்கொள்ள முடியவில்லை. எப்படியும் சில மாதங்களில் மீண்டும் ஊர் திரும்புவேன் என்றுதான் நினைத்தேன். அப்போது என் நேரம் முழுதையும் அம்மாவிடமே செலவழித்துவிடலாம் என்று தீர்மானித்துக்கொண்டேன். ஆனால் அதன் பிறகு நான் ஊருக்கே போக முடியவில்லை. என் அப்பா அம்மாவே எங்கோ தடயமே தெரியாமல் மறைந்துவிட்டார்கள். படுகொலை செய்யப்பட்டுவிட்டார்களோ எங்காவது ஆற்றில் குளத்தில் தள்ளப்பட்டுவிட்டார்களோ? இந்த நேரம்தான் எனக்குக் கிடைக்கும் கடைசிச் சந்தர்ப்பம் என்று எப்படி

தெரிந்துகொள்வது? எந்த அடையாளங்களைக் கொண்டு முன்னெச்சரிக்கையாக இருப்பது? என் அப்பா அம்மா வரை நான் அவர்களுக்கு இறந்துபோனவன். அவர்களும் என்வரை செத்துப்போனவர்கள். நான் ஹாக்கி ஸ்டிக்கை அதன் பிறகு தொடவே இல்லை. அதுபோலவே என் அம்மாவின் முகத்தையும் அப்புறம் பார்க்கவே இல்லை. ஐயோ, நான் ஏன் ஹாக்கி விளையாடினேன்? என்னிடம் ஹாக்கி ஸ்டிக் இருந்தது என்று அவனுக்கு எப்படித் தெரிந்தது? அவன் ஏன் அந்த நேரம் பார்த்து என் வீட்டு முன்னால் வந்து என்னைக் கூப்பிட வேண்டும்?

பண்டிட் நேருவின் விஷயத்தில்கூட என்ன நடந்ததோ? அவர் யாரிடம் என்ன சொல்ல வேண்டும் என்று அந்தக் கடைசி நிமிஷங்களில் நினைத்தாரோ? ஆனால் அப்போது அதெல்லாம் முடியாது. உயிரைக் காக்க முடியாத வைத்தியர் முகத்தைப் பார்த்துப் புன்முறுவல் செய்ய முயற்சி செய்ய வேண்டும். அல்லது அரை நினைவில் கால் நினைவில் மனம் கொண்டுவந்து குவிக்கும் எண்ணங்களையும் தோற்றங்களையும் தவிர்க்க முடியாமல் எதிர்கொண்டு சித்திரவதைப்பட வேண்டும். சவ ஊர்வலம் என்றுகூடப் பாராமல் காரில் முந்திப்போன காட்டுமிராண்டி என்றுதான் அந்த ஊர்வலக்காரர்கள் என்னைப் பற்றி நினைத்திருப்பார்கள். ஆனால் என் நினைவெல்லாம் சாவைப் பற்றித்தான் இருக்கிறது என்று அவர்களுக்குத் தெரியவைக்க முடியுமா?

ஓவென்று கூச்சலிட்டேன். கையை வீசிக் கட்டிலின் மீது குத்தினேன். காலால் தரையைத் தடதடவென்று உதைத்தேன். குழப்பமான துக்கம் என்னைப் பிழிந்தெடுத்தது. அறையிலிருந்த சிறு பொருள்களைத் தூக்கி வீசி எறிந்தேன். ஆஷ்டிரேயிலிருந்து சாம்பலும் சிகரெட் துண்டுகளும் அறையில் சிதறி விழுந்தன. படுக்கையில் தொப்பென்று விழுந்தேன். புரண்டு படுத்தேன். முகத்தைத் தலையணையில் புதைத்துக்கொண்டு ஆ ஊவென்று கத்தினேன். அந்த ஏர் கண்டிஷண்ட் அறையின் தனிமை என் அலறலை எல்லாம் உறிஞ்சிக்கொண்டது. சற்று மனம் நிதானப்பட்டு சிகரெட் பற்றவைக்க சிகரெட் பெட்டிக்குத் திரும்பினேன். நான் அதையும் வீசி எறிந்திருக்கிறேன். அறையின் இன்னொரு மூலையில் அந்த வெள்ளை உருளைகள் கிடந்தன. லைட்டர் உடைந்தேபோயிருந்தது. ஆனால் ஹோட்டல் அறையில் ஹோட்டல்காரர்கள் வைத்திருந்த நெருப்புப் பெட்டி சேதப் படாமல் இருந்தது.

இரு சிகரெட்டுகளைப் புகைத்து முடித்த பிறகும் அந்த மனிதன் வரவில்லை. சவ அடக்கம் இவ்வளவு நேரம் ஆகுமா?

டெலிபோனை எடுத்துக் கீழே வரவேற்பறைக்காரியிடம் பேசினேன். "எனக்கு விருந்தாளி ஒருவர் வர வேண்டும்."

"சார், ஒரு நிமிடம். உங்களுக்காக அரைமணி நேரம் முன்னால் ஒருவர் வந்தார். ஆனால் நீங்கள்தான் உங்களைப் பார்க்க யாரையும் அனுமதிக்கக் கூடாது என்று சொன்ன படியால் அவரிடம் நீங்களிருப்பதாகவே சொல்லவில்லை."

நான் வைத வசவு அவளுக்குப் புரிந்திருக்காவிட்டாலும் என் கோபத்தை அவள் உணர்ந்திருக்க வேண்டும். போனை உடனே இன்னொருவரிடம் கொடுத்துவிட்டாள். அவன் கேட்டான், "என்ன பிரச்னை, சார்?"

"என்னைப் பார்க்க வந்தவனை உடனே என்னிடம் அனுப்ப வேண்டும்."

"ஒரு நிமிடம், சார்." அவன் யாரிடமோ ஏதோ கேட்பது கேட்டது. மதராஸி மொழியில்தான் பேசிக்கொண்டிருந்தார்கள்.

"சார், அந்த மனிதன் வெளியே தோட்டத்தில் இருக்கிறார். அவருடன் ஒரு பெண்ணும் இருக்கிறாள். இருவரையும் அனுப்பவா?"

"பெண்ணா? அந்த மனிதன் என்னால் அழைக்கப்பட்டவன் என்று சொன்னானா?"

"ஆமாம், சார். நீங்கள்தான் வரச் சொன்னீர்கள் என்று சொன்னான்."

"நானே கீழே வந்து பார்க்கிறேன்."

கீழே அந்த ஆள்தான் காத்துக்கொண்டிருந்தான். அந்தப் பெண்மணியும் நான் அறிந்தவள்தான். கோபால்ஜி மகன் இறந்த இரவன்று அவள்தான் அவர் வீட்டில் இருந்துகொண்டு ஒரு குழந்தைக்குப் பால் புகட்டிக்கொண்டிருந்தாள்.

○

6

"கோபால்ஜி இப்போது எங்கே இருக்கிறார்?" என்று அவளைக் கேட்டேன்.

அவளுக்கு நான் கேட்டது புரிந்தது. ஆனால் நான் கேட்ட மொழியிலேயே உடனே பதில் சொல்ல இயலாமல் தடுமாறினாள்.

"உனக்குத் தெரியுமா?" என்று நான் மீண்டும் கேட்டேன்.

அவள் தலையை அசைத்து 'இல்லை' என்று தெரிவித்தாள்.

"வாருங்கள். என் அறைக்குப் போவோம்." என்று அழைத்துச் சென்றேன்.

அந்த மனிதன் ஒரு நாற்காலியின் முனையில் உட்கார்ந்தான். அவளோ நின்றுகொண்டேயிருந் தாள். "உட்காருங்கள். சௌகரியமாக உட்காருங் கள்" என்றேன். அறையின் மணியை அடிக்கும் ஸ்விட்சை அழுத்தினேன். மறுமுறை அழுத்தினேன். அப்புறம் அழுத்தியபடியே கையை வைத்திருந்தேன்.

"நீங்கள் போன தடவை ஓஷியானிக்கில்தானே தங்கினீர்கள்?" என்று அந்த மனிதன் கேட்டான்.

"அப்படியா? எனக்கு நினைவில்லை. எனக்கு இப்போது ஒரு ஹோட்டலுக்கும் இன்னொன்றுக் கும் வித்தியாசம் தெரிவதில்லை. எல்லாமே ஒரு மாதிரிதான். இதோ அரை மணியாகக் கூப்பிடுகிறேன். ஒரு பையன் வரவில்லை." இதைச் சொல்லிவிட்டு போனைத் தூக்கினேன்.

ஆப்ரேட்டர் குரல் கேட்டதும் "மானேஜருடன் பேச வேண்டும்" என்றேன்.

மானேஜர்கூட உடனே பேச வரவில்லை. எனக்கு நினைவுக்கு வந்தது. சற்று முன்புதான் இத்தேசத்தில் மிகப் பெரிய சாவு நடந்திருக்கிறது. எல்லாம் வழக்கம்போல் இருக்கும் என்று எப்படி நான் எதிர்பார்க்க முடியும்?

நான் அந்தப் பெண்ணைப் பார்த்தேன். அவளைப் பல ஸ்டூடியோக்களில் கும்பலில் ஒருத்தியாகப் பார்த்திருக்கிறேன். சினிமா முகம், சினிமா உடல், உடலைப் போர்த்தபடிதான் உட்கார்ந்திருந்தாள். ஆனால் ஒரு பழக்கப்பட்ட கண்ணுக்கு அவளுடைய உடலின் தன்மை தெரிந்துவிடும். எனக்கு அவள் மீது தாங்க முடியாத விருப்பம் ஏற்பட்டது. கோபால்ஜி வீட்டில் அன்றிரவு அவள் ஒருத்திதான் இயல்பாக இருந்தாள். அவள் போன்றவள் ஒருத்தி வீட்டில் இருந்தால் எந்த மனைவியும் வெறுமனே இருக்க மாட்டாள். கோபால்ஜி தன் மனைவிக்கு மயக்க மருந்தே கொடுக்க வேண்டியிருந்தது.

அந்த மனிதன் அவளிடம் ஏதோ சொல்ல, அவள் முகம் இன்னும் தீவிரமடைந்தது. நான் "என்ன? என்ன ஆயிற்று" என்று கேட்டேன்.

அவள் மெதுவாகவும் தயங்கித் தயங்கியும் சொன்னாள், கோபால்ஜியின் உறவுக்காரர்கள் மதராஸில் எங்கோ இருக்கிறார்கள். அவர்களிடம் விசாரிக்கலாம். அவர் வீட்டிலிருந்து சற்றுத் தூரத்திலேயே அவருக்குத் தெரிந்த இன்னொரு குடும்பம் இருக்கிறது. அங்கும் விசாரிக்கலாம்.

"நீ கடைசியாக எப்போது பார்த்தாய்?" என்று கேட்டேன்.

கோபால்ஜி வெளியூருக்குக் கிளம்பிச் சென்றதே அவள் வீட்டிலிருந்துதான். அதாவது அந்த மனிதனின் வீட்டிலிருந்து.

"நீ அவர் மனைவியா?" என்று கேட்டேன்.

அந்த மனிதன் "இல்லை," என்றான்.

ஆனால் அந்த கணத்தில் அவள், "ஆமாம்," என்றாள். அது அந்த நேரமல்லாது வேறு எப்போது நிகழ்ந்திருந்தாலும் அனைவருக்கும் சிரிப்பு ஏற்படுத்தியிருக்கும்.

அந்தப் பெண் மேலும் சொன்னாள். அவர் எங்கு போகிறேன், எதற்குப் போகிறேன் என்று சொல்லிப் போக வில்லை. பணக் கஷ்டம் இருந்தது. அவர் வேலைக்கு எங்கும் போகவில்லை. மனைவி குழந்தைகள் எவரும் இல்லை.

அவளுக்குப் பயமாக இருந்தது, அவர் ஏதாவது செய்து கொண்டுவிடுவாரோ என்று. அவரை யாரும் கேள்வியே கேட்டதில்லை.

அவள் தனக்குப் பழக்கமான மொழியல்லாது, ஏதோ தெரிந்த ஹிந்தி, ஆங்கிலச் சொற்களைக் கொண்டு எனக்கு இவ்வளவு தகவல்கள் கொடுத்தது எனக்கு அவள் மீது மிகுந்த பிரியத்தையும் மதிப்பையும் தந்தது. அவள் நிலையில் பல பெண்கள் என் கவனத்தைக் கிளறுவதற்காக ஏதேதோ செய்த வண்ணம் இருப்பார்கள். மிகச் சிறு அசைவுகளாலும் கண் புருவத்தின் ஏற்ற இறக்கங்களாலும் அறையில் லாகிரிப் புகை நிறைந்திருப்பது போன்ற சூழ்நிலையை ஏற்படுத்துவார்கள். இந்த நேரத்தில் இப்பெண்ணுக்குத் தன் நலன், தன் முன்னேற்றம் பற்றி எந்தச் சிந்தனையும் இல்லை.

"எனக்குக் கோபால்ஜியைப் பார்க்க வேண்டும், உடனே பார்க்க வேண்டும்."

அவர்கள் இருவரும் அதைக் கேட்டு அசைவற்று இருந்தார்கள்.

"நானும் அவரும் பல வருடங்களாக நண்பர்கள், தெரியுமல்லவா?"

பெருமையைத் தெரிவிக்கும் புன்னகையுடன் அப்பெண், "தெரியும் சார்," என்றாள்.

"அவரோடு மணிக்கணக்கில் பேசியிருக்கிறேன். அவருடைய வீட்டுக்குப் போயிருக்கிறேன். ஆனால் அவர் காணாமல் போனவுடன்தான் எனக்கு அவரைப் பற்றித் தெரிந்தது மிகக் குறைவு என்று தெரிகிறது. எப்போதோ மதராஸுக்கு வந்தபோது மட்டும் பேசிவிட்டுப் போனால் போதும் என்றிருந்திருக்கிறேன். அவருக்கு ஒரு கடிதம்கூட நான் எழுதியிருக்கவில்லை. ஆதலால் அவரும் எனக்கு எழுதவில்லை."

அந்த மனிதன் சொன்னான். "எங்களுக்குக்கூட அவரை அதிகம் தெரியாது, சார்."

"ஓரிடத்திற்குப் போனால் தகவல் கிடைக்கலாம். நான் இவர் கூப்பிட்டவுடன் ஓடி வந்துவிட்டேன். இப்போது போய் விசாரித்துத் தெரிவிக்கிறேன்" என்று அப்பெண் சொன்னாள்.

"நாமெல்லோருமே போவோமே? இடம் தெரியும் அல்லவா?"

'தெரியும்' என்று அப்பெண் தலையசைத்தாள். எனக்கு அக்கணம் அவளுடைய கைக்குழந்தை நினைவுக்கு வந்தது. சின்னஞ்சிறு குழந்தையைத் தனியாக விட்டுவிட்டு இந்த வெயில் வேளையில் எனக்கு உதவுவதற்காக வந்திருக்கிறாள்!

என் வயிற்றில் சுரீரென்று ஒரு வலி மின்னல்போல் தோன்றி மறைந்தது. அந்த வலி எனக்குச் சாவை நினைவுபடுத்தியது.

"முதலில் நாமெல்லோரும் சாப்பிட்டுவிடுவோம். நான் இன்னும் சாப்பிடவில்லை. நீங்களும் உணவருந்தியிருக்க மாட்டீர்கள் என்றுதான் நினைக்கிறேன்."

"இல்லை, இல்லை. நாங்கள் சாப்பிட்டாயிற்று." என்று அப்பெண் சொன்னாள்.

"தயவு செய்து என்னோடு சாப்பிடுங்கள். நீங்கள் எப்படி இதற்குள் உணவு அருந்தியிருக்க முடியும்? நான் உங்களைப் பார்த்ததே ஒரு சவ ஊர்வலத்தில் அல்லவா?"

அவர்களை அழைத்துக்கொண்டு ஹோட்டல் டைனிங் ஹாலுக்குப் போனேன். அவர்கள் அத்தகைய இடத்திற்குப் பழக்கப்பட்டவர்கள் அல்ல. ஆதலால் நானே அவர்களுக்காக ஆர்டர் செய்தேன். மதராஸில் யார் இறைச்சி உண்பார்கள், உண்ணமாட்டார்கள் என்று தெரியாது. ஆதலால் கூடுமான வரையில் இறைச்சி சம்பந்தம் இல்லாத உணவாகவே தருவித்தேன். அந்த ஹாலுக்கு மானேஜர் போன்றவனைக் கூப்பிட்டேன். "வெளியே ஜெயசந்திரிகாவின் கார் டிரைவர் காத்திருப்பான். அவனுக்குச் சாப்பாடு ஏற்பாடு செய்ய வேண்டும். அவனை இங்கே அழைத்தால் வரமாட்டான்."

"செய்துவிடுகிறேன், சார். எல்லாம் சரியாக இருக்கிறதா, சார்? இன்னும் அரை மணியில் இதை மூடுகிறோம். கூடுமான வரையில் உங்களுக்கு அசௌகரியம் ஏற்படாதவண்ணம் முயற்சிசெய்கிறோம். உங்களுக்குத் தெரியும்தானே? பண்டிட் நேரு திடீரென்று காலமாகிவிட்டார்."

"பரவாயில்லை, சாப்பாடு முடிந்த பிறகு வெளியே போகிறேன். நிச்சயம் நாளை நான் பம்பாய் திரும்ப வேண்டும், ரிசப்ஷன் டெஸ்கிடம் சொல்லிவிடு."

"டிக்கெட் புக்பண்ண வேண்டுமா?"

"என் டிக்கெட்டே அவர்களிடம்தான் இருக்கிறது."

"சரி, சார். ஐஸ்கிரீம் கொண்டுவரச் சொல்லட்டுமா?"

"ஆமாம். இரண்டு லார்ஜ், ஒன்று சிறியது."

நாங்கள் சாப்பிட்டு முடித்து ஹோட்டல் வெளிப்புறம் வந்தபோது ஜெயசந்திரிகாவின் வண்டியின் டிரைவரைக் காணவில்லை. என்னைப் பார்த்துவிட்டு ஒரு சிப்பந்தி உள்ளே ஓடச் சற்று நேரத்தில் டிரைவர் பரபரக்க வந்தான்.

"ஈஸி, ஈஸி. சாப்பீட்டீர்களா?"

"எல்லாம் ஆயிற்று."

டிரைவர் ஒரு நொடியில் காரை எங்கள் முன்கொண்டு வந்து நிறுத்தி, அக்கணமே கீழே இறங்கி, பின்கதவைத் திறந்து காத்திருந்தான்.

"ஏறுங்கள்," என்று நான் அந்த மனிதனிடமும் அப் பெண்ணிடமும் சொன்னேன். அவர்கள் முன்புறம் ஏறச் சென்றார்கள். "இல்லை, இங்கே" என்றேன். அவர்கள் தயங்கியபடி ஏறும்போது, "உங்கள் பெயர்களைக்கூட நான் கேட்டுக்கொள்ளவில்லை" என்றேன்.

"நான் ராமநாதன். சவுண்டு ரிக்கார்டிஸ்ட். இவள் சியாமளாதேவி. ஜூனியர் ஆர்டிஸ்ட்."

அந்தப் பெயர் எல்லாரையுமே பரிகசிப்பது போலிருந்தது.

நான் கைகூப்பி, "நான் சத்யன்குமார்" என்றேன். அவர்கள் சங்கடப்பட்டார்கள்.

நான் டிரைவர் அருகில் உட்கார்ந்துகொண்டேன். சியாமளாதேவியிடம், "நீங்கள் வழி சொல்லுங்கள்" என்றேன். அவள் சீட் விளிம்பில் உட்கார்ந்துகொண்டிருந்தாள். அவள் கண்ணுக்கிட்டிருந்த மை சிறிது கரைந்து வழிந்திருந்தது. அவள் வழி சொல்லிப் பழக்கமில்லாததால் அந்த டிரைவரிடம் நிறையவே சொன்னாள். அவளிடம் பேச ஏதுவாயிருக்கும்படி நான் திரும்பி உட்கார்ந்திருந்தேன். என்னை அதிகம் சிரமப்படுத்தக் கூடாது என்பதற்காக அவள் சீட் நுனியில் தொத்திக்கொண்டு உட்கார்ந்திருந்தாள்.

அது என் வாழ்க்கையின் முக்கியமானதொரு நாள் என்று தோன்றியது. தெரு முனைகளில் பண்டிட் நேருவின் படங்களைக் காட்சிக்கு வைத்து மாலை சூட்டியிருந்தார்கள். நாங்கள் போய்ச் சேர்ந்த வீட்டில் வெளிப்படையாகவே துக்கம் நிலவியது.

o

7

பண்டிட் நேருஜியின் மரணம் அந்த வீட்டில் பெரும் துக்கத்தை விளைவித்தது ஆச்சரியப்படுவதற்கில்லை என்று தெரிவித்தபடி அந்த வீட்டின் வெராண்டா சுவர்களிலேயே நேருஜியின் புகைப்படங்கள் பெரிய பெரிய அளவில் தொங்கின. ஒவ்வொரு படமும் அந்த வீட்டிலேயே அந்த வீட்டிலுள்ளோருடன் சேர்ந்து எடுத்தது. அந்த வீட்டுக்கே நேருஜி பல முறை வந்திருக்கிறார்! வெகு நீண்ட காலமாக அந்த வீட்டுக்கு விஜயம் செய்துகொண்டிருக்கிறார்.

ராமநாதனும் சியாமளாவும் தயங்கித் தயங்கி நிற்க நான் மட்டும் அந்த வீட்டின் முன் அறைக்குள் நுழைந்தேன். அங்கும் நிறையப் படங்கள். நேருஜி மட்டுமல்லாமல் காந்திஜி மற்றும் வேறு பல தேசியத் தலைவர்களின் படங்கள். இந்தியாவின் முக்கியத் தேசியத் தலைவர்கள் அனைவரும் மதராஸில் விஜயம் செய்யும் இடமாக இருந்த அந்த வீடும் ஒரு தேசியத் தலைவருடையதுதான். நான் இந்தியாவில் பத்துப் பதினைந்து ஆண்டுகளாக இருக்கிறேன். இப்படி ஒரு தலைவர் இருந்தார் என்று எனக்குத் தெரியாது. அந்தத் தலைவர் இப்போது உயிரோடு இல்லை என்பது தனியாக அவருடைய படத்திற்குப் பெரிய பஞ்சு மாலை ஒன்று போடப்பட்டிருந்ததிலிருந்து தெரிந்தது.

வீடு நிறைய மனிதர்கள். எல்லோரும் பரபரப்பு கலந்த துக்கத்தோடு இருக்கிறார்கள்.

இவர்களில் யாரிடம் கோபால்ஜி பற்றி விசாரிக்க அந்தப் பெண் என்னை அழைத்து வந்திருக்கிறாள்?

என்னை யாரும் அடையாளம் கண்டுகொள்ளாதது ஆறுதலாயிருந்தது. இள வயதிலிருந்து முதியோர் வரை அங்கு குழுமியிருந்தவர்கள் உடல், முகம், என் வயது, வாழ்க்கை எதுவும் என்னைத் தீண்டாதவனாகத் தோற்றமளித்தேன்.

சியாமளா எப்படியோ யாரையோ கேட்டு விசாரித்துவிட்டு என்னிடம் வந்தாள். "இந்த வீட்டு எஜமானியம்மாள் இப்போது மாடியில் இருக்கிறாள். அவள் மிகுந்த துயரத்தில் இருப்பாள். இருந்தபோதிலும் நாம் அவளைச் சென்று பார்க்கலாம். தயவுசெய்து நீங்கள் அவளிடம் கேளுங்கள்" என்று சொன்னாள்.

மாடிப்படியெல்லாமும் மனிதர்கள். திறந்த வெளியில் அவர்களால் துக்கம் தாங்க முடியாதது போன்று எல்லாரும் அந்த வீட்டின் கூரையடியில் குழுமியிருந்தார்கள். மாடியேறும்போது சியாமளா ஒரு சிறு பெண்ணுக்குரிய வேகத்தோடு ஏறினாள். என்னால் சற்று நிதானமாகத்தான் படிகளைக் கடக்க முடிந்தது. ஒரு நொடிப்போது எனக்கு அவளை அப்படியே கட்டிப்பிடிக்க வேண்டும் போலிருந்தது. அந்த நேரத்தில் அப்படி ஒரு எண்ணத்தின் பொருத்தமின்மையும் எனக்குத் தெரிந்தது. ஆனால் பொருத்தம், பொருத்தமின்மையை யார் நிர்ணயிப்பது? இந்தப் பெண்ணை நான் முதலில் கூர்ந்து பார்க்க நேர்ந்த தருணத்தில் அங்கே ஒரு சிறுவன் உயிரற்றுக் கிடந்தான். இவள் ஒரு சிசுவுக்கு உயிர் நீடிக்கும் வகையில் பால் புகட்டிக்கொண்டிருந்தாள். கோபால்ஜி ஏதேதோ கூறிக்கொண்டிருந்தார். அவர் துக்கத்திலும் குழப்பத்திலும் சிக்கியிருக்கிறார் என்பதைத் தவிர அவர் கூறிய தகவல்கள் என் அறிவுக்கு எட்டவில்லை. பூட்டப்பட்ட அறை ஒன்றில் அவர் மனைவி மயக்க மருந்து தரப்பட்டு பிரக்ஞையற்றுக் கிடந்தாள். அப்படி மருந்து தரப்படாது இருந்தால் அவளிடம்தான் எப்படிப்பட்ட வெறியும் வேகமும் வெளிப்படும்?

தூண்கள், சுவர்கள்கூட அந்த வீட்டில் நேருஜிக்காகத் துக்கம் அனுஷ்டிப்பது போலிருந்தது. கீழ்த்தளத்தில் இருந்தது போலவே மாடியிலும் ஒரு பெரிய அறை. அங்கும் சுவரெல்லாம் படங்கள். சில படங்கள் குடும்பப் படங்கள். சில புத்தக அலமாரிகள். நாலாபுறமும் பழங்கால சோபாக்களும் பெரிய நாற்காலிகளும். ஒரு சோபாவில் வயதான ஒரு அம்மாள் தலையில் கையை வைத்தபடி சாய்ந்து உட்கார்ந்திருந்தாள்.

கீழ் ஹாலில் பண்டிட்ஜியுடன் அவள் சேர்ந்தெடுத்த படங்கள் பல இருந்தன. ஒரு சில அவள் விதவையாவதற்கு முன்பு எடுத்தவை. பெரிய கண்கள், அகன்ற நெற்றி, சச்சதுரமான தாடை. . . பண்டிட்ஜி இறக்கவில்லை என்றால்கூட அந்த முகத்தில் சோகம் நிறையவே இருக்கும்.

அந்த அம்மாள் சியாமளாவைப் பார்த்தபோதிலும் அசையாது உட்கார்ந்திருந்தாள். அறையில் குறைந்தது இருபது முப்பது பேர் இருப்பார்கள். கூட்டம் கூட்டமாகப் பேசிக் கொண்டிருந்தார்கள். அந்த அம்மாளிடம் அவர்களுக்கு அபார மதிப்பு இருக்க வேண்டும். அதே நேரத்தில் அந்த இடத்தில் இந்தத் துக்கத்தை ஒருவருக்கொருவர் விசாரித்துக்கொள்வதும் சரியென்றுதான் அவர்கள் மனதிற்குத் தோன்றியிருக்க வேண்டும்.

சியாமளா அந்த அம்மாள் அருகே சென்றாள். “அம்மா,” என்று அழைத்தாள்.

அந்த அம்மாள் சியாமளாவை உற்றுப் பார்த்தாள். பிறகு, “என்னடி இப்படித் தலையிலே இடி விழுந்துடுத்து” என்றாள்.

சியாமளா அந்த அம்மாளின் கைகளைப் பிடித்துக் கொண்டாள்.

“அம்மா, இவர் பம்பாயிலிருந்து உங்களைப் பார்க்க வந்திருக்கிறார்,” என்றாள்.

“எனக்குக் கண்ணே தெரியலையேடி. என் கண்ணுனு மனசு எல்லாம் எங்கேயோ போயிடுத்துடி. இப்ப நான் யாரைப் பார்க்கப் போறேன்? யாரைப் பாக்கணும்?”

“அப்படிச் சொல்லாதீங்கம்மா. இவர் பம்பாயிலிருந்து வந்ததே உங்களைப் பார்ப்பதற்குத்தான். அதற்குள் இப்படிச் செய்தி வந்துவிட்டது.”

“நானே டில்லிக்குப் போகணும்டி. என் இரண்டு முழங்காலும் ஒழுங்கா நீட்டி மடக்க முடியலையேடி. இப்பபோயி இப்படி முடக்குவாதம் வந்து என்னை வாட்டறதே. நாலு மாசம் முன்னாலே புவனேஸ்வர்லியே ஜவஹருக்கு உடம்பு சரியில்லை. நானே சொன்னேன். ‘இனிமேலும் அஜாக்ரதையா இருக்காதே. யமதர்மன் பாசக் கயிறோட கிட்ட நெருங்கறான். எவ்வளவுதான் தேசம், ஜனங்கள்னு கண் மூடாம வாய் மூடாம உழைச்சாலும் அததுக்கு ஒரு

தலையெழுத்து இருக்கு. யாரு நினைச்சா சீனாவோட யுத்தம் வரும்னு? யாரு நினைச்சா இப்படிப் பரம விரோதியா ஆயிடுவான்னு? என்ன சொன்னாலும் எதைச் செஞ்சாலும் நொள்ளை சொல்றதுன்னு ஆயிட்டாரே மனுஷன்! ஆக, இனிமே நீ கொஞ்சம் லகானை விட்டுப்பிடி, கொஞ்சம் கொஞ் சமாகத் தள்ளி நிக்கப் பாரு'ன்னு சொன்னேன். சொல்லி ஆறு மாசமாகலை. இப்படிக் கண்ணை மூடிட்டானே, மனுஷன். எனக்குத் தாங்க முடியலையேடி, நிர்மலா..."

அந்த அம்மாள் தலையில் அடித்துக்கொள்ள இருந்தாள். சியாமளா அவள் கைகளைக் கெட்டியாகப் பிடித்திருந்தாள். அந்த அம்மாள் சற்று ஆசுவாசமடைந்து சியாமளாவை உற்றுப் பார்த்தாள். "ஏண்டி, நீ நிர்மலாவா?" என்று கேட்டாள்.

"இல்லேம்மா, நான் சியாமளா. இரண்டு வருஷம் முன்னாலே இங்கே வந்துதானே தையல் கத்துண்டேன்."

"இங்கே ஆயிரம் பேர் வந்து தையல் கத்துண்டா. எல்லாரையும் ஞாபகம் வைச்சுக்க முடியலையே. எதோ சினிமாலே இருந்தே இல்லையோ? கலீலியாபுரம் சியாமளா தானே நீ?"

"அம்மா, இவர் உங்களைப் பார்க்க வருகிற கோபால் சார் பற்றிக் கேட்க வந்திருக்கிறார். அவரை உடனே பார்க்க வேண்டுமாம். அவருடைய நண்பர்."

அந்த அம்மாள் என்னைத் தீர்க்கமாகப் பார்த்தாள். அந்தக் கண்களின் அகலத்துக்கும் ஆழத்துக்கும் அளவே இருக்காது என்று தோன்றியது. மெஹர் பாபாவின் கண்களும் இப்படித்தான் அவ்வப்போது உருக்கொள்ளும். கோபால்ஜியின் கண்களும் திடீரென்று எங்கோ வேறு உலகங்களுக்கு இழுத்துச் செல்லும். உண்மையிலேயே இந்த அம்மாள் ஆயிரக்கணக்கானோர் பொறுப்புகளை ஏற்றுக் கொண்டிருக்க வேண்டும்.

நான் அவளை வணங்கினேன். "நமஸ்தே, அம்மாஜி. இந்தத் துக்ககரமான நேரத்தில் உங்களைத் தொந்தரவு செய்ய நேர்ந்ததில் மிகவும் வருந்துகிறேன். நான் கோபால்ஜியைத் தேடிக்கொண்டிருக்கிறேன். எனக்குத் துரதிருஷ்டவசமாக அதிக நேரம் இல்லை," என்றேன்.

அந்த அம்மாள் காதில் என் பேச்சு விழுந்த மாதிரியே இல்லை. ஆனால் 'நேரம் இல்லை' என்றதும் சட்டென்று,

"ஏன் அப்படிச் சொல்கிறீர்கள்?" என்று கேட்டாள்.

“நேரம் பற்றி எல்லாமே உங்களுக்குத் தெரியுமா?”

“இல்லை அம்மாஜி. ஆனால் எனக்கு அவரை வெகு விரைவில் பார்த்துவிட வேண்டும் என்று தோன்றுகிறது.”

“எனக்கும் அவர் பற்றி அதிகம் தெரியாது. என் உறவுக் காரருக்கு அவர் நண்பர். எப்போதும் கதர்தான் அணிவார். அவர் பிறந்த ஊர் எங்கள் கிராமத்தருகில்தான் என்ற கூறியிருக்கிறார்.”

நான் சியாமளாவைப் பார்த்தேன். இது தெரிந்துகொள்ள நான் நேரில் வந்து இந்த அம்மாளை அவளுடைய துயர வேளையில் தொந்தரவு செய்ய வேண்டுமா?

சியாமளா அந்த அம்மாளிடம் கேட்டாள், “சித்தர் சாமியாருடன் அடிக்கடி பேசுவார் என்று நீங்கள்தான் சொன்னீர்கள்...”

“சித்தரெல்லாம் இப்போ இங்கே வரதில்லையேடி... இப்ப ஞாபகம் வரது. கோபாலன் அவரை ஏதோ ஆசிரமம் பத்திக் கேட்டுண்டிருந்தான். அவர் என் கோயிலுக்கே வந்துடேன்னு சொல்லிண்டிருந்தார். அவர் கோயிலுக்குத்தான் போயிருக்கானோ என்னமோ?”

“அது எங்கே இருக்கிறது?”

“கும்மகோணம் கிட்டே. கும்மகோணத்திலேந்து திருவாரூர் போறவழியிலே இருக்கு. கும்மகோணம் போய்க் கேட்டாப் போதும். தெரிஞ்சிடும்.”

சியாமளா என்னிடம் அந்த அம்மாள் சொன்ன ஊரின் பெயரைச் சொன்னாள். அந்த அம்மாளை வணங்கிவிட்டு நாங்கள் கீழே இறங்கி வந்தோம். சியாமளா கூச்சமெல்லாம் விலகி வெகு சகஜமாக இருந்தாள்.

ஜெயசந்திரிகாவின் கார் டிரைவர் காத்திருந்தான். சியாமளாவிடம், “அது எந்த ஊர்?” என்று கேட்டேன். அவள் சொன்னாள்.

நான் டிரைவரிடம் “இந்த இடத்திற்கு ஒருநாளில் போய் வர முடியுமா?” என்று கேட்டேன்.

அவன் தயங்கினான். “சாதாரண நாட்களில் முடிந்துவிட லாம். இப்போதுள்ள குழப்ப நிலையில் சொல்ல முடியாது.”

மறுபடியும் என் வயிற்றில் சுளீரென்று ஒரு மின்னல். வலி தாங்க முடியாதபடி கண்களை மூடிக்கொண்டேன்.

கண்ணைத் திறந்தபோது அவர்கள் காத்திருந்தார்கள். என் வலி பற்றி அவர்கள் அறியவில்லை.

நான் சியாமளாவிடம் சொன்னேன். "நான் நாளை ஊர் திரும்பித்தான் ஆக வேண்டும். ஆனால் அடுத்த வாரம் மறுபடியும் மதராஸ் வருவேன். அப்போது நீ சொன்ன ஊருக்குப் போய்ப் பார்க்கலாம். அல்லது அதற்குள் நீயோ இவரோ கூட அங்கு போய்ப் பார்த்துவிட்டு வரலாம். நான் பணம் தந்துவிட்டுப் போகிறேன். ஆனால் ஒரு முக்கியமான விஷயம். அடுத்த முறை நீ உன் குழந்தையோடு பம்பாய் வந்தால் நான் மிகவும் மகிழ்ச்சி அடைவேன்."

"நாங்கள் கோபால் சாரைத் தேடிப் பார்த்து வைக்கிறோம். ஆனால் நான் எதற்கு பம்பாய்க்கு வர வேண்டும்?"

"என் வீட்டுக்காரியாவதற்கு."

VII

1

"கோபாலனாடா?"

என் பெயர் சொல்லிக் கூப்பிட்டவுடன் நின்று திரும்பிப் பார்க்கும் என் இயல்பு இன்னும் மாறவில்லை.

ரயில் சிதம்பரம் ஸ்டேஷனில் நின்றிருந்தது. மணி ஆறு இருக்கும். சிதம்பரம் பிளாட்பாரம் காபி, இட்லி பிரபலம். எனக்கு அந்நேரத்தில் காபி தேவைப்பட்டது.

ஆனால் என்னைக் கூப்பிட்டவர் சிதம்பரத்தில் இறங்கிவிட்டவர். என் அப்பாவிடம் நியைப் பேசிக்கொண்டிருப்பார். நான் சிறுவனாக இருந்தபோது அவர்கள் இருவரும் பேசிக் கொண்டிருப்பதை வெகு சுவாரசியமாகப் பார்த்துக் கொண்டு உட்கார்ந்திருப்பேன். எங்களுக்குத் தூரத்து உறவு என்றுகூடச் சொல்வார்கள். என் திருமணத்தின்போது அவர்தான் நிறைய அசட்டு ஹாஸ்யப் பேச்சு பேசினார். கல்யாணத்தின்போது அதெல்லாம் எடுபட்டது. ஏறக்குறைய அதே ஹாஸ்யங்களை என் மகள் திருமணத்தின்போதும் அளித்தார். இம்முறை அவருக்குப் பெரிய கவனம் கிடைக்கவில்லை. தஞ்சாவூர் ஜில்லாவின் வாழ்க்கை முறை மாறியதோடு அல்லாமல் தஞ்சாவூர் ஜில்லாக்காரர்களின் நகைச்சுவை ரசனையும் மாறியிருக்க வேண்டும். இன்னொரு காரணம் அவருடைய நகைச்சுவைப் பேச்சை

வந்திருந்தவர்கள் பல முறை அதற்கு முன்னரே கேட்டிருக்கக் கூடும்.

ஒரு பத்திரிகையின் பெயரைச் சொன்னார். "நீ அதிலே இல்லையாமே, சந்தானம் சொன்னான். எங்கே கும்போணத்துக்குப் போறியா?"

நான் கும்பகோணத்திற்குத்தான் டிக்கெட் வாங்கியிருந்தேன். கார்டிடம் சொல்லி டிக்கெட்டை முதல் வகுப்புக்குக்கூட மாற்றியிருந்தது. எனக்கு அதை இவரிடம் தெரிவிக்க வேண்டும் என்று தோன்றவில்லை.

"போன வாரம் பாஸ்கரபுரத்துக்குப் போயிருந்தேன். உன் மாமியார்க்காரி கண்ணாலே ரத்தம் விடறா. ஐம்பகத்தை ரூம்லே போட்டுன்னா பூட்டிவைக்க வேண்டியிருக்காம். ஏண்டா, என்னடா ஆச்சு அவளுக்கு?"

"எனக்கு ஒண்ணும் சொல்லத் தோணலையே."

"இன்னும் அவளை அடிச்சுக் கிடிச்சு படுத்தறியா? கல்யாணமான பொண்ணு இருக்கு, வளர்ந்த பையன் வேறே, இப்பவும் அவளைப் போய்த் தொந்தரவுபண்ணிண்டிருந்தயா?"

"உங்க உடம்பு எப்படியிருக்கு? உங்களுக்கு மூட்டுவலின்னு அடிக்கடி சொல்வேளே?"

"அது பாட்டுக்கு இருக்கு."

"அது மாதிரிதான் எல்லாமே."

"என்ன? என்ன சொல்லறே நீ?"

"உங்கள் மூட்டுவலி அது பாட்டுக்கு இருந்திண்டிருக்கிற மாதிரிதான் என் வீட்டிலேயும். நீங்க ஐம்பகத்தைப் பாத்தேளா?"

"நான் இப்போ சட்டநாதபுரத்திலேனா இருக்கேன். நான் போயிருந்தப்போ ஐம்பகத்தைப் பார்க்க முடியலே. யாரோ கோயிலுக்கு அழைச்சுண்டு போயிருந்தா."

"ரூம்லே போட்டு அடைச்சிருந்துன்னேளே?"

"அப்பப்போ அடைப்பா போலேயிருக்கு. உன் மாமியார் தான் சொன்னா. அங்கேதானே போயிண்டிருக்கே இப்போ?

போட்மெயில்லியே வந்திருக்கலாமே? இது ஒவ்வொரு ஸ்டேஷனா நின்னு நின்னு போறும் போறும்னு ஆயிடும்."

"கோபால், சார். வண்டி கிளம்பிடுத்து!" என்று ஜெயசந்திரிகா கத்தினாள். வண்டி நிஜமாகவே நகரத் தொடங்கிவிட்டது. நான் ஓடிச்சென்று முதல் வகுப்பில் ஏறிக் கொண்டேன். என் அப்பாவின் நண்பர் ஜெயசந்திரிகாவைப் பார்த்து வாயைத் திறந்தபடி நின்றார். அவர் அவளை அடையாளம்கூடக் கண்டுகொண்டிருக்க முடியும்.

"என்ன சார், வெறும் கையோட வந்திருக்கீங்க! சிதம்பரம் ஸ்டேஷன் காபி இட்லி சாப்பிடலாம்னு இருந்தேனே?" என்று இலேசாகச் சிரித்தபடி ஜெயசந்திரிகா சொன்னாள்.

"என்ன பண்ணறது? இறங்கினவுடனே அவர் பிடிச்சுண் டார். எங்க அப்பாவுக்கு ரொம்ப வேணுங்கறவர்."

"அவரோட நீங்க நிக்கிறப்போ ஏதோ சின்னப்பையன் மாதிரி நின்னீங்க."

"ஆமாம். அவருக்கு நான் இன்னும் ஒரு சின்னப் பையன்தான். என்னையே அவர் அப்படித்தான் நினைக்க வைச்சுடறார். சமீபத்தில் என் மாமியார் மாமனார் வீட்டுக்குப் போயிருந்திருக்கிறார்."

"மாமியைப் பார்த்தாராமா?"

"அவருக்கு மாமி பத்தி அவ்வளவு அக்கறை இல்லை. நான் பாழாப் போறேனேன்னுதான் அவர் கவலை."

"உங்களுக்கு ஒண்ணும் ஆயிடலே, சார். இனிமே நீங்க என்கூட இருந்திடறீங்க. இனிமே அதை மாத்திக்காதீங்க."

எனக்கு அவளுடைய உறுதியைக் காண வேடிக்கையாக இருந்தது. அவளுடைய அம்மாவாகிலும் வேறொரு சூழ்நிலை யில் என்னை அறிந்து எனக்கு மிகவும் நெருக்கமாகவும் இருந்தாள் என்று கூற முடியும். ஆனால் ஜெயசந்திரிகா என்னை முதலில் சந்தித்ததே சினிமா ஸ்டூடியோவில்தான். அவளோடு பேசுவதற்கு வேறு விஷயமே இல்லாமல் சத்யன்குமார் என்னைப் பற்றி அவளிடம் விசாரித்திருக்க வேண்டும். அவன் விசாரித்த விதம் யாருக்கும் என்னைப் பற்றி ஏதேதோ கற்பனை செய்துகொள்ள வைக்கும். அப்படி ஏதாவது நடத்திருக்க வேண்டும்.

ஜெயசந்திரிகா இரவு வெகுநேரம் பேசிக்கொண்டிருந்தாள். அன்று முதல் வகுப்பு வண்டி அநேகமாகக் காலியாகத்தான் இருந்தது. நான்கு பெர்த்துகள் இருந்த எங்கள் பகுதியில் நாங்கள் இருவர் மட்டுமே! எனக்கு நாளெல்லாம் அலைந்து திரிந்திருந்ததில் ரயிலில் ஏறினவுடனேயே தூக்கம் வந்தது. ஜெயசந்திரிகா தூங்கவிடவில்லை. ஒரு கட்டத்தில் என் தூக்கமெல்லாம் விலகிப்போயிற்று. அவள் வயதில் என்னைவிட மிகச் சிறியவள் என்றாலும் சரிசமானமாகவே நடந்து கொண்டாள். ஒரு பெண்ணுடன் தொடர்பு ஏற்படுவதில் ஓர் ஆண் பெரிதாக அறிவு பெறுகிறான் என்று கூற முடியாது. திருமணம் நடந்து எவ்வளவு ஆண்கள் எந்த மாறுதலும் முன்னேற்றமும் இல்லாமல் காலம் கடத்திவிடுகிறார்கள்! வெறும் ஸ்பரிச மாத்திரத்தில் பெண்கள்தான் எவ்வளவு உலக ஞானம் பெற்றுவிடுகிறார்கள்! அது அவர்களுக்கு எவ்வளவு திடமும் சுயநம்பிக்கையும் தந்துவிடுகிறது!

"கோபால் சார், இனிமேலும் யோசிக்காதீங்க. இனிமே நீங்க என்கூடத்தான் இருக்கீங்க. எப்பவும்."

வண்டி மாயவரம் ஜங்ஷனில் நின்றது. ஜெயசந்திரிகாவின் சாமான்களை இறக்க ஒரு போர்ட்டரைக் கூப்பிட்டேன். அவளை ஸ்டேஷனிலிருந்து அழைத்து வர அவளுடைய உறவினர் ஒருவர் வந்திருந்தார். உண்மையில் அவளை வரவேற்கப் பெரிய கூட்டம் ஒன்றே வந்திருந்தது.

அவளுடைய பெட்டி படுக்கைகளை போர்ட்டர் தூக்கிச் செல்ல ஜெயசந்திரிகாவும் அவள் உறவினரும் முன்னே போக அவள் கண்ணில் பட முடியாமல் கூட்டத்தில் கலைந்து வேறொரு திசையில் சென்றேன். அது ஜங்ஷனாதலால் வண்டி வெகுநேரம் நின்றது. நான் கூட்டம் மிகுந்த பெட்டி ஒன்றில் ஏறிக்கொண்டேன்.

அந்தப் பிரதேசத்தில் ரயில் நிற்கும் ஒவ்வொரு இடத்திலும் எனக்குத் தெரிந்தவர்கள் மற்றும் சொந்தக்காரர்கள் உண்டு. எல்லாருக்கும் என் பெற்றோரைத் தெரியும். என் பாட்டனாரைத் தெரியும். "கோபாலனாடா?" என்ற கேள்வி நாலா பக்கங்களிலிருந்து கேட்டபடி இருக்கும். இப்படிப் பட்டதொரு இடத்தில் நானும் ஜெயசந்திரிகாவும் ஒரே ரயிலில் ஒரே பெட்டியில் பயணம் செய்தோம் என்பது தெரியவந்தால் என்னைக் கண்டவுடன் முதலில் அவர்கள் கேட்கும் கேள்வி "உனக்கேண்டா இப்படித் புத்தி போச்சு?"

ஆனால் அதே நேரத்தில் ஜெயசந்திரிகாமீது என் கவனம் இருப்பதும் ஒரு விதத்தில் பொருத்தமாகவும் நினைக்கப் படும், சிதம்பரத்தில் என்னைக் கண்டு என்னோடு பேசத் தொடங்கியவர் மனதில் நான் மனைவியை அளவுக்கு மீறித் தொந்தரவு செய்கிறவன்.

அவர்கள் சொல்கிறார்கள், இவர்கள் பேசுகிறார்கள், அவர்களுக்குப் கோபம், இவர்களுக்கு வருத்தம் என்ற கட்டுகள் இல்லாமல் ஒருவன் தன் பிறந்த ஊரில் வசிக்க முடியுமா? இதுதான் காரணமோ விடுதலையைத் தேடிப் போனவர்கள் அனைவரும் தம் ஊர், தம் சுற்றுப்புறத்திலிருந்து வெகுதூரம் சென்று அநாமதேயர்களாக இருக்க முயன்றது?

ரயில் ஒரு வழியாகப் பத்து மணி அளவில் கும்பகோணம் அடைந்தது. ஸ்டேஷனிலிருந்து ரயில் பாதையோரமாக அமைந்திருந்த பாதையில் நடந்து லெவல் கிராஸிங் வந்தடைந்தேன். அங்கே சாலையின் துவக்கத்தில் தின்பண்டக் கடையும் ஒரு சிறிய சிற்றுண்டிச் சாலையும் இருந்தன. சிற்றுண்டிச் சாலைக்குச் சென்று முகம் கழுவிக்கொண்டேன். "அண்ணாவுக்கு என்ன வேணும்?" என்று கேட்டுக்கொண்டு வந்த சிற்றுண்டிச் சாலையின் சொந்தக்காரர் "தோசை சூடாப் போடச் சொல்லறேன். வடையெல்லாம் சுமாராகத்தான் இருக்கும்" என்றார்.

தோசையைக் கொண்டு வைத்தவர், "சிறுகுடி கோபாலனா?" என்றார்.

நான் பதில் பேசாமல் இருந்தேன். புதிதாக ஐந்தாறு பேர் சிற்றுண்டிச் சாலையில் நுழைய அவர் கவனம் அந்த வாடிக்கைக்காரர்கள் பக்கம் சென்றது.

நான் தலையைக் குனிந்தபடியே நடந்து பஸ் ஸ்டாண்டை அடைந்தேன். மூன்று சாத்தியங்கள் இருந்தன. ஜம்பகத்தைப் பார்க்கப் போகலாம். காமாட்சியின் வீட்டுக்குப் போகலாம். சித்தரைப் பார்க்க அக்கரை ஆலமரத்தடிக்குப் போகலாம். மூன்று இடங்களுக்கும் மூன்று வெவ்வேறு திசைகளில் போகும் பஸ்களில் பயணம் செய்ய வேண்டும். நான் போன நேரத்தில் திருவாரூர் பஸ்தான் தயாராகக் காத்திருந்தது. அதுவே நான் போக வேண்டிய இடத்தை நிர்ணயித்தது போலிருந்தது. இப்போது சித்தர் இடம்தான். ஆனால் சித்தர் இருப்பாரா? நேற்று எங்கெங்கோ அலைந்து திரிந்ததோடு அந்தப் பெண்கள்

நல்வாழ்க்கை இல்லத்துக்கும் சென்று விசாரித்திருக்கலாம். யாருக்கு யார் ஆதரவு என்பதுகூடப் பகடையுருட்டிப் போடுவது போலிருக்கிறது. நாட்டின் பிரதம மந்திரியே மிகுந்த பெருமையுடன் சென்னையில் வந்து பார்த்துப் போகும் அந்த இல்லத்து அம்மாளுக்கு விநோதமான கஷ்டங்கள். இரவில் வீட்டில் சாமான்கள் தானாகவே நகருகின்றன. மின்சார விளக்குகள் நினைத்தபோது ஏற்றிக்கொள்கின்றன. அணைகின்றன. அறையின் நட்ட நடுவில் திடீரென்று சோற்றுக் கவளங்கள் விழுகின்றன. எல்லாவற்றையும் விட மிகவும் தாங்க முடியாமல் இருப்பது அந்த அம்மாவின் மகனும் மனைவியும் – எப்போதோ ரயில் விபத்தில் உயிரிழந்தவர்கள் – இப்போது அந்த அம்மாள் கண் முன் தோன்றுகிறார்கள், கொஞ்சிப் பேசிக்கொண்டிருக்கிறார்கள், சண்டை போட்டுக்கொள்கிறார்கள்... சித்தர் கண்களை அகல விரித்துப் புன்னகை புரிந்தார்.

சித்தர் அந்த வீட்டில் காலடி வைத்ததிலிருந்து எல்லாம் சரியாகிப் போயிற்று.

○

2

எனக்கு மட்டும் முதலில் இதிலெல்லாம் நம்பிக்கையா இருந்தது? படித்துப் பட்டணம் வந்து வேலைக்குப் போகும் எல்லாரையும் போல நானும் இவற்றின் மேல் நம்பிக்கையும் வைக்காமல் அந்த நேரத்தில் முழுப் பொய் என்று ஒதுக்கித் தள்ள முடியாமலும் இருந்தேன். தகப்பனாருக்குத் தவறாமல் சிரார்த்தம் செய்து, அமாவாசை மாதப் பிறப்பு தோறும் தர்ப்பணம் செய்தேன். என் அம்மா என் வீட்டிலேயே இருந்தவரையில் இதையெல்லாம் தவறாமலும் பூரணமாகவும் அனுஷ்டிக்க முடிந்தது. அம்மா ஊருக்குப் போன பிறகும் இவை தொடர்ந்தன, ஆனால் சில அம்சங்களிலாவது சமரசம் செய்து கொண்டு.

சித்தர் முதலில் எனக்குச் சரியான ஒரு காட்டானாகத்தான் தோன்றினார். கட்டை குட்டை உருவம். முண்டக் கண்ணியம்மனுடையது போன்ற கண்கள். தலையில் முண்டாசு. இடுப்புக்கு மேலே நெற்றிக்கு அடியில் ஓர் உரோமம் இல்லாமல் மழமழவென்ற வெற்றுடம்பு, சால் போன்ற வயிறு. இதைத் தொப்பை என்று சொல்ல முடியாதபடி ஒரு திடத் தன்மை இருந்தது. பிறகுதான் தெரிந்தது சித்தர் சிறுவயதில் நிறையக் குஸ்திச் சண்டை போட்டிருக்கிறார் என்று. சுந்தரலிங்கமும் மாதவன் என்ற போட்டோகிராபரும்தான் ஒரு நாள் என்னிடம் ஓடிவந்து, "வா, வா. ஒரு பெரிய சாமியார் வந்திருக்கிறார்" என்றார்கள்.

என்றோ ஒருநாள் சுதந்ரலிங்கத்தின் பாட்டி என்னைப் பார்த்துவிட்டு, "ஏண்டா பிசாசு பிடிச்ச மாதிரி இருக்கே?" என்று கேட்டாள். அதற்கு முன்தினம் காமாட்சி தன் கணவன் வீட்டிலிருந்து வந்திருந்தாள். புக்ககம் போன பின் முதன்முறையாக அம்மா வீட்டுக்கு வரும் பெண்ணிடம் எவ்வளவு உற்சாகம் இருக்கும்? பேசுவதற்கு எவ்வளவு விஷயங்கள் இருக்கும்? சுந்தரலிங்கத்தின் பாட்டி என்னைக் கேட்ட கேள்வியை நான் என் பெண்ணிடம் கேட்டிருக்க வேண்டும். பேய் பிசாசுகளை விடப் பீதி விளைக்கும்படி மனிதர்களால் நடந்துகொள்ள முடியும் என்று நான் அறிந்திருந்தேன். அந்நேரத்தில் எனக்கு அவ்வளவே தோன்றியது.

சிறிய டாக்ஸி வண்டியில் டிரைவர் பக்கத்தில் சித்தர் உட்கார்ந்திருந்தார். பின் சீட்டில் யாரோ இருவர். யாரையும் உள்ளே விடாத கூர்க்கா இந்த வண்டியை ஸ்டூடியோவினுள் விட்டுவிட்டான். வண்டி நேராக முதலாளி அறைக்கு முன் நின்றது. வண்டி நிற்பதற்கும் முதலாளி அறையை விட்டு வெளியே வருவதற்கும் சரியாக இருந்தது. ஆனால் முதலாளி தன் வேலையாகப் போய்விட்டார். சுந்தரலிங்கம் ஓடோடி டாக்ஸி அருகே சென்று சித்தருக்கு நமஸ்காரம் சொன்னான். தூரத்தில் நின்று வெற்றிலைப் பாக்கு போட்டுக்கொண்டிருந்த என்னை அவசரம் அவசரமாகக் கூப்பிட்டான்.

"அன்றைக்குச் சொன்னேனே சாமியார்னு, இவர்தான். உன் அதிர்ஷ்டம் இங்கேயே வந்திருக்கிறார்" என்றான். என் அதிர்ஷ்டம் பற்றி எனக்கு நிறையத் தெரிந்துவிட்டிருந்தது. காரில் உட்கார்ந்திருக்கும் சாமியாருக்கு எப்படி வணங்குவது என்று புரியாமல் வெறுமனே கை கூப்பினேன்.

"புகையிலை இருக்கா?" என்று சாமியார் கேட்டார். எனக்கு மிகவும் எளிதாகப் போய்விட்டது. புகையிலைப் பொட்டலத்தை நீட்டினேன்.

"அந்த அந்த அந்த சேவாசிரமத்துக்கு வாயேன்" என்றார். மூன்று முறை ஏன் 'அந்த' சொல்ல வேண்டும். 'விஷயம் இல்லாமல் சித்தர் ஒரு சொல் பேசமாட்டார்' என்று சுந்தரலிங்கம் சொன்னான். மாதவனும் சொன்னான். "அவர் ஒரு வார்த்தை வீணடிக்கமாட்டார்."

கோமளம்மாள் அந்த ஆசிரமத்தை நடத்திவந்தாள். அவளுடைய தகப்பனார் சடகோபய்யங்கார் அந்த நாளில் மகாத்மா காந்தியோடு நேருக்கு நேர் விவாதிக்கக்கூடிய மதிப்பும் செல்வாக்கும் பெற்றவர். ஒரு முறை கோர்ட்டில் ஆஜரானால் பத்தாயிரம் ரூபாய் வாங்கும் நிலை அடைந்தவர்.

காந்திஜியின் ஒத்துழையாமை இயக்கத்துக்கும் சத்யாக்கிரகத்துக்கும் விதேசி பகிஷ்கரிப்பு இயக்கத்துக்கும் தன் தொழில் மற்றும் பிரிட்டிஷ் அரசின் பதவி பட்டம் முதலியவை அனைத்தையும் துறந்தவர். எப்போதும் சிரித்த முகமாகவும் ஆரோக்கியம் மிகுந்தவராகவும் காணப்பட்ட அவருடைய குடும்பத்தில் சீக்குப் பிடுங்கியது.

ஒரு மகன் இங்கிலாந்தில் இரண்டாம் யுத்த காலத்தில் ஒரு விபத்தில் உயிரிழந்து உடலைக்கூட இந்தியாவுக்குக் கொண்டுவர முடியாமல் போய்விட்டது. இரண்டாவது மகன் குதிரைச் சவாரி செய்யும்போது கீழே விழுந்து ஒரு கால் நேராகாமலே போய்விட்டது. மூன்றாவது மகன் பத்தொன்பது வயதாகும்போது சித்தப்பிரமை பிடித்தவன் போலாகிப் பின்னர் அவன் கண்ணில் பட்டவரைக் கையில் கிடைத்ததைக் கொண்டு தாக்கும் நிலையடைந்து, கீழ்ப்பாக்கம் மருத்துவமனையில் அடைக்க வேண்டியதாயிற்று. ஒரே மகள் கோமளம் வயிற்றில் ஒருமுறைகூடப் பிரசவம் தங்காமல் முப்பது வயதுக்குள் விதவையானாள். சடகோபய்யங்காரின் கடைசி நாட்கள் அதீத தெய்வாராதனையிலும் தெய்வ நிந்தனையிலும் கழிந்ததற்கு யாரையும் குற்றம் கூற முடியாது.

கோமளம், கோமளம்மாளாக அழைக்கப்படத் தொடங்கிய போது அவள் தன் சொந்த துக்கத்தைத் தவிர்த்துப் பிறர் துக்கங்களைக் களைய வழி பார்த்தாள். அவளுக்கென இருந்த இரு வீடுகளில் ஒன்றை சேவாசிரமமாக்கினாள். பணக்காரர், ஏழை, ஜாதி, மதம் என ஒரு வித்தியாசத்தையும் பாராமல் ஆதரவு என்று நாடி வந்த பெண்களுக்கு முதலில் புகலிடம் கொடுத்தாள். பிறகு அவர்கள் ஒரு தொழிலைக் கற்றேயாக வேண்டும் என்றாக்கினாள். அதன் பிறகு அந்த ஆசிரமத்தில் அவர்களைப் பணிபுரியவைத்து அதற்கு ஊதியமும் கொடுத்தாள். அந்த சேவாசிரமத்தில்தான் தன்னை வந்து பார்க்கச் சித்தர் என்னிடம் கூறினார்.

முதன்முறை மாதவன் அழைத்துப் போனான். சித்தர் ஒரு பெரிய சோபாவில் சுகமாகத் தூங்கிக்கொண்டிருந்தார். “இது சாதாரணத் தூக்கம் இல்லை. இது யோக நித்திரை” என்று மாதவன் சொன்னான்.

அரைமணி நேரமாகியும் சித்தர் தூங்கிக்கொண்டிருந்தார். அடுத்த நாள் விடியற்காலையில் மாதவன் ஒரு வெளிப்புற ஷூட்டிங்குக்குப் போக வேண்டும். அவன் என்னை அங்கே விட்டுவிட்டுப் போனான். நான் சேவாசிரமத்தைச் சுற்றிப் பார்த்தேன். கோமளம்மாள் சில பெண்களுக்கு பாங்க்

பாஸ் புக், செக் முதலியன பற்றி ஒரு வகுப்பு போலச் சொல்லிக்கொடுத்துக்கொண்டிருந்தாள். எனக்கு மனம் எங்கெங்கெல்லாமோ போய்க்கொண்டிருந்தது.

சத்யன்குமார் சென்னை வந்திருந்தான். அவன் முன்தினம் என் வீட்டிற்கு வந்தபோது நான் வீட்டில் இல்லை. அவன் வந்திருந்ததை ஐம்பகமும் சொல்லவில்லை. என்றுமே ஐம்பகத்துக்கு அவனைப் பிடித்ததில்லை. காமாட்சிக்கும் விசேஷமாக அவன் மீது பிரியம் கிடையாது. அவள் ஹிந்தி சினிமாக்கள் ஒன்றிரண்டுதான் பார்த்திருப்பாள். ஆனால் அப்பாவைத் தேடி வரும் பிரபலஸ்தன் என்று சத்யன்குமார் மீது அன்பிருக்கும். ஆனால் அவள் புக்ககம் அவளுக்குக் கொடுத்த சுகத்துக்குப் பிறகு எதைப் பற்றி நினைக்க முடியும்?

மூன்று மாத வீட்டு வாடகை பாக்கி. பால்காரன், மளிகைக் கடைக்காரன், கஃசுக்காரி எல்லாரிடமும் பாக்கி. உடனே ஐந்நூறு ரூபாய் இருந்தால் இதெல்லாவற்றையும் ஒரு மாதிரி சரி செய்துவிடலாம். முதலாளி கடன் தருவதில்லை. அவனிடம் சேர்ந்து ஐந்தாறு மாதங்கள்தான் ஆகின்றன. இன்னும் மும்முரமாகப் பட வேலை தொடங்கவில்லை. வீட்டில் பெரிதாக இருந்த பித்தளைப் பாத்திரங்களைப் பணமாக மாற்றிச் செலவழித்தாயிற்று. ஊரில் குத்தகைப் பணம் என்று வருடத்துக்கு ஐம்பது நூறு வரும். ஊருக்குப் போனால் ஒரு மூட்டை அரிசி கொண்டுவரலாம்.

பழைய பத்திரிகைக் காரியாலயங்களுக்கெல்லாம் ஒரு முறை போய் வந்தாயிற்று. இரண்டு பத்திரிகைகளிடம் முன் பணம்கூட வாங்கியாயிற்று. ஒரு வரி எழுத முடியவில்லை. சினிமாப் பழக்கம் வந்த பிறகு முழுதாக ஒரு வாக்கியம் எழுத முடியவில்லை. எல்லாமே தந்தி போல ஒரு சொல், இரு சொற்கள்தான். அதுவும் ஐந்தாறுக்கு மேல் முடியவில்லை. படிக்கத்தான் முடிகிறது. பத்திருபது பக்கங்கள் ஆங்கிலப் புத்தகங்களை, தமிழில் நூறு பக்கங்களைக்கூட ஒரு மூச்சில் படிக்க இயலுகிறது. மனதில் எவ்வளவு தங்குகிறது என்று கூற முடியாது. சுத்தமாக ஒன்றுமே இல்லை என்றுகூடக் கூறிவிடலாம்.

உறவுக்காரர்கள் திடீர் திடீரென்று வீட்டுக்கு வந்து விடுகிறார்கள். வந்தவர்களைக்கூட வாவென்று சொல்ல வேண்டாம்; போ என்று சொல்ல முடியாதல்லவா? அப்புறம் அவர்கள் பேச வரும்போது கேட்க வேண்டும்; கேட்டு எதற்காவது பதில் தர வேண்டும்; பதிலுக்கு அவர்களுடைய பதில்... அதெப்படிச் சொல்லுவே? உங்கப்பா சாகறப்போ

இருபது வேலிக்குக் குறையாம வைச்சிட்டுப் போனார். ஒரு தென்னந்தோப்பு, கால்வாயோரமாகக் காய்கறித் தோட்டம் ஒண்ணு வேற. வீடான வீடு, வாசலுக்கும் கொல்லைக்கும் நடக்கறதுக்கே அஞ்சு நிமிஷம் ஆகும். பொட்டியிலே கல்லு கல்லா நகை...

சித்தர் இன்னமும் தூங்கிக்கொண்டிருந்தார். நானும் போய்விடலாம் என்று முடிவு செய்தபோது அவர் கண்ணைத் திறந்தார். எழுந்து உட்கார்ந்து எங்கே என்ற கேட்பது போலத் தலையை ஆட்டினார். நான் புகையிலைப் பொட்டலத்தை நீட்டினேன். ஒரு சிறு உருண்டைப் புகையிலையை வாயில் இடுக்கிக் கொண்டு "ஹிஸ்டரி?" என்றார்.

நான் ஒரு கணம் நின்றேன். ஒரு மின்னல் போல் விஷயம் தெரிந்து என் பெயரைச் சொன்னேன்.

"அவ்வளவுதானா?" என்றார்.

நான் என் தகப்பனார் பெயரைச் சொன்னேன்.

"ஜியாகரபி?"

"சிறுகுடி. தஞ்சாவூர் ஜில்லா."

"எகனாமிக்ஸ்?"

"பெரியவா வைச்சிருந்தது எல்லாம் பெரியவாளோடப் போயிடுத்து. கிராமத்திலே ஒரு வீடும் கொஞ்சம் நிலமும் இருக்கு. எங்க அம்மாவுக்குத் தற்சமயம் போதும். எனக்குத் தொடர்ந்து வேலை கிடக்கலை. சுந்தரலிங்கம் மாதிரிதான்."

"யாரு சுந்தரலிங்கம்?"

"நேத்திக்கு நீங்க பார்க்க வந்தேளே?"

"யாரு, திருவாழத்தானா?"

அவருக்கு, எதற்கும் வேறு சொல்லும் பெயரும் இருந்தது.

கோமளம்மாள் வந்தாள். "சாமி, ஆவடி போகணும்னு சொல்லிண்டிருந்தீங்களே? டிரைவரைக் கூப்பிட்டு வண்டியை ரெடி பண்ணச் சொல்லட்டுமா?" என்று கேட்டாள்.

"பப்ளிக் டிரான்ஸ்போர்ட்" என்று சித்தர் சொன்னார்.

"பஸ்ஸிலியா?"

சித்தர் எதையோ பிடித்துத் திருகுவதுபோலத் தன் இடது கையால் சைகை புரிந்தார். டாக்ஸி மீட்டரை அதைவிடத் தத்ரூபமாகத் திருப்பிவிட முடியாது.

“நீ மறுபடியும் வா. இரண்டு நாள் இங்கே இருப்பேன்” என்ற சொல்லிவிட்டுச் சித்தர் எழுந்து நின்றார். இடுப்பு வேஷ்டியைச் சரிசெய்துகொண்டு செருகிக்கொண்டார். அப்போதுதான் முதன் முறையாக அவருடைய முழு உருவத்தைப் பார்த்தேன். இந்தக் காட்டானுக்கு எவ்வளவு சுயநம்பிக்கை!

எனக்குக் காலில் விழுந்து வணங்குவதா, வெறுமனே கை கூப்பினால் போதுமா என்று சந்தேகம். “இந்தா” என்று அவர் தன் காதுக்கிடுக்கில் செருகி வைத்திருந்த நந்தியா வட்டைப் பூ ஒன்றை எடுத்து என்னிடம் நீட்டினார். நான் வாங்கிக்கொண்டேன். கையைத் திறந்து பார்த்தேன். ரூபாய் நாணயம்.

“அடுத்த தடவை வரப்போ ஒண்ணுக்கு ரெண்டு பொட்டலமாப் புகையிலை வாங்கிண்டு வா” என்று சித்தர் சொன்னார்.

அப்போதும் காலில் விழவில்லை.

அடுத்து ஐந்தாறு மாதங்களில், ஐந்தாறு முறை அவரைப் பார்த்துவிட்டேன். நான் ஒவ்வொரு முறை வெற்றிலை போடும்போதும் அவர் நினைவு வந்தது. அதற்குத்தான் என்னைப் புகையிலை வாங்கிவரச் சொன்னாரோ? அவர் கையில் அவருடைய கைத்தடி தவிர வேறெதுவும் வைத்துக்கொண்டு நான் பார்க்கவில்லை. நான் பார்த்த நேரத்திலெல்லாம் வெற்றிலைப் புகையிலை மென்றுகொண்டிருந்தார்.

என் வீடு பற்றியும் குடும்பம் பற்றியும் ஒரு வார்த்தை அவரும் கேட்கவில்லை, நானும் சொல்லவில்லை. அவரை வீட்டுக்கு அழைக்க வேண்டும் என்றும் எனக்குத் தோன்ற வில்லை. ஜம்பகத்துக்கு அவரையும் பிடிக்காது என்றுதான் எனக்குத் தோன்றியது.

ஒருநாள் என்னைக் கொண்டுவந்து விடும் சாக்கில் அவர் டாக்ஸியில் என் வீடுவரை வந்தார். நான் கீழே இறங்கிக் கார் கதவைச் சாத்தியவுடன் என் கன்னத்தில் ஓங்கி ஒருமுறை அறைந்தார்.

3

நான் எழுதத் தொடங்கிய நாட்களில் மின்சாரம் புதிது. சென்னை போன்ற மிகப் பெரிய நகரங்களிலிலேயே பல வீடுகளில் மண்ணெண்ணெய் விளக்குகள்தான். தஞ்சாவூர் ஜில்லாவில் அநேகமாக மின்சாரமே கிடையாது எனலாம். ஆனால் நாங்கள் எங்கள் கதைகளில் இந்த மின்சாரத்தைத் தாராளமாகவே பயன்படுத்துவோம். 'அவளுடைய தாவணி நுனி ஒரு விநாடி அவன்மீது பட்டது; அவனுக்கு உடலெல்லாம் ஷாக் அடித்தது,' 'அவன் விரல் நுனி அவளுடைய கையைத் தீண்டியபோது அவனுக்குத் தலையிலிருந்து கால்வரை மின்சாரம் பாய்ந்தது போலிருந்தது.'

ஆனால் மின்சாரம் தாக்கினால் எப்படி இருக்கும் என்று சித்தர் என்னை அறைந்தபோது எனக்கு ஊகிக்க முடிந்தது. அந்த ஓர் அறை எனக்குச் சில விஷயங்களை உணர்த்தியிருக்க வேண்டும். ஆனால் அவற்றைவிடப் பல விஷயங்களைக் களைவதற்குக் காரணமாயிருந்தது. அதற்கு அடுத்த நாள் பகலில் ஒரு கணம் கண்ணை மூடியபோது திடீரென்று நானே என்னிடமிருந்து பிரிந்துபோனேன். அப்போதிலிருந்து என்னுள் என்னையே ஒதுங்கியிருந்து பார்க்க முடிந்தது. பார்க்க முடிந்தது என்று சொல்வது தவறு. என்னுள் ஒரு பாதி இன்னொரு பாதியைச் சதா சர்வகாலமும் உற்றுப் பார்த்துக்கொண்டிருப்பதைத் தடுக்கவோ அடக்கவோ முடியவில்லை. என் செயல்கள் எல்லாமே இதனால் வேகம் குறைந்தன.

இரண்டு மூன்று தினங்களுக்குப் பிறகு நான் படுக்கையில் புரண்டுபோய் ஜம்பகத்தைத் தொட்டேன். காக்கை எச்சம் விழுந்தால் உதறுவதுபோல் அவள் என் கையை உதறித் தள்ளினாள். நான் விலகிச் சென்றுவிட்டேன். சில நிமிடங்களில் நிம்மதியாகத் தூங்கிவிட்டேன்.

ஆனால் இவற்றிலெல்லாம் நிம்மதி ஏற்பட்டாலும் என்னைச் சுற்றியுள்ள உலகத்தில் நிறையச் சிக்கல்கள். முதலில் ஜம்பகம். என்றுமே ஜம்பகம் ஒரு புதிர்தான். ஏன் இவ்வளவு சந்தோஷம், ஏன் இவ்வளவு துக்கம், ஏன் இவ்வளவு கோபம், ஏன் இவ்வளவு பிடிவாதம், ஏன் இவ்வளவு உற்சாகம், ஏன் இவ்வளவு சோர்வு என்று எந்த நேரத்திலும் புரிந்துகொள்ள முடியாதபடி ஒரு மனநிலை. நான் தனியாக அவளுடன் இருக்கும்போது இவை வெளிப்படும். கூடுமானவரையில் இதர மனிதர்களின் கண்களுக்கு நாங்கள் ஒரு சராசரிக் கணவன் மனைவியாகத்தான் தெரிவோம். ஆனால் சினிமா சம்பந்தம் வந்தவுடன் அவளுடைய கட்டுப்பாடு சரியாகச் செயல்படவில்லை. அதிலும் நான் சம்பந்தப்பட்ட விஷயங்களில் அது எதிர்பாராத அளவுக்குத் தீவிரமடைந்திருந்தது. யாரோ ஏதோ சொல்லியிருக்க வேண்டும். சரச சல்லாபமும் கூத்தும் குடியும் கொம்மாளமும் எல்லாருக்கும் நிகழ்வதில்லை. விபரீத எண்ணங்களும் சந்தேகங் களும் அவளுக்கு ஏற்பட்டுவிட்டன. அவை உண்மைக்கு விலகி இருந்ததை யாரும் வெகு எளிதாக உணர முடியும். ஆனால் அவளுக்கு முடியவில்லை. இப்படி எண்ணங்கள் தோன்றுவதற்குக் கணவன் வீட்டிலேயே எந்நேரமும் அவள் பார்வையிலேயே இருந்தால்கூட அவன் அவளுடைய சந்தேகத்திலிருந்து தப்ப முடியாது. ஆனால் அது ஒன்றுதான் காரணமா? ஏன் பிறர் மீது இவ்வளவு குரூரமாகக் குற்றம் கண்டுபிடிக்கத் தோன்றுகிறது?

என் இல்லாமையும் இயலாமையும் எந்த மாதிரி வெளித் தெரிந்ததோ தெரியவில்லை. எப்போதுமே கண்டிப்பாக இருக்கும் என் முதலாளி இப்போது நிந்தித்துச் சித்திரவதைப் படுத்துபவனாகவும் மாறிவிட்டான். நான் அந்த மனிதனிடம் சேர்ந்து மூன்று மாதங்களுக்குள் சம்பளத்தை இரட்டிப் பாக்குவதாகத்தான் பேச்சு. ஆனால் வருடம் ஒன்றாகப் போகிறது, முதலில் கொடுத்த தொகையையே ஒழுங்காக மாதாமாதம் தருவதுகூடக் கிடையாது. நான் அங்கு இருப்பதே அபரிமிதமான கருணையினால் என்பதுபோலத் தோற்றம் கொடுத்தாகிவிட்டது. வேலையென்று ஒரு பணியும் கிடையாது. பொதுவாக ஆலோசனைகள் கேட்பது

176 அசோகமித்திரன்

எல்லாருக்கும் சகஜமானது. ஆனால் என்னிடம் அதுகூடக் கேட்பது கிடையாது. சத்யன்குமார் அப்படத்தில் நடிப்பதாக இல்லாதிருந்தால் நான் என்றோ அந்த கம்பெனியிலிருந்து விலக்கப்பட்டிருக்க வேண்டும். சென்னையில் பிரதி மாதம் சீராகப் பணப் பட்டுவாடா செய்யாமல் எந்தக் குடித்தனக் காரனும் வெகு நாட்கள் காலம் தள்ள முடியாது. ஓரிடத்தில் இரண்டு இடங்களில் நிபந்தனை கேட்டுச் சமாளித்துவிடலாம். ஆனால் கண்ணில் படுகிறவர்கள் எல்லாரும் நிந்திக்கக்கூடிய நியாயம் பெற்றுவிட்டால் அந்த மனிதன் சிறுத்துச் சிறுத்தே அழிந்துவிட வேண்டும். ஆனால் ஒருவன் இன்னொருவனுக்கு எதற்குப் பணம் தர வேண்டும்? அவனால் பயன் உண்டு என்ற காரணத்திற்குத்தானே? என்னால் என் முதலாளிக்கு என்ன பயன்?

என் ஆச்சரியம் எப்படி இது பலருக்குத் தெரியவில்லை என்று. கீழ்த் தட்டிலுள்ள பணியாளர்கள் கணப்போதில் எல்லாவற்றையும் தெரிந்துகொண்டுவிட்டார்கள். ஆனால் என் போன்ற வெள்ளைச் சட்டை போடுபவர்களுக்குத் தெரியவில்லை. அதிலும் மானேஜர் வரதனுக்கு. என்னை எஜமானன் என்பான். எஜமானன்! எனக்குச் சிரிப்பை அடக்கத் தெரிந்துவிட்டது.

மனைவியும் உத்தியோகமும் மட்டும் இல்லை. இன்னும் ஏதேதோ இணைந்து சீர்குலைந்து போய்விடுகின்றன. பெண்டு பிள்ளைகள், அக்கம்பக்கத்தார், சுற்றத்தார், தெரிந்தவர்கள், தெரியாதவர்கள் எல்லாரும்.

சித்தரிடம் இதையெல்லாம் சொல்லத் தோன்றவில்லை. அந்த மனிதனும் கேட்டுக்கொள்ளவில்லை. முதல் சந்திப்பில் என்னைப் பற்றிக் கேட்டதோடு சரி. ஒருவேளை அது போதுமோ? வாழ்க்கையின் ஒரு நுனி சரியாகத் தெரிந்து விட்டால் முழு வாழ்க்கையையும் அவர்கள் பிரித்துத் தெரிந்துகொண்டு விடுவார்களோ? ஆனால் எனக்கே எது என் முழு வாழ்க்கை என்று சொல்லத் தெரியுமா?

கோமளம்மாளின் விருந்தினராக இருந்தாரே ஒழிய அவராகக் கோமளம்மாளிடம் பேசி நான் பார்க்கவில்லை. கோமளம்மாளும் அவர் இருக்கும் பக்கமே வரமாட்டாள். ஆனால் அவள் புதிய பிறவி எடுத்திருக்கிறாள் என்றுதான் அவளைத் தெரிந்தவர்கள் சொன்னார்கள். அவள் நிலைமை மிகவும் மோசமாக இருந்திருக்கிறது. தொடர்ந்து பெரும் துக்கங்களை அனுபவித்துவந்த அந்தக் குடும்பம் பார்வைக்கு வசதியாக வாழ்ந்துவருவது போலிருந்தாலும் இருந்த

ஒன்றிருவரும் தற்கொலை செய்துகொண்டு போய்விடுவதற்குரிய சூழ்நிலை உள்ளூர இருந்திருக்கிறது. கண்ணுக்குத் தெரியும் துன்பங்களையும் எதிர்ப்புகளையும் களையலாம். ஆனால் கண்ணுக்கும் அறிவுக்கும் எட்டாத திசைகளிலிருந்தும் தளங்களிலிருந்தும் கஷ்டங்கள் வந்தால்? அதிலும் இறந்து போனவர்கள் பேச்சுக் குரல் சதா சர்வ காலமும் காதில் விழுந்தபடியே இருந்தால்?

சித்தர் என்னை மீண்டும் மீண்டும் புகையிலைதான் வாங்கி வர அனுப்புவார். கல்யாணமான பெண் உடையவன், சிறு பையன் போல வெற்றிலை பாக்குக் கடையில் நின்று கொண்டு 'புகையிலைப் பொட்டலம் இரண்டு கொடு' என்ற கேட்கும்படி ஆயிற்று. இதில் ஒரு முறையும் என் பணம் கிடையாது. எல்லாம் சித்தரின் பணம். நந்தியாவட்டைப் பூவென்றால் அரை ரூபாய். அரளிப்பூ என்றால் ஒரு ரூபாய். ரோசாப்பூ என்றால் இரண்டு ரூபாய் நோட்டு.

ஆனால் எனக்குத் தெரிந்தது எனக்கு ஏற்படும் மாறுதல்கள். செயல் வேகம் குறைந்தது போல மூச்சும் வேகம் குறைந்தது. கோபம், அதிர்ச்சி ஆத்திரம் எல்லாமேதான். அவை இல்லாம லும் போகவில்லை. பல சந்தர்ப்பங்களில் என்னுள் ஏற்படும் விறைப்பைத் தணித்துக்கொள்ள எது வேண்டுமாலும் செய்து விடலாம் என்று தோன்றும். என் கலக்கங்கள் தாங்க முடியாது என்று தோன்றிய ஓர் இரவு வெளி வாசல்களைத் தாளிட்டுவிட்டு என் மனம்போன திசை நோக்கி வேகமாக நடக்க ஆரம்பித்தேன். அரைமணி நேரம் நடத்திருப்பேன். ஏதோ ஒரு சிறு வீதியில் நுழைகிறேன். எதிரே கட்டை குட்டையாக ஓர் உருவம் தலையில் முண்டாசுடன்!

"சாமி!"

"புகையிலை இருக்கா?"

பைத்தியக்காரத்தனத்தின் உச்சகட்டம்! நான் புகையிலையை நீட்டினேன். உண்மையில் என் பைகளில் வேறெதும் இல்லை, ஒரே ஒரு பொட்டலம் புகையிலையைத் தவிர. அதெப்படி அதை மட்டும் எடுத்துக்கொண்டு வந்தேன்? என் தீவிரம், துயரம் சிதறிப் போய்விட்டது. வாழ்க்கையில் எல்லாமே சிதறி மறைந்துபோய்விடக் கூடியது என்பதைத்தான் இந்தப் புகையிலை குறிக்கிறதோ? வீடு பற்றி எரியும்போது சுருட்டுக்கு நெருப்புக் கேட்பது அசந்தர்ப்பம் இல்லையோ?

"இது போறாதுடா. இன்னும் கொஞ்சம் வாங்கிண்டு வரியா?"

என் மனதில் உடனே தோன்றிய எண்ணம் அந்த நேரத்தில் எந்த வெற்றிலைப் பாக்குக் கடை திறந்திருக்கும் என்றுதான். இரண்டாம் காட்சி சினிமா முடிந்து வெகுநேரம் ஆகிவிட்டது.

"இந்தப் பக்கமாப் போனா அங்கே காஸ் லைட் வைச்சுண்டு ஒரு கடைக்காரன் இருப்பான். அவன் கிட்டே சாமிக்குப் புகையிலைன்னு சொல்லிக் கேளு."

நான் ஒரு கணம் என் சட்டைப் பையைத் தொட்டுக் கொண்டேன். அதில் ஒன்றும் இல்லை என்று எனக்கு ஏற்கனவே தெரியும். ஒரு சல்லிக் காசு இல்லாமல் வெளியில் கிளம்பியிருக்கிறேன்!

"இந்தா."

சித்தர் கை நீட்டினார். அரை ரூபாய் நாணயம்.

அந்தக் கடைக்காரன் நான் புகையிலை வாங்கிப் போவதற்காகக் காத்திருந்தவன் போல என் கையில் இரு பொட்டலங்களை வைத்துவிட்டு உடனே கடையை மூட ஆரம்பித்துவிட்டான். அவன் கடையை விட்டுப் பத்தடி வந்திருக்கமாட்டேன், அவன் கடையின் கடைசிப் பலகையையும் பொருத்தி மூடிவிட்டு விளக்கையும் அணைத்துவிட்டான்.

அந்த அகாலத்தில், இரவில் இரைதேடும் பிராணிகளும் பேய் பிசாசுகளுமே விழித்திருக்கும் அந்த வேளையில், சித்தர் வீதியோரமாக நட்டு வைத்திருந்த ஒரு கல்லின் மீது உட்கார்ந்திருந்தார். சிறு தூண் போன்ற அந்தக் கல்லை யார் எதற்கு நட்டு வைத்திருப்பார்கள்? ஆடு மாடு கட்டுவதற்காக இருக்காது. யானைகளைக் கட்டிப்போடலாம். அல்லது ஒருவர் உட்காரலாம். வேறெந்தப் பயனும் காரணமும் எனக்குத் தோன்றவில்லை.

சித்தர் ஒரு பொட்டலத்தைப் பிரித்துச் சிறிது புகையிலையை வாயில் இடுக்கிக்கொண்டார். "ஏண்டா, சாமிக்குப் புகையிலைன்னு சொன்னியா?" என்ற கேட்டார்.

இல்லை. எனக்கு அது தோன்றவேயில்லை. புகையிலை வேண்டும் என்று மட்டுமே சொல்லி வாங்கி வந்திருந்தேன்.

"இந்தச் சின்ன விஷயத்திலே உனக்குச் சொன்னதைச் செய்ய முடியலையே. நீ எப்படி சம்சாரம் பண்ணி சாகரத்தைக் கடக்கப் போறே?"

அவர் என் இரு கன்னங்களிலும் அறைந்தது போலிருந்தது.

4

"சாலக்குடி, மங்களபுரம், ஆலமரம் எல்லாரும் ரெடியாகுங்க" என்று கண்டக்டர் கத்தினான். நான் உட்கார்ந்த இடத்திலேயே அசைந்து கொடுத்தேன்.

என்னதான் முயன்றாலும் அந்த பஸ்ஸில் அது ஓடும்போது யாரும் எழுந்து நகர முடியாது. ஒரு பக்கம் ஒரு நீள பெஞ்ச். அதில் இருபதிலிருந்து நாற்பது பேரைத் திணித்துவிடலாம். குறுக்கு வாட்டமாக வரிசை வரிசையாக சீட்டுகள். ஒவ்வொன்றிலும் நான்கு பேர் உட்கார வேண்டும். உட்கார்ந்துவிடலாம், ஆனால் எளிதில் எழுந்துவிட முடியாது. விமான சீட்டுகள் இவ்விதம் இருந்தால் யாரும் சீட்டோடு பெல்ட் கட்டிக்கொள்ளத் தேவையில்லை. ஒரு சீட்டுக்கும் இன்னொன்றுக்கும் இருந்த இடைவெளியில் சாதாரண கால் உடையவர்களே சிரமப்பட்டுத்தான் தங்களைப் பொருத்திக்கொள்ள வேண்டும். சற்றுப் பெரிய முழங்கால் அல்லது கால் உள்ளவர்கள் ஒரு புறமாகத் திரும்பியபடி உட்கார வேண்டும். நான்கு நபர்களில் ஒருவர் இரட்டை நாடியாக இருந்துவிட்டால் இது சாத்தியம் இல்லை. எங்குமே தாராளமாக மூச்சு விடும்படியாக இடைவெளி கிடையாது, இப்படிப்பட்டதொரு பஸ்ஸில் நான் மனதளவில்தான் கீழே இறங்குவதற்குத் தயார் செய்துகொள்ள முடிந்தது.

ஆனால் கீழே இறங்கினேன். என்னுடன் இன்னும் ஐந்தாறு பேரும் இறங்கினார்கள்.

அதில் கைக் குழந்தையோடு ஒரு பெண்ணும் இருந்தாள். பதினேழு வயதுதான் இருக்கும். காமாட்சியைப் போல இவள் முகத்திலும் ஒரு களைப்புத் தெரிந்தது. ஆனால் அது ஆரோக்கியத்திலும் மகிழ்ச்சியிலும் ஏற்படும் களைப்பு. நான் சூதாட்டக்காரன் போல நான் போகும் இடத்தை நிர்ணயிக்க எனக்கு ஓர் அதிகாரமுமில்லாத புறப்பொருள்களிடம் பொறுப்பு ஒப்புவித்திருக்கக் கூடாது.

பஸ் கிளம்பிப் போய்விட்டது. அந்த உச்சிவேளையில் அங்கிருந்த டீக்கடையில் ஒருவன் வாழைக்காய் பஜ்ஜி சுடச் சுடத் தயாரித்து ஓர் அகலமான அலுமினியத் தட்டின் மீது குவித்துக்கொண்டிருந்தான். வாழைக்காய் பஜ்ஜி என் அம்மாவுக்கு மிகப் பிடித்தமானது. அவள் என்னோடிருந்த வரையில் இரு நாட்களுக்கு ஒருமுறை பஜ்ஜி செய்துவிடுவாள். இந்தக் கடைக்காரன் தயாரித்துப் போடும் நீளமான பஜ்ஜி போல அவளுக்குச் செய்யத் தெரியாது. வாழைக்காய் சீவும் பலகையில் வட்டம் வட்டமாகப் பில்லைகள் சீவி அவற்றை மாவில் தோய்த்துப் பொரித்து எடுப்பாள். ஜம்பகத்துக்கும் பஜ்ஜி பிடிக்கும். அவளுக்கு அரிவாள் மனையில் நறுக்கிப் போடத்தான் தெரியும். என்றோ ஒரு நாள் ஒரு மிலிட்டரி ஹோட்டல் வாசலில் ஒருவன் வாழைக்காய் சீவும் பலகையில் ஏதோ காய்கறி சீவிக்கொண்டிருந்தான். அவன் பக்கத்திலேயே ஒரு பெண் தலை துண்டித்த கோழி ஒன்றைச் சிறகுகள் நீக்கிக் கொண்டிருந்தாள். இது எப்படி காமாட்சி கண்ணில் பட்டது? அன்றிலிருந்து அவளால் வாழைக்காயைப் பில்லையாகச் சீவும் பலகையைத் தொடவும் முடியவில்லை.

சாலையோரமாக நெருஞ்சி முள் வேலியிட்ட தோட்டங்கள். இரு தோட்டங்களுக்கிடையில் ஒரு குறுகிய பாதை. அது ஒரு பள்ளத்தில் இறங்கி மீண்டும் மேடாகும். அந்த மேடு ஏறுகிறவரை அங்கு ஓடும் கால்வாய் கண்ணுக்குத் தெரியாது. கால்வாய்க்கப்பால் ஆலமரம். அதற்கும் அப்பால் ஆறு ஓடிக் கொண்டிருந்தது. பாதை கால்வாயை அடையும் இடத்தில் ஒரு மூங்கில் பாலம் அமைக்கப்பட்டிருந்தது. ஒருவர் பின் ஒருவராகத்தான் பாலத்தைக் கடக்க முடியும். ஒரு திசையில் ஆள் வந்தால் அவர் முற்றிலும் கடக்கும் வரை காத்திருந்துதான் எதிர்த்திசைக்காரர் முன்னேற முடியும். இப்போது அதெல்லாம் தேவையில்லை. கால்வாயில் தண்ணீரே இல்லை. இந்தப் பாலத்தைச் சித்தரே தண்ணீரில் இறங்கி அமைத்தார் என்று சுந்தரலிங்கம் ஒருமுறை சொல்லியிருக்கிறான். அவன் ஆலமரத்திற்குக் கோமளம்மாளோடு ஒரு பெரிய குழுவாக வந்திருக்கிறான். எவ்வளவோ ஆண்டுகளுக்குப் பிறகு

அவள் வீட்டை விட்டு வெளியே வருகிறாள்? அவளுக்குச் சென்னையே ஒரு புது இடமாகத் தோன்றியிருக்கும். இந்தக் கால்வாய், தோட்டம், ஆற்றங்கரை ஆலமரம் முதலியன மாற்றங்களுக்கு உட்பட்டிருப்பதாகத் தோன்றாது. கோமளம்மாள் வருவதற்காகவே அந்தப் பாலத்தைச் சித்தர் கட்டினார் என்று சுந்தரலிங்கம் சொல்லியிருந்தான். ஆனால் அவள் கண்களுக்கு அது அந்தச் சூழ்நிலையில் எப்போதும் இருந்துவருவதாகவே தோன்றியிருக்கும்.

அது வெறும் ஆலமரம் மட்டும் அல்ல. ஓர் அரசமரமும் இணைந்தே வளர்ந்திருக்கிறது. ஆலமரத்தின் விழுதுகள் ஐந்தாறு இடங்களில் தரையில் ஊன்றிவிட்டன; அவை அங்கு நிரந்தரமாக உள்ளதோர் பந்தலின் தூண்கள் போலிருந்தன.

ஆலமரத்தை ஒட்டியபடியே ஆஞ்சநேயர் கோயில். அதைக் கோயில் என்று சொல்ல முடியுமா? மிகச் சிறு மண்டபம். வாயு வேகம் மனோவேகமாக அண்டசராசரங்களைக் கடக்கவல்ல வீர ஆஞ்சநேயர் அந்த மண்டபத்தினுள் அடைபட்டிருந்தார். அங்கு இருந்த திரி விளக்கு அணைந்திருந்தபடியால் சற்று உற்றுப்பார்த்த பின்தான் அவர் உருவம் கண்ணுக்குப் புலப் பட்டது.

ஆலமரத்தின் நிழலுக்குச் சற்று வெளியே ஒரு சிறு கட்டடம். அதுவும் புதிதாகக் கட்டப்பட்டதுதான். மூன்று பக்கங்களிலும் முழுச் சுவர். நான்காவது பக்கத்தில் ஒரு சிறு கதவு. பக்கத்திலேயே ஒரு சிறிய ஜன்னல். நான் போனபோது எல்லாமே சாத்தியிருந்தது.

எதை நம்பி இங்கு வந்தேன்? எதைச் செய்ய இங்கு வந்தேன்? சித்தர்கள் பற்றியும் சாமியார்கள் பற்றியும் எனக்கு என்ன தெரியும்? அவர் சென்னை வந்து போவதாக இருப்பதால் சென்னையிலேயே பார்த்திருக்கலாமே? பார்த்திருக்கலாம். பார்த்த சந்தர்ப்பங்களில் என்னதான் நடந்தது? நான் அவருக்குப் புகையிலை வாங்கித் தந்ததைத் தவிர வேறு விசேஷமாக என்ன நடந்தது?

நான் ஆற்றங்கரைக்குச் சென்றேன். அநேகமாகப் பூரணமாக வறண்டிருந்தது. இந்த இடத்திற்கு நான் இதற்கு முன்னர் வந்ததில்லை. ஆனால் இதேபோன்ற ஆறுகள் என் வாழ்க்கையில் பல பார்த்திருக்கிறேன். ஆடி, ஆவணி தொடங்கி கார்த்திகை, மார்கழி வரை நிறையத் தண்ணீர் இருக்கும். அதன்பிறகு, நீரோட்டம் குறையத் தொடங்கி ஓரிரு மாதங்களில் இவை முற்றிலும் வற்றிக்கூடக் கிடக்கும்.

ஆனால் இதே ஆறுகள் வெள்ளம் பெருக்கெடுத்து மாடு கன்றுகளையும் அடித்துப் போனதைக் கண்டிருக்கிறேன். ஒரு முறை ஒரு பிணம் மிதந்து போவதைப் பார்த்திருக்கிறேன். சாவு எப்படி நேர்ந்ததோ எப்போது நேர்ந்ததோ, அந்த உடல் ஏராளமாக ஊதிப்போய் மிதந்துகொண்டிருந்தது. தலையிலிருந்த மயிரெல்லாம் விழுந்துவிட்டபடியால் முகம் காற்றடைத்த கோளமாகக் காணப்பட்டது. உடலில் எது முன்புறம் பின்புறம் என்றுகூடச் சொல்ல முடியாதபடி வக்கரித்துப்போயிருந்தது. நான் பணியேற்ற எத்தனை திரைப்படங்களில் கதாநாயகி அல்லது கதாநாயகன் தண்ணீரில் விழுந்த கட்டம் இருந்தது? ஓரிரு திரைப்படங்களில் அது சாவில்கூட முடிந்திருக்கிறது. இறந்தவரை எவ்விதத்திலும் உருக்குலைய வைக்காமல், அதிலும் கதாநாயகியின் மார்புப் பகுதியைச் சற்றுப் பிரதானமாகவே காணும்படி அப்படங்கள் எடுக்கப்பட்டிருக்கும். அப்போதும் எனக்கு ஆற்றங்கரைப் பிணத்தின் நினைவு இருந்தது.

நான் மூங்கில் பாலத்தைக் கடந்து மீண்டும் பஸ் போகும் சாலைக்குச் சென்றேன். நான் அன்று குளிக்கவில்லை என்ற உணர்வே இல்லாமல் என் அழுக்குச் சட்டை வேட்டியுடனேயே டீக்கடையினுள் போய் உட்கார்ந்தேன். அந்த நேரத்தில் அங்கு தடிமனான ஒரு பெண் மட்டும் இருந்தாள் "மோர் இருக்குமா?" என்று கேட்டேன்.

"உம்," என்றாள். "நீர் மோர்தான், தரட்டுமா?"

நான் சரியென்று தலையாட்டினேன். அவள் ஒரு பானையிலிருந்து ஒரு கிண்ணத்தில் நீர்மோர் மொண்டு எடுத்து அதைக் கண்ணாடித் தம்ளரில் ஊற்றி எனக்குத் தந்தாள்.

"சித்தர் சாமி எப்போ வரும்?" என்று கேட்டேன்.

"இன்னிக்கெங்க வரும்? சனிக்கிழமைதான் வரும்."

"ஊர்லதான் இருக்கா?"

"அது யாருக்குத் தெரியும்? அது இங்கேயும் இருக்கும். அங்கேயும் இருக்கும்."

"கோயில்லே பூஜை புனஸ்காரம் உண்டா?"

"ஒரு பிள்ளையாண்டான் காலையிலேயும் சாயங்காலத்தி லேயும் வந்துட்டுப் போவானே? கொஞ்சம் வெயில் தாழ வருவான். கும்மோணத்திலேந்து வரணும்லியா?"

நான் பஸ்ஸில் வந்து இறங்கியபோது பஜ்ஜி தயாரித்துக் கொண்டிருந்தவன் வந்தான். அவன் வந்தவுடனேயே அவள் கடையை விட்டு வெளியேறினாள்.

“ஏதாவது சாப்பிடறீங்களா? ஜோடா ஒண்ணும் இல்லே. இங்கே இந்த வேளைக்கு அதிகம் ஒண்ணும் பண்ணி விக்கறதில்லே.”

“இருக்கிறது தாருங்க. இந்த வேளைக்குக் கோயில்லே ஒண்ணுமே நடக்காதா?”

“எந்தக் கோயிலைக் கேக்கறீங்க?”

“இந்த ஆலமரத்து ஆஞ்சநேயர் கோயிலைத்தான்.”

“இது என்ன பெரிய கோயில்? மரத்தடிக் கோயில்தானே. சாமியார் வரப்போ நாலு பேர் வராங்க. இல்லேன்னா யாருமில்லைதான். இரண்டு மாசம் முன்னாலே பெரிய உற்சவம் நடத்தினாங்க.”

“கோயில் கிட்டே ஒரு சின்னக் கட்டடம் இருக்கே?”

“எந்த கோயிலண்டே?”

“இந்த ஆஞ்சநேயர் கோயில் கிட்டேதான்.”

“அதுவா? மடப்பள்ளியாயிருக்கட்டும்னு கட்டினாங்க. இங்க பக்கத்திலேந்தே கோயிலைப் பாத்துக்க யாரும் கிடைக்கலை. இப்போ வந்திண்டிருக்கிற பையன்கூட கும்மோணத்திலேந்துதான் வரான்.”

சாலையில் போக்குவரத்து ஓரளவு இருக்கத்தான் செய்தது. ஆனால் எல்லா பஸ்களும் அந்த இடத்தில் நிற்க வில்லை. வெகு சமீபத்திலேயே அந்தப் பகுதியை விடச் சற்று விருந்தியடைந்தது ஒன்று இருக்க வேண்டும்.

கடைக்கு இரு கிழவர்கள் வந்தார்கள். ஒருவர் நான் உட்காந்திருந்த பெஞ்சிலேயே உட்கார, இன்னொருவர் கடையின் பின்புறம் போய்விட்டு வந்து ஒரு முக்காலியில் உட்கார்ந்தார். அவர்களுக்குள் சுவராசியமாகப் பேசிக்கொண்டிருந்தார்கள்.

ஒருவர் சென்ற வாரம்தான் அவருடைய பெண் வயிற்றுப் பேத்தியின் கல்யாணத்துக்குப் போய் வர வேண்டியிருந்தது. பையன் ஐயர், மந்திரம், ஹோமம் எதுவும் வேண்டாம் என்று சொல்லிவிட்டான். எல்லாம் வெட்டிச் செலவு. எவனோ தின்று கொழுப்பதற்காக எவனோ எவனோ ஏற்பாடு பண்ணின பழக்கவழக்கங்கள். அதற்கு மாறாகப்

பட்டணத்திலிருந்து ஒரு தலைவரை அழைத்திருந்தான். அந்த மனிதருக்கு ரயிலடியிலிருந்து வரப்போக ஒரு 'பிளசர்' ஏற்பாடு பண்ணியிருந்தது. அவருக்கும் கூட வந்தவர்களுக்குமாக ஸ்பெஷல் சாப்பாடு, வேஷ்டி, துண்டு, மாலை, லவுட் ஸ்பீக்கர் செட் வேறு. அந்த மனிதர் ஏதேதோ பேசிவிட்டுத் தாலியை எடுத்துத் தர அதைப் பையன் அந்தக் கிழவருடைய பேத்தி கழுத்தில் கட்டினான். அவனும் அந்தப் பெண்ணுமாக அந்தத் தலைவர் காலில் விழுந்தார்கள். ஆனால் வீட்டுப் பெரியவர்கள் யாரையும் வணங்கவில்லை.

"புகையிலை இருக்கில்லே?" என்று கடைக்காரனிடம் கேட்டேன். அங்கும் புகையிலைப் பொட்டலங்கள் புழக்கத்துக்கு வந்துவிட்டன. நான் இரு பொட்டலங்கள் வாங்கிச் சில்லறை எண்ணிக் கொடுத்தேன்.

பாலத்து மீது போகாமல் கீழே கால்வாயைக் கடந்து ஆலமரத்துக்குச் சென்றேன். அவ்வளவு நிழலிலும் தனிமையிலும் அங்கு உட்காரத் தோன்றவில்லை. மடப்பள்ளி என்று சொல்லப்பட்ட கட்டடத்தின் அருகில் சென்றேன். ஒரு தேவை யுமில்லாமல் அதை ஒருமுறை சுற்றி வர எண்ணினேன். வாசல் கதவு, ஜன்னல் மூடித்தான் இருந்தன. ஆனால் கதவுக்கெதிரில் இருந்த படியில் சித்தர் உட்கார்ந்திருந்தார். "புகையிலை இருக்கா?" என்று கேட்டார்.

VIII

1

சியாமளா பற்றி நான் தவறு செய்யவில்லை. என் வாழ்க்கையில் மிகவும் விசேஷமான மாற்றங்களை அவளால் ஏற்படுத்த முடிந்தது.

என் வீட்டில் ஒரு சிறு பூகம்பமே நிகழ்ந்து விட்டது. நான் வீட்டிற்கு ஒரு பெண்ணை அழைத்து வந்துவிடுவேன் என்று யாரும் எதிர்பார்த்திருக்கவில்லை. அதிலும் குழந்தையோடு ஒருத்தியை.

நான் தனியாக வீடு ஏற்பாடு செய்யலாம் என்று நினைத்தேன். ஆனால் விமானப் பயணத்தின்போது அவளுடைய குமட்டல், தலைசுற்றல், குழந்தை, பயம் அனைத்தையும் ஒதுக்கி வைத்துவிட்டு, "என்னை எங்கே அழைத்துப் போகப் போகிறீர்கள்?" என்று கேட்டாள். மதராஸில் ஏனோ இதைப் பற்றிப் பேசச் சந்தர்ப்பம் நேரவில்லை. என் அழைப்பு அவளுக்கு எப்படி எந்தவித முன்னுரையும் இல்லாமல் விடுக்கப்பட்டதோ அதேபோல அவளுடைய சம்மதமும் எந்தக் கேள்வியும் கேட்கப்படாமலே தரப்பட்டது. கேள்விகள் அவசியம் இருக்கும், ஆனால் பிற்பாடு பார்த்துக் கொள்ளலாம் என்று நினைத்திருக்க வேண்டும்.

"உனக்கு ஏதாவது அபிப்ராயம் இருக்கிறதா? சொன்னால் அங்கேயே போவோம்."

"நான் பம்பாய்க்குப் போவதே இதுதான் முதல் தடவை. உங்கள் வீட்டுக்கே அழைத்துப் போங்கள்."

"சரி. ஆனால் எந்த நேரத்தில் அந்த வீட்டை விட்டு வேறெங்காவது போக வேண்டும் என்று தோன்றினாலும் தயங்காமல் என்னிடம் சொல்லு. நான் உடனே ஏற்பாடு செய்கிறேன். அங்கே உன் மொழி பேசுகிறவர்கள் யாருமே கிடையாது. ஆதலால் உனக்கு மதராஸிலிருந்தோ அல்லது வேறெங்காகிலும் உறவு மனிதர்கள் இருந்து அவர்களில் யாராவது பம்பாயில் வந்து இருக்க முடியுமானால் சொல்லு, அவர்களையும் நம் வீட்டிலேயே வைத்துக்கொள்ளலாம். அல்லது வேறு வீடு பார்த்துவைக்கலாம்."

அவள் என் பேச்சில் எவ்வளவு புரிந்துகொண்டாள் என்று தெரியாது. ஆனால் அவள் சொல்ல வேண்டியதைச் சந்தேகமறத் தெரிவித்துவிட்டாள்.

என் வீட்டில் என் தேர்வைப் பற்றி அபிப்பிராயம் சொல்ல இவ்வளவு பேர் இருக்கிறார்களா என்று எனக்கே வியப்பாக இருந்தது. ஹிந்து வேலையாட்கள், அக்கம்பக்கத்தார், கடைக்காரர்கள். ஒரு வேளை அல்லது ஒரு வார உல்லாசத்துக்கு அழைக்கப்படுபவர்கள். இதெல்லாம் பரவாயில்லை. ஆனால் வீட்டிலேயே ஒருத்தியா? என் பெரியம்மா எனக் கூறிக்கொள்பவளின் மூத்த சகோதரி மட்டும் முற்றிலும் வேறொரு கோணத்தில் பார்த்தாள். "இவள் புருஷனை விட்டுவிட்டு வந்தவளா அல்லது புருஷன் கைவிட்டுத் தனியாக இருந்தவளா?"

எனக்கு உண்மையில் அந்த நேரத்தில் அந்த விவரம் தெளிவாகத் தெரியாது. என்னுடைய முப்பத்தொன்பது ஆண்டு கள் வாழ்க்கையில் என்னை எந்தப் பெண்ணின் கணவனும் 'கியூம்பே' என்று கமீஜைப் பிடிக்கவில்லை. ராமநாதன் அவளுடைய கணவன் இல்லை என்று முன்னமேயே தெரிந்துவைத்திருந்தேன். ராமநாதன் கணவனைவிட இன்னும் அக்கறையாக அவளைப் பார்த்துக்கொண்டான். அவனே கணவனானால் அப்படி இருப்பானா, நடந்துகொள் வானா என்று சொல்ல முடியாது. நாங்கள் என் ஹோட்டலை அடைந்தபோது அவள் தன் வீட்டுக்குச் சென்று உடைமைகளை எடுத்துவருகிறேன் என்றாள். நான் சொல்லாவிட்டால் அவளாக பஸ்ஸிலோ வேறு ஏதாவது வண்டியிலோ போயிருப்பாள். நான் ஜெயசந்திரிகா வண்டியையே எடுத்துப்போகச் சொன்னேன். ஒரு விநாடிப் போதில் அந்த டிரைவரிடம் ஒரு மாறுதல் ஏற்படுவதைக் கண்டேன். அவன் வெளிப்படையாக ஏதும் செய்யவில்லை. ஆனால் அவன் என்னிடம் காட்டிய பவ்வியம், மரியாதை

இல்லை, மாறாக ஒரு வெறுப்பும் அலட்சியமும் தோன்றுவதைக் கண்டேன்.

அவளுக்கும் அன்றே விமான டிக்கெட் வாங்கி அழைத்துப்போனேன். விமானப் பயணம் அவளுக்குப் புது அனுபவம். எப்பேர்ப்பட்டவர்களுக்கும் இத்தகைய அனுபவங் களில் குழந்தைத்தனம்தான் வெளிப்படும். சியாமளாவிடம் அப்படி ஏதும் பரபரப்புத் தோன்றவில்லை. ஆனால் விமானம் பறப்பதற்கு முன்பாகத் தரையில் வேகமாக ஓடத் தொடங்கியபோதே அவளுக்கு குமட்டல் வந்துவிட்டது. அவள் திண்டாடுவதைக் கண்டு எனக்குப் பரிதாபமாக இருந்தது. ரயிலிலேயே அழைத்துப்போயிருக்கலாம். என்னுடைய சொந்த நெருக்கடியில் அது சாத்தியமாயிருக்காது. அது சாத்தியமாக வேண்டுமானால் சில வாரங்களாவது காத்திருக்க வேண்டும். அதற்குள் இருவரும் மனதை மாற்றிக்கொண்டிருக்கக் கூடுமல்லவா?

நான் அப்படி எண்ணக் கூடாது. அவள் மனம் மாறியிருக்கமாட்டாள். அந்த மனஉறுதியும் ஆழமும் அவள் பம்பாய் ஜுஹு விமான நிலையத்தில் என்னுடன் நடந்து வந்தபோது எனக்குப் புலப்பட்டது. ஒரு சிட்டிகைப் போதில் அவள் என் வாழ்க்கையோடு மனதளவில் ஒன்றிப் போய் விட்டாள்.

மனதளவில் சரி. ஆனால் அது போதுமா? இதைத்தான் அந்தக் கிழவி கேட்டாள். சியாமளா கணவனை விட்டு ஓடி வந்தவளா, கணவனால் கைவிடப்பட்டவளா? கணவன் என்று ஒருவன் இருந்தால் அவன் இவளைத் துரத்தி வரத்தானே செய்வான்? அப்போது என்ன செய்ய முடியும்?

என் வீட்டின் இருபது பேரையும் ஒன்றுகூட்டி இனி சியாமளாதான் வீட்டு எஜமானி என்று அறிவித்தேன். இதே மாதிரி ஓர் ஆங்கிலப் படத்தில் லாரென்ஸ் ஒலீவியே செய்வான். ஆங்கில சினிமா ஆங்கில எதார்த்தத்திலிருந்து விலகியது. ஆங்கில எதார்த்தம் இந்திய எதார்த்தத்திலிருந்து மிகவும் விலகியது. ஆதலால் என் செய்கை எனக்கே சற்று விநோதமாகத்தான் இருந்தது. ஆனால் மொழி தெரியாத ஒரு புதுப் பெண்ணை வீட்டுக்கு அழைத்து வந்த பிறகு அந்த வீட்டில் அவளுடைய இடம் என்ன என்பதை வீட்டு எஜமானன் திட்டவட்டமாக அனைவருக்கும் அனைவர் முன்னிலையிலும் தெரிவித்துவிடுவது எவ்வளவோ தொல்லை களைத் தவிர்க்கும். நானில்லாத நேரங்களில் பல விதமான சிரமமான பிரச்னைகளைச் சியாமளா எதிர்கொள்ள நேரும்.

அப்போது அவளுடைய அந்தஸ்து பற்றி யாருக்கும் ஐயம் இல்லாமல் இருப்பது நல்லது. சமையலறைகளில் துவங்கிப் பல குடும்பங்களைச் சீரழித்த வாய்வம்புகள் பற்றி எனக்கு நன்றாகவே தெரியும். அதிலும் வீட்டுத் தலைவன் அடிக்கடி ஊரில் இல்லாமல் போக நேர்ந்தால் அவன் வீட்டுச் சமையலறை கூடுதல் நாக்குகள் பெற்றுவிடும்.

பம்பாய் போய்ச் சேர்ந்த தினத்தன்று படுக்கப்போகையில் அவளுடைய கணவனைப் பற்றிக் கேட்டேன். அவளுக்கும் அவள் கணவனுக்கும் ஒரு கோயிலில் கல்யாணம் நடந்தது என்றாள். அவள் ஒரு அரக்கியிடம் இருந்திருக்கிறாள். அவளிடமிருந்து அவளை விடுவித்துத்தான் அவன் மனைவியாக்கிக்கொண்டான். ஆனால் அரக்கிக்கும் அவனுக்கும் வித்தியாசம் கிடையாது. அவனிடமிருந்து ராமநாதன் அவளை அழைத்து வந்திருக்கிறான். முதன்முறையாக ஓர் ஒழுங்கான குடித்தனமாக நடத்தியது ராமநாதனிடம்தான்.

“நீ மறுபடியும் அவனிடம் போக வேண்டும் என்பாயோ?”

முதலில் இக்கேள்வி அவளுக்குப் புரியவில்லை. நானாக அவனிடம் கொண்டுபோய்விடப் போகிறேன் என்று சொல்வதாக நினைத்திருக்க வேண்டும். மிகவும் சோர்ந்து போய் “உங்கள் இஷ்டம்” என்றாள்.

என் கேள்வியை எளிதாக்கி, “நீ அவனிடம் போக வேண்டுமா?” என்று கேட்டேன்.

அவளுக்கு அதுவும் புரியவில்லை. அதே நேரத்தில் அக்கேள்வி பிடிக்கவில்லை என்றும் தெரிந்தது. அவளுடைய குழந்தை அழுதது. அதைக் கவனிப்பதற்குச் சென்றுவிட்டாள். அவளுக்கு அன்று உடல்நிலை சரியில்லை. அடுத்த நாள் அதிகாலையில் நான் ஏதோ விழிப்பு ஏற்பட்டுக் கண் திறந்தபோது அவள் அழுதுகொண்டிருந்தாள். அது என் கேள்விகளுக்காகத்தான் இருக்க வேண்டும். “நீ கவலைப் படாதே. நான் ஒரு பத்மாஷ் இல்லை. நான் மோசக்காரன் இல்லை,” என்றேன்.

என் வீடு நான்கைந்து கிழவிகளிடமும் அவர்களுடைய பெண்கள், பேரன்களிடமும் எப்படிச் சிக்கியிருக்கிறது என்று சியாமளா வந்த பிறகுதான் எனக்குத் தெரிந்தது. எங்கள் மொழியும் குடும்பப் பழக்கவழக்கங்களும் மரபுகளும் தெரியாத ஒருத்தியால் இத்தனை கோட்டை கொத்தளங்களைத் தகர்த்து அவளுடைய ஸ்தானத்தை நிலைநாட்டிக் கொள்ள முடியுமா? முற்றிலும் புதிய வீட்டில் முடியும். ஆனால்

ஒரு நவாபின் ஹவேலி போல மாறிவிட்ட என் வீட்டில் இவளால் என்ன முடியும்? ஆனால் அவள் தனி விடு போக விருப்பப்படவில்லை. என் வீட்டில் இருக்கும் பெரிய கூட்டம் உண்மையில் என் நெருங்கிய உறவினர்களே இல்லை என்று அவளுக்குச் சொன்ன பிறகுகூட அவள் அங்கேயே இருக்க வேண்டும் என்றாள். ஆனால் அந்த ஒரு வேளைக்குப் பிறகு எனக்கு அவளைப் பற்றியும் வீடு பற்றியும் நினைக்க அவகாசம் கிடைக்கவில்லை. அனார்கலி கதையும் உள்ளடக்கிய ஒரு பெரிய சரித்திர சினிமாப் படத்துக்காக மூன்று வாரம் ராஜஸ்தான் போய்விட்டேன். தினமும் முன்ஷிஜியிடம் டெலிபோனில் பேசினேன். ஓரிரு முறை சியாமளாவிடமும் பேசினேன். வேண்டுமானால் அவளையே லோதர்வாவுக்கு வந்துவிடக் சொன்னேன். அங்காவது ஜைஸல்மரியாவது அவள் தங்க ஏற்பாடு செய்யலாம் என்று படத் தயாரிப்பாளர் குரேஷிசாப் சொன்னார். ஆனால் அவள் வரத் தயாராக இல்லை. எனக்கு அவளை 'வந்துவிடு' என்று உறுதியாகச் சொல்ல முடியவில்லை.

ராஜஸ்தான் பாலைவனத்தில் ஷூட்டிங். அக்பரின் படைகளுக்காக சலீமாகிய நான் காத்திருக்கிறேன். பாலைவன மணற்பரப்பு கண் கூசவைக்கிறது. தூரத்து அடிவானத்தில் ஓர் உருவம் தோன்றி மெதுவாக என்னை நோக்கி நடக்கிறது. அதன் நடை பரிச்சயமானதாகத் தோன்றுகிறது. நெருங்கிவிட்டது. நெருங்கிவிட்டது. நெருங்கி. . . கோபால்ஜி!

○

2

நர்ஸிங் ஹோம் மிகவும் அமைதியாக இருந்தது. மாலை நான்கு மணிக்கு நகரமெல்லாம் இரைச்சலில் மூழ்கியிருக்கும்போது வெளியுலகம் ஒன்று உண்டு என்பதையே மறக்கடிக்கக்கூடிய இடமாக இருந்தது.

இன்னும் அரை மணி நேரத்தில் சியாமளா வருவாள். இவள் எப்படி இந்த பம்பாய் வீட்டில் சமாளிக்கிறாள்? உருதுவோ ஹிந்தியோ தெரியாது. வீட்டிலிருப்பவர்களுக்கு உருது தவிர வேறேதும் தெரியாது. எனக்காகக் கட்டுரைகள் எழுதித் தரும் மிஸ் ரூஸாவுக்கும் மானேஜர் முன்ஷி சாபுக்கும் ஆங்கிலம் தெரியும். ஆனால் இவர்கள் வீட்டோடு இருப்பவர்களல்ல. மதராஸிலிருந்து அழைத்து வந்து இப்பெண்ணைக் கைக் குழந்தையோடு நடுத்தெருவில் நிறுத்தியது போலச் செய்து விட்டேன்.

நர்ஸ் ஒருத்தி டெம்பரேச்சர் எடுத்துத் தலையணை உறைகளை மாற்றிவிட வந்தாள். அவள் என் தலையடியில் ஒரு தலையணையை வைத்தபோது நான் அவளை இழுத்து அணைத்துக் கொண்டேன். அவள் விசேஷமாகத் திணறவில்லை. அவள் தன்னை விடுவித்துக்கொண்டபோது அறை வாயிலில் சியாமளாவும் என் இரு பெரியம்மாக்களும் நின்றுகொண்டிருந்தார்கள்.

"எல்லோரும் வெளியே போங்கள்!" என்று கத்தினேன். சியாமளாவும் திரும்பி வெளியே போக இருந்தாள். "சியாமளா, நீ வா இங்கே," என்றேன்.

சியாமளா என் அருகில் வந்தாள். அவள் முகத்தில் கோபமோ வருத்தமோ காணப்படவில்லை.

"என்னை மன்னித்துவிடு" என்றேன்.

அவளுக்குப் புரியவில்லை.

நான் படுத்தபடியே கைகூப்பி, "மன்னித்துவிடு" என்றேன்.

கூப்பிய என் கைகளைப் பிடித்து நகர்த்திவிட்டு, "எதற்கு?" என்றாள்.

எனக்குச் சொல்லத் தெரியவில்லை.

"நான் நீங்கள் அழைத்து வந்த ஒரு பெண். உங்கள் மீது எனக்கு என்ன உரிமை இருக்க முடியும்? நான் தாலி கட்டிய மனைவி அல்லவே" என்றாள்.

"நான் தாலி கட்டப் போவதில்லை. ஆனால் உனக்கு அனைத்து உரிமையும் உண்டு."

அவள் புன்முறுவலித்தாள். ஒரு சிறு குழந்தை பேசத் துவங்குவதை வேடிக்கை பார்ப்பதுபோல அவள் முகபாவங்கள் இருந்தது. நான் தடாலென்று படுக்கையை விட்டு எழுந்தேன். அவள் கலவரப்பட்டு என்னைப் படுக்கை மீது சாய்ந்தாள். 'வேண்டாம், வேண்டாம்' என்றாள். நான் கண்களை மூடிக் கொண்டேன்.

எப்படியும் ஒரு வாரம் படுக்கையில் கிடக்க வேண்டும். என் கல்லீரல் வீக்கம் கண்டுவிட்டது. நான் மயங்கி விழுந்ததற்கு வைத்தியம் செய்யப் போகத் திடீரென்று என் உயிர் நீடித்திருப்பதற்கு வேறெதற்கோ உடனே மருத்துவம் தேவை என்று கண்டுகொள்ளப்பட்டது. ஏதோ சில சந்தர்ப்பங்களில் எனக்கு சுரீரென்று வலி எழுந்தது இப்போது நினைவுக்கு வந்தது. வலி காரணமின்றி எழுவதில்லை.

ஆனால் எனக்கு வலியின் காரணம் இதெல்லாம் இல்லை என்றும் தோன்றியது. என்னுடைய குழம்பிய மனதுக்கு வைத்தியமும் ஓய்வும் நிவாரணம் தரப்போவதில்லை. உண்மையில் இவை என் வேதனையை அதிகப்படுத்தத்தான் செய்யும்.

"சியாமளா, எனக்கு ஒரு காரியம் செய்ய வேண்டும்" என்றேன்.

"என்ன?"

"நீ மதராஸுக்குப் போ"

அவள் இலேசாகப் புன்னகை புரிந்தாள். "நான் எதிர் பார்த்ததுதான்" என்றாள்.

"அப்படி நினைக்காதே. எனக்கு நீ எவ்வளவு தேவையோ அதேபோல் இன்னொருவரும் தேவை. நீ கோபால்ஜி எங்கிருக்கிறார் என்று தெரிந்து கொண்டுவிட வேண்டும்."

"நான் அன்றே அதைக் கண்டுபிடித்திருக்கலாம். அவர் பிறந்த ஊர்ப் பக்கம்தான் போயிருக்கிறார்."

"உனக்குத் தெரியுமா?"

"அவர் வேறெங்கும் போய்விடக்கூடியவர் அல்ல."

"பின் நீ ஏன் என்னை எங்கெங்கோ அழைத்துப் போனாய்?"

"உங்களுக்குத் தகவல் கிடைக்கக்கூடிய இடம் என்று அழைத்துப்போனேன். நானாக அவரைத் தேடவில்லை."

"அப்படியானால் அவரைக் கண்டுபிடிப்பது சிரமமாக இருக்காதா?"

"சவுண்டு ரிகார்டிஸ்ட் சாரோடு போனால் ஒரே நாளில் கண்டுபிடித்துவிடலாம்."

"யார் சவுண்டு ரிகார்டிஸ்ட்?"

"ராமநாதன் சார்."

"நீயும் என்னுடன் வர வேண்டும்."

"வந்துதான் ஆக வேண்டும் என்றால் வருகிறேன். ஆனால் கோபால் சாரைப் பார்க்கப் போவதற்கு நான் தேவையில்லை. எனக்கு உடனே எங்களூர் போக விரும்பமில்லை."

"இங்கே நீ தனியாக இருந்துவிட முடியுமா?"

"உங்கள் வீட்டில் இருந்துவிட முடியும்."

நான் அவளை உற்றுப்பார்த்தேன். "சியாமளா" என்று அழைத்தேன்.

"என்ன?" என்று அருகில் வந்தாள்.

அவளைக் கட்டிக்கொண்டேன். "நான் உன்னை விட்டாலும் நீ என்னை விடக் கூடாது" என்றேன்.

அவள் தன்னை விடுவித்துக்கொண்டு புன்னகை புரிந்தாள். சற்று முன்புதான் இன்னொரு பெண்ணை இதே போலக் கட்டிப்பிடித்திருந்தேன். நான் அவளிடமும் இதே வேண்டுகோள் விடுத்திருப்பேன் என்று நினைக்கிறாளோ?

என் கால்கள் மரத்துப் போயிருந்தன. வீக்கமும் கண்டிருந்தன. எப்படியும் சில நாட்களுக்கு நாள் வெளியே போக முடியாது.

நான் நோய்வாய்ப்பட்டது தேசியப் பத்திரிகைகளுக்குச் செய்தியாகவில்லை. ஆனால் சினிமாப் பத்திரிகைகள் பக்கம் பக்கமாகச் செய்தியும் விளக்கமும் விமர்சனமும் எழுதின. 'சிதாரோம் கி துனியா' என்ற பத்திரிகை எனக்குக் குஷ்டரோகம் கண்டுவிட்டது என்று எழுதியது. அதன் ஆசிரியனும் வெளியீட்டாளனுமான பக்ஷி பத்துப் பதினைந்து ஆண்டுகள் முன்பு என்னிடம் வாரம் ஒருமுறை வந்து ஐந்து, பத்து ரூபாய் வாங்கிப் போவான். அது சில நாட்களில் ஐம்பது, நூறு என்றாயிற்று. கட்ச் பிரதேசத்திலிருந்து அஸ்ஸாம்வரை உள்ள இடங்களிலிருந்து பம்பாய்க்கு சினிமாவில் சேர வரும் கிராமத்துப் பெண்கள் காந்தத்தை நோக்கி விரையும் இரும்புத் துகள் போல பக்ஷியிடமும் அவனுடைய மாவாலிகளிடமும் வந்து சேருவார்கள். பக்ஷி மட்டுமல்லாது அவனுடைய கையாட்களும் என்னைப் பணம் கேட்க ஆரம்பித்தபோது இதை முற்றிலும் அறுத்து எறிய வேண்டும் என்று முடிவு செய்தேன். கோவிந்தா என்ற போலீஸ் கமிஷனரிடம் நான் ஒரு வார்த்தை சொல்ல, பக்ஷியின் ஆட்கள் இருவர் பதினைந்து நாட்கள் சிறையில் இருந்துவிட்டு வந்தார்கள். பக்ஷியின் பத்திரிகையில் என்னைப் பற்றி வந்த தகவல்கள் எல்லாம் நிஜமானால் நான் பத்துக் கொலைகள் செய்து, பருவம் அடையாத பெண்கள் ஏழு பேரை நாசமடித்து, இருபத்தொரு பெண்களுக்கும் அவர்கள் குழந்தைகளுக்கும் மாதந்தோறும் ஜீவனாம்சம் தந்து இப்போது இறுதியாகக் குஷ்டரோகம் பிடித்து ஆஸ்பத்திரியில் கிடக்கிறேன். பக்ஷி எவ்வளவோ கூறியதில் ஒன்றாவது நிஜம் உண்டென்றால் அது இரு பெரிய புரொடக்‌ஷன்களிலிருந்து என்னை விலக்கி விட்டது. இந்த மொகலாய சாம்ராட் படம் முடிந்துவிட்டால் எனக்கு இருப்பதெல்லாம் இரு மதராஸிப் படங்கள்தான். மதராஸிப் படங்களின் வெற்றி தோல்வி பற்றி எளிதில் ஊகிக்க முடியாது.

இன்னும் குறைந்தது ஒரு வாரம் இங்கு கிடக்க வேண்டும். ஆனால் இனிமேல் படுக்கமாட்டேன். என் மனம் இனியும் என்னை ஒளிந்திருக்க விடாது. இனியும் நான் கோபால்ஜியைப் பார்க்கத் தாமதிக்க முடியாது.

○

3

அடில் எழுதியிருந்தான். வா. கட்டாயம் வா. இம்முறை பிறந்த தின விழாவின்போது பாபா பேசப் போகிறார். இருபத்து நான்கு ஆண்டுகளுக்குப் பிறகு அவர் முதன்முதலாக மௌனத்தைத் துறந்து அருள்வாக்கு கூறப் போகிறார். கட்டாயம் வா, அஹமத் நகருக்கு.

அன்றுதான் நான் மீண்டும் மதராஸுக்குக் கிளம்பினேன். மெஹர் பாபாவைப் பார்க்க அஹமத் நகர் சென்றால்தானா ஒரு மௌனத்தின் முடிவைக் காணப் போகிறேன்? இன்னொரு இடத்தில் அல்லவா அது நிகழ வேண்டும்?

மதராஸ் விமான நிலையத்துக்கு ராமநாதன் வந்திருந்தான். என்னை அடையாளம் கண்டு கொண்ட ஒரு விமான காப்டன், "இப்போது உடல் நிலை எப்படி இருக்கிறது?" என்று மிகுந்த பரிவோடு கேட்டான். விமான சிப்பந்திகளே என்னைச் சூழ்ந்தபடிதான் நிலையக் கட்டடம் நோக்கி நகர்ந்து வந்தார்கள்.

ராமநாதன், "பெட்டி ஏதாவது இருக்கிறதா?" என்று கேட்டான்.

"ஆமாம், இருக்கிறது."

நான் விசேஷ விருந்தினர் அறையில் உட்கார்ந்துகொள்ள ராமநாதன் பெட்டியை எடுத்து வந்தான். என் அடி வயிற்றில் ஒருமுறை மின்னல் போல வலி தெறித்துக் கிளம்பி அடங்கியது. நான் மேலே மின் விசிறி சுழல்வதைப் பார்த்தபடியே உட்கார்ந்திருந்தேன்.

அந்த அறையில் இன்னொரு பகுதியில் ஒருவரை ஒரு பத்திரிகைக்காரன் பேட்டி கண்டுகொண்டிருந்தான். அந்த மனிதர் ஒரு விஞ்ஞானி. அவன் பரபரப்பாகக் கேட்ட கேள்விகளுக்குக்கூட மிக நிதானமாக ஒவ்வொரு சொல்லாக அவர் பதில் சொல்லிக்கொண்டிருந்தார். அது ஒரு குழந்தைக்குப் பாடம் கற்பிப்பது போலக்கூட இருந்தது.

விஞ்ஞானம் எவ்வளவோ வளர்ந்துவிட்டது. என்னுடைய வாழ்நாளிலேயே எத்தனை மாறுதல்களைக் கண்டுவிட்டேன்! இன்று அதிகாலை பம்பாயில் இருந்தேன், இதோ பகல் உணவுக்கு மதராஸ் வந்துவிட்டேன்! பத்தாண்டுகளுக்கு முன்பு கற்பனை செய்ய முடியாததெல்லாம் இப்போது சாத்தியமாகிறது. இதோ இந்த பால் பாயிண்ட் பேனா! ஒரு பந்தை உருளவைத்து எழுத முடியும் என்று என் அப்பா நினைத்துப்பார்த்திருக்க முடியுமா? ஆனால் மனிதன் தலையில் எதை வைத்து எழுதியிருக்கிறது? என் தலையில் என்ன எழுதியிருக்கிறது? வேறெல்லாவற்றையும் விட எனக்கு அதைத் தெரிந்துகொண்டுவிட வேண்டும் என்றிருக்கிறது.

"கிளம்பலாமா?" என்று ராமநாதன் கேட்டான். நான் எழுந்தேன். அந்த விஞ்ஞானி செல்ல வேண்டிய விமானத்துக் கான அறிவிப்பு ஒலிபெருக்கி மூலம் வந்தது. பேட்டி காண்பவன் விஞ்ஞானியுடன் கைகுலுக்கி விடைபெற்றுக்கொண்டு திரும்பிப் பார்த்தான். என்னை அடையாளம் கண்டுகொண்டு நெருங்கினான். வராதே என்று நான் கையசைத்தேன். அப்படியும் ஒரு பத்திரிகைக்காரனுக்குரிய அகம்பாவத்துடன் என்னிடம் வந்தான். நான் வலது கையைச் சுழற்றினேன். என் முஷ்டி அவனுடைய தாடை மீது வலுவாக மோதியது.

விநாடிப் பொழுதில் அந்த அறையில் கூட்டம் கூடிப் போயிற்று. விமான நிலைய போலீஸ் அதிகாரி ஒருவன் வந்தான். "என்னைத் தாக்க வந்தான்" என்றேன்.

ராமநாதனின் வீட்டிற்குப் போனோம். பித்தளை வெற்றிலைப் பெட்டியொன்றைப் பார்த்தேன். "இதை எங்கேயோ பார்த்திருக்கிறேன்" என்றேன். "இது கோபால் சாருடையது" என்று ராமநாதன் பதில் சொன்னான்.

நான் அதை எடுத்து வைத்துக்கொண்டேன். உலர்ந்து சருகாகிவிட்ட புகையிலை சிறிது இருந்தது. பெட்டியினுள்ளே பல இடங்களில் சுண்ணாம்புக் கறைபட்டிருந்தது.

"இந்தப் புகையிலை ஒரு பெரிய கட்டு வேண்டும்" என்று ராமநாதனிடம் சொன்னேன்.

“இரவில் மூன்று ரயில்கள் இருக்கின்றன. ஒன்று நடுநிசியில் போய்ச் சேரும். மற்றவை நாளைக் காலை போகும். நான் போய் டிக்கெட் வாங்கிவருகிறேன்.”

“ராம்நாத் சாப், ஒரு கார் ஏற்பாடு செய்ய முடியாதா?”

“சரி, முடியும்.”

“சற்று நல்ல வண்டியாகக் கொண்டுவரப் பாருங்கள். இல்லாதுபோனால் சீதாராம் ரெட்டிக்கு டெலிபோன் செய்கிறேன்.”

“டெலிபோன் செய்வதாயிருந்தால் நாம் அடுத்த தெருவுக்குப் போக வேண்டும். ஆதலால்தான் நீங்கள் ஹோட்டலிலேயே தங்குங்கள் என்றேன்.”

“வேண்டாம். உண்மையில் எனக்கு வேறு யாரையும் பார்க்கவோ பார்த்துப் பேசவோ விருப்பம் இல்லை. நீங்களாகக் கொண்டுவர முடியுமானால் நல்லது. அது முடியாதுபோனால்தான் நான் சீதாராம் ரெட்டியைக் கேட்க வேண்டும்.”

இந்த ராமநாதனின் சுறுசுறுப்பின்மை எனக்கு எரிச்சல் விளைவித்தது. ஆனால் மதராஸில் பலர் அவனைப் போலத் தான் மிகவும் மெதுவாகச் செயல்பட்டார்கள். ஸ்டூடியோ மானேஜர் வரதன் சற்றுத் துடிப்பாக இருப்பான். ஆனால் ஸ்டூடியோவன்றித் தனியாக அவனால் நினைக்கவும் முடியுமா? அந்த விதத்தில் இந்த ராமநாதன் பரவாயில்லை. இதுவும் ஒரு காரணமாயிருக்கும். சியாமளா இவனிடம் வந்து சேர்ந்ததற்கு. சினிமாவிலேயே ஊறியவர்கள் வாழ்நாளெல்லாம் புதைமணலில் மாட்டிக்கொண்டதுபோல அதிலேயே உழன்று மடிந்துவிடுகிறார்கள். ஆனால் சிலரால் மட்டும் எவ்வளவு எளிதாக அதை உதறித் தள்ளிவிடவும் முடிகிறது!

ராமநாதன் கொண்டுவந்த வண்டியும் சினிமாக்காரர்கள் பயன்படுத்துவதுதான். அந்த டிரைவர் என்னைப் பார்த்து அரைப் புன்னகை செய்தது, இவர்கள் வெளிப்படையாக அடிமைபோல நடந்துகொள்வதாகக் காண்பித்துக்கொண்டா லும் உள்ளூர என்னை எவ்வளவு கேவலமாக நினைக்கிறார்கள் என்பதைத்தான் எனக்கு ஞாபகமூட்டியது. இதெற்கெல்லாம் பழக்கமானவர்கள்தான் என்றாலும் இன்று இங்கு நான் சினிமா சம்பந்தமேயில்லாத பயணம் மேற்கொள்ளும்போதும் நான் யார் என்பதைத் திரும்பத் திரும்ப இப்புன்னகைகள் நினைவுபடுத்திக் கொண்டேயிருக்கின்றன. நான் இப்படியொரு

மனநிலையில் இருக்கிறேன் எனறு ராமநாதனுக்கு எப்படித் தெரிய முடியும்? அவனுக்குச் சாத்தியமான அல்லது அறிமுக மான இடங்களில்தானே அவன் உதவி நாட முடியும்?

"எப்படியும் ஏழெட்டு மணி நேரம் பயணம் செய்ய வேண்டிவரும். உங்களுக்குத் தேவையானது ஏதாவது இருந்தால் சொன்னால் வாங்கி வருகிறேன்."

"என்ன தேவையிருக்கப்போகிறது?"

"சாப்பிட? குடிக்க?"

"உங்கள் இஷ்டப்படி."

"இல்லை. உங்களுக்கு ஏதாவது..?"

"என்ன?"

"இல்லை. உங்களுகென்று ஸ்பெஷலாக ஏதாவது வேண்டாமா என்று யோசித்தேன்."

"ராம்நாத்ஜி. இந்த வயிற்றைப் பார்த்தீர்களா? இந்த இடத்தில் எந்த நிமிடமும் ஹெமரேஜ் ஏற்பட்டு நான் செத்தே போய்விட முடியும்."

"சியாமளாவுக்குத் தெரியுமா? ஐயோ, இப்போது போய் அவளை அழைத்துப் போயிருக்கறீர்களே?"

"நான் அவளைத் திரும்ப அழைத்து வந்து விடுகிறேன் என்றுதான் சொன்னேன். ஆனால் அவள்தான் வர மறுத்து விட்டாள்."

"உங்கள் உடல்நிலை இப்படி இருக்கும்போது எப்படிப் பிறர் வாழ்க்கையுடன் உங்களால் விளையாட முடிகிறது."

"ராம்நாத்ஜி. நான் கடவுள் சாட்சியாகச் சொல்கிறேன். எனக்கே தெரியாது. இப்போதுகூட எனக்குச் சரியாகப் புரியவில்லை, ஆதலால் நான் சியாமளாவிடம் ஒன்றும் விவரமாகச் சொல்லவில்லை. ஆனால் அவளாகத் தெரிந்து கொண்டிருக்க வேண்டும்."

"இப்போது இந்த பயணத்தைத் தாங்கிக்கொள்ள முடியுமா? சுமார் இருநூறு மைல் போக வேண்டும்."

"கோபால்ஜி இருக்குமிடம் தெரிந்துதானே போகிறோம்?"

"தெரிந்த மாதிரிதான். நான் ஒரு கடிதம்கூடப் போட்டேன், பதில் வரவில்லை."

"ராம்நாத்ஜி? நான் கலவரப்படுத்த விரும்பவில்லை. ஆனால் நம் பயணம் வீணானதாகப் போய்விடக் கூடாது."

ராமநாதன் பதில் சொல்லவில்லை. நான் காரின் பின் சீட்டில் சாய்ந்துகொள்ள, அவன் டிரைவர் பக்கத்தில் உட்கார்ந்துகொண்டான்.

ரயிலிலேயே போயிருக்கலாம். பத்துப் பதினைந்து மைல்களுக்கொரு முறை வண்டி தகராறு செய்துகொண்டிருந்தது. நல்ல கும்மிருட்டில் கண்ணில் மனித வாடையே படாத இடத்தில் நின்றேவிட்டது.

பதினைந்தாண்டுகளாக ஒரு சக்கரவர்த்தி போல இருந்து வருகிறேன். நான் குரல் கொடுத்தால் லட்சாதிபதிகள் ஓடி வருவார்கள். நானாக இப்போது சாமர்த்தியமில்லாத ஒருவன் பொறுப்பில் மாட்டிக்கொண்டு தவிக்கிறேன்.

நானும் கீழிறங்கித் தள்ளினேன். எனக்குப் பயமாக இருந்தது. இன்னும் ஒரு நாளாவது நான் இந்த உடலை என் வசம் வைத்திருக்க வேண்டும்.

ஆகாயத்தில் எங்கோ ஓரிடத்தில்தான் ஒரு நட்சத்திரம் மங்கலாக மினுமினுத்துக் கொண்டிருப்பதைக் காண முடிந்தது. வானம் மழைக்கு ஆயத்தம் செய்துகொண்டிருந்தது.

பெஷாவரில் ஒழுங்காகப் பழ வியாபாரம் செய்து கொண்டிருக்கலாம். பம்பாயில் ஒரு தெய்வப் பிறவிக்குரிய கவனத்தையும் வசதியையும் சுவைத்துக்கொண்டு அரை நினைவில் மயங்கிக்கொண்டிருக்கலாம். மதராஸில் ஒரு தெய்வமாகவே நினைத்துக் காலில் விழுந்துவிடுவார்கள். இதெல்லாவற்றையும் விட்டுவிட்டு ஊர் பேர் மொழி தெரியாதவர்களுடன் ஊர் பேர் தெரியாத நாட்டுப்புறத்தில் இந்த நேரம் கெட்ட வேளையில் என்ன செய்துகொண்டிருக்கிறேன்? யார் இந்த கோபால்ஜி? அவன் எக்கேடு கெட்டால் என்ன? நான் என்ன அவனைத் தேடிப் போவது? ஏன் அவனை நினைத்தால் மனதில் வெட்கமும் வேதனையும் எழுகிறது? இந்த முறை அவனைப் பார்த்து இதையெல்லாம் ஒழித்துவிட வேண்டும். ஆனால் முதலில் இங்கிருந்து கிளம்ப வேண்டுமே?

ஒரு கட்டை குட்டையானவன் ஒருவன் அப்பக்கம் வந்தான். இடுப்பில் முழங்கால் தெரியும்படியாக ஒரு துணி.

டிரைவரும் ராமநாதனும் அந்த ஆளை நிறுத்தினார்கள். "கொஞ்சம் ஒரு கை பிடிப்பா. வண்டி கிளம்பிடும்" என்றார்கள்.

அவன் டிரைவரைப் பார்த்து, "நீயா ஊருக்குப் போறே?" என்று கேட்டது மாதிரி இருந்தது.

"நான் டிரைவருப்பா, அவரு போறாரு" என்று டிரைவர் என்னைச் சுட்டிக்காட்டினான். நான் என் பர்ஸிலிருந்து ஒரு நோட்டை எடுத்தேன். பத்து ரூபாயாக இருக்க வேண்டும். "கொஞ்சம் தள்ளு" என்று அந்த ஆளிடம் சொல்லியபடியே நோட்டை அவன் பக்கம் நீட்டினேன்.

அவன் சிரித்தான். டிரைவரிடம் "நீ ஸ்டார்ட் பண்ணு" என்றான். வண்டியைப் பின்னாலிருந்து தள்ளினான். வண்டி ஒரு முறை இடித்துக்கொண்டது. இஞ்சின் திடீரென்று இயங்கத் தொடங்கியது.

நான் மீண்டும் பணத்தை அவன்பால் நீட்டினேன். அவன் சிரித்தான். விருவிரென்று நடந்து இருளில் மறைந்து விட்டான்.

காரினுள் திடீரென்று ஒரு சுகந்தம் வீசியது. அபூர்வமான வாசனைத் திரவியங்கள் கலந்த பொடி புகைவது போலிருந்தது. அந்த வாசனையில் மனம் லயித்து நினைவிழந்தேன்.

☾

4

நான் மீண்டும் கண் விழித்தபோது ஒரு அறையில் ஒரு படுக்கையில் கிடந்தேன். எனக்கே என்ன செய்கிறோம் என்று புரியாதபடி ஒரு கூச்சல் போட்டேன். இன்னொரு முறை கத்தியபோது அறை மூலையில் படுத்திருந்த ராமநாதன் தூக்கம் கலைந்து எழுந்தான். "என்ன வேண்டும் சார்?" என்று அருகில் வந்தான்.

"என்ன இது? இங்கே என்னைக் கொண்டு வந்தது யார்?"

"பெரியதாக மழை வந்துவிட்டது. வண்டி இருந்த நிலையில் மழையில் மாட்டிக்கொண்டு விடக் கூடாது என்று இந்த ஊரில் தங்கினோம்."

அவன் இதைச் சொன்னபோதுதான் வெளியே மழை இன்னமும் பெய்துகொண்டிருப்பது காதில் விழுந்தது. நன்றாகத் தூங்கி எழுந்ததில் மனதில் ஒரு மூலையில் உற்சாகமும் இருந்தது. போது விடிந்துகொண்டிருந்தது. மழையினால் வெளிச்சம் ஒரு சீரான மங்கலாக இருந்தது.

"இன்னும் எவ்வளவு தூரம் போக வேண்டி யிருக்கும்?" என்று கேட்டேன்.

"இருபது மைல். அதிகம் போனால் முப்பது."

"இப்போது கிளம்பலாமா?"

அவன் தயங்கினான். "அந்த டிரைவர் எழுந்து வர வேண்டும்... போது விடிந்து டீ குடித்துவிட்டுப் போகலாமே?"

நான் மீண்டும் படுக்கையில் படுக்க, அவன் வெளியே சென்றான். அது மலிவான இடம். அந்த அறையில் ஒரு வாஷ் பேசினும் ஒரு பக்கெட் தண்ணீரும்தான் இருந்தது. பாத்ரூம் வெளியே; பொதுவாக, அனைத்து அறைவாசிகளுக்கும்.

எனக்குப் பெஷாவர் ஞாபகம் வந்தது. வீட்டில் நாங்கள் பத்துப் பன்னிரண்டு பேர் இருந்தோம். பாத்ரூம் என்று தனியாகக் கிடையாது. லெட்ரீன் அந்த நாளையது. தினம் ஒரு மேத்தராணி வந்து வாரிச் செல்வாள். எங்கள் வீட்டில் எல்லாருமே அவளைக் கவனித்திருக்கிறார்கள். அவள் காரணமாகப் புரானாகல்லியில் ஒரு கொலையே நடந்திருக் கிறது. என் அண்ணனை என் அம்மா ஒரு நாள் மிகவும் கடுமையாக வைதாள். ஒரு நாள் அறுந்துபோன பட்டத்தை நானும் வேறு சில சிறுவர்களும் துரத்திப் போகும்போது ஒரு சிறு சந்தில் ஜிங்க்ஷீட்டைக் கூரையாகப் போட்ட ஒரு மிகச் சிறிய வீட்டு முன்னால் அவள் ஒரு குழந்தைக்குத் தலைவாரிக்கொண்டிருந்தாள். நாங்கள் ஐந்தாறு பேர் அவளைத் தாண்டி ஓடியபோது அவள் என்னைப் பார்த்துப் புன்முறுவல் செய்தாள்...

சுரீரென்று உடல் முழுதும் ஒரு வலி ஒரு நொடிப்போது மின்னிவிட்டு மறைந்தது. என் மனதில்தான் எவ்வளவு விஷயங்கள் புதையுண்டு கிடக்கின்றன! நிறைய விஷயங் கள் வெட்கத்தையும் உண்டுபண்ணுகின்றன. கூத்தாடி, வித்தையை விற்கும் முன் வெட்கத்தை விற்க வேண்டும் என்பார்கள். நான் கூத்தாடியாகி வெட்கத்தைச் சேமித்துக் கொண்டிருக்கிறேன்.

அந்த அறையில் ஒரு சுகந்தம் வீசத் தொடங்கியது. என் அறைக்கு இருந்த ஒரே ஜன்னல் ஒரு சிறு தெருப்பக்கம் திறந்தபடி இருந்தது. இது பத்தி இல்லை. பொடி இல்லை. சந்தனம் இல்லை. எல்லாமும் போல இருந்தது. இதுதான், இரவு அந்த வாடகைக் காரிலும் வீசியது.

நான் அந்த வாசனையில் மயங்கித் தூங்கிப் போய் விட்டேன். தூங்கியிருக்கிறேன் என்பதே நான் மீண்டும் விழித்தெழுந்தபோதுதான் தெரிந்தது. இப்போது பயணம் தொடரத் தடையேதும் இல்லை.

அந்தப் பிரதேசத்தில் சில நாட்களாகவே மழை பெய்து கொண்டிருக்க வேண்டும். எங்கு பார்த்தாலும் பசுமையாக இருந்தது. நிறைய வயல்களை உழுதுகொண்டிருந்தார்கள். எங்கள் வண்டி சற்றுப் பெரிதாக இருந்ததொரு ஊரில் ஐந்து

நிமிடம் நின்றது. ராமநாதன் எங்கோ சென்று வழி தெரிந்து கொண்டு வந்தான். டிரைவரிடம் சொல்ல, வண்டி மீண்டும் கிளம்பியது. ஒரு லெவல் கிராஸிங் அருகில் ராமநாதன் மீண்டும் வழி விசாரித்து வரப் போனான். இம்முறை கூடவே ஒரு சிறுவனை அழைத்துவந்தான்.

"சார், கண்டுபிடித்துவிட்டோம்" என்று ராமநாதன் பூரிப்போடு சொன்னான்.

"என்ன?"

"இந்தப் பையன் கோபாலன் சாரையே பார்த்திருக்கிறான். அவர் ஒரு மரத்தடி கோயிலில் இருக்கிறாராம். நேற்றுகூடப் பார்த்திருக்கிறான்."

"அப்போது ஏன் இன்னும் தாமதம்? ஜல்தி! ஜல்தி!"

ஆனால் ரயில் கேட் மூடியிருந்தது. நிதானமாக வந்த ஒரு குட்ஸ் வண்டி முழுதும் கடந்த பிறகு ஒரு சிவப்புச் சட்டைக்காரன் கேட்டைத் திறந்தான். நான் கார் சீட்டின் விளிம்பில் உட்கார்ந்துகொண்டேன். என் இதயத் துடிப்பு சிறிது சிறிதாகக் கூடி என் காது கேட்கத் துடிக்க ஆரம்பித்தது "ஜல்தி! ஜல்தி!" என்றேன்.

அந்தச் சிறுவன் வழிகாட்டுவதற்கென்று விசேஷமாக ஒன்றும் இல்லை. அது ஒரே சாலை. ஆனால் எல்லாமே சாலையிலேயே இருந்துவிட வேண்டும் என்றில்லை. உலகத்தின் மிகச் சிறிய பகுதிதான் சாலையில் காணக் கிடைக்கிறது.

அந்தச் சிறுவன் ஏதோ கத்த, டிரைவர் வண்டியை நிறுத்தினான். அச்சிறுவனால் வண்டிக் கதவைத் திறக்க முடியவில்லை. டிரைவர் திறந்துவிட அப்பையன் சாலையோரமாக இருந்த வேலியருகே ஓடினான். ஓரிடத்தில் நின்று எங்களுக்கு உற்சாகமாகக் கையை வீசி அழைத்தான்.

அங்கு வேலி பிளந்து ஒரு சிறிய பாதையாக அமைந்திருந்தது. அங்கிருந்து பார்த்தபோது அப்பாதை சற்றுத் தூரத்தில் உயர்ந்து ஒரு பள்ளத்தில் இறங்குவதுவரை தெரிந்தது. அந்த மேட்டுக்கப்பால் தூரத்தில் சில தென்னை மரங்களும் வானமும் தெரிந்தன.

சிறுவன் உற்சாகமாக ஓட நான் மட்டும் அவனைப் பின்தொடர்ந்தேன். மேடு மீது ஏறியபோது என் இதயமே வாய்க்கு வந்து விடுவதுபோல இயங்கிக்கொண்டிருந்தது, மேடு ஏறியவுடன் அக்காட்சியின் அழகைக் கண்டு ஒரு

நொடி அப்படியே நின்றேன். பூமி சரிந்து மீண்டும் ஒரு கரைக்காக மேடானது. அதற்கப்பால் ஒரு சிறு ஓடை. புதுத் தண்ணீர் ஓடையில் சுழித்து நுரைத்துக்கொண்டு ஓடியது. அந்த ஓடையின் அக்கரைக்குச் சற்றுத் தூரத்திலேயே ஒரு பெரிய ஆறு. ஆற்றுக்கப்பால் கண்ணெட்டியவரை ஒரே சமமான பூமி. அதில் பல விதமான வடிவங்களில் வயல்கள். ஓடையின் செம்மண் வண்ண நீரோட்டத்தை மிகைப்படுத்தவே நிர்மாணிக்கப்பட்டதுபோல ஒரு பாலம். மூங்கிலால் குடிசைகள், வீடுகள் கட்டிப் பார்த்திருக்கிறேன். ஆனால் ஒரு பாலத்தையே முழுதும் மூங்கிலால் கட்டியிருப்பதை நான் பார்த்ததில்லை. ஒருவரே நடக்கக்கூடிய பாலம். சிறுவன் ஓடிப் பாலத்தின் நடுவில் நின்று மீண்டும் கையால் வாவென்று அழைத்தான்.

நான் பாலத்தை நெருங்கினேன். அந்த நேரத்தில் சிறுவனும் அக்கரை சென்றுவிட்டபடியால் பாலம் முழுதும் எனக்காகக் காத்திருப்பது போலிருந்தது. நான் அடிஅடியாகப் பாலத்தில் நடந்தேன். பாலம் மட்டுமே என் கவனத்தை அதுவரை ஆக்ரமித்துக்கொண்டிருந்தபடியால் அக்கரையில் நின்ற மரம் அதுவரை உறைக்கவில்லை. இப்போது நடுப் பாலத்தில் ஆசுவாசப்படுத்திக்கொள்ள நின்றபோது மரமே ஒரு மலை போலத்தோன்றியது. என் கண்ணில் நேராக வெயில்பட மரம் மறைந்து போயிற்று. மீண்டும் கண்ணுக்குத் தெரிய ஆரம்பித்தபோது அது படுத்திருக்கும் ஒட்டகம் போலத் தெரிந்தது. இதயத் துடிப்பு தணிந்து போயிருந்தது.

நான் பாலத்தின் மீது அடியெடுத்து வைத்தேன். அப்போதுதான் காலில் செருப்பு இல்லாதது தெரிந்தது. என் வாழ்நாளில் எவ்வளவோ பாலங்களைக் கண்டிருக்கிறேன். பிரம்மாண்டமான பாலங்கள், இரண்டடுக்குப் பாலங்கள், முழுதும் இரும்பினால் கட்டப்பட்ட பாலங்கள். . . ஆனால் இந்தப் பாலம் எனக்காகவென்றே அமைக்கப்பட்டது போலிருந்தது.

சிறுவன் நேராக மரத்தடிக்குச் சென்றான். அங்கிருந்த ஐந்தாறு நபர்களில் உட்கார்ந்திருந்தவரிடம் அவன் ஏதோ சொல்ல, அவர் எழுந்து நின்றார். “கோபால்ஜி!” என்று நான் கத்தினேன். அவரை நோக்கி ஓடினேன்.

5

“சத்யன்குமார்! இங்கே எப்படி? ஷூட்டிங் ஏதாவது இருக்கிறதா?” என்று கோபால்ஜி கேட்டார். நான் அவர் கையைப் பிடித்துக் கொண்டேன். அவர் முகமெல்லாம் தாடி மீசை. தலை பரட்டையாகக் கிடந்தது. ஆனால் மெஹர் பாபா ஜாடை போகவில்லை.

“எப்படி இருக்கிறாய்? அந்தப் படம் முடிந்து விட்டதா? ஏது இந்தப் பக்கம்?”

நான் பதில் சொல்வதற்கு முன் அங்கு அந்த சுகந்தம் வீசியது. முதலில் காரில். அப்புறம் லாட்ஜில். இதோ இங்கே வெட்ட வெளியில். மாதக்கணக்கில் அவரைத் தேடிக் கண்டுபிடித்த பிறகு நான் அவரிடம் கேட்ட கேள்வி, “இது என்ன வாசனை?”

இப்போது கோபால்ஜி அருகில் தலைப்பாகை கட்டிய ஒரு குட்டையான மனிதன். யாரது? அந்த மதராஸி பெண்கள் ஆஸ்ரமத்தில் பார்த்த புகைப்படம் இவருடையதா? அந்தக் கண்களை வெகு சமீபத்தில் எங்கோ பார்த்திருக்கிறேனே?

“சாமி, இதுதான் சத்யன்குமார். பம்பாயிலே ரொம்பப் பெரிய ஆக்டர்” என்று கோபால்ஜி அந்த மனிதரிடம் சொன்னார். அந்த மனிதர் சிரித்தார். நேற்று இரவில் ஆளரவற்ற வனாந்திரத்தில் நின்றுபோன காரைத் தள்ளிய ஆளும் இதேபோலச் சிரித்தானே?

நான் குழம்பி நின்றேன். அந்த மனிதர் சிரித்தபடியே கோபால்ஜியிடம் ஏதோ சொன்னார்.

சாஹெப் என்று என் காதில் விழுந்தது. "நான் பெரிய சாஹப் ஏதும் இல்லை. ஒரு சாதாரண மனிதன்" என்றேன்.

அந்த மனிதர் சிரித்தார். கோபால்ஜி சொன்னார், "இந்தப் பக்கத்தில் உங்களையெல்லாம் சாயபு என்று கூப்பிடு வார்கள். அவ்வளவுதான்."

"அவருக்கு எப்படித் தெரியும் நான் யார் என்று?"

"அது அவருக்குத்தான் தெரியும்."

நான் ஏனோ அந்த மனிதரை நேருக்கு நேர் பார்க்க முடியவில்லை. "சாயபுவைக் கோயிலுக்கு அழைத்துக்கொண்டு போ" என்று அவர் கோபால்ஜியிடம் சொல்லிவிட்டுப் போனார். அப்படித்தான் சொல்லியிருக்க வேண்டும். கோபால்ஜி, "வா" என்று என்னை அழைத்தார். அதற்குள் ராமநாதனும் டிரைவரும் அங்கு வந்து சேர்ந்தார்கள்.

கோபால்ஜி ராமநாதனைப் பார்த்து, "சௌக்கியமா?" என்று கேட்டார். "சியாமளா, குழந்தை எல்லாம் சௌக்யமா?"

"கோபால்ஜி, நான் சொல்கிறேன்" என்று சொன்னேன். நாங்கள் அவர்களிடமிருந்து விலகி வந்தோம்.

"இங்கே ஹனுமான் கோயில். ஹனுமான் ஒரு பிரம்மச்சாரி" என்று கோபால்ஜி கூறினார்.

எனக்குப் புரிவது போலிருந்தது.

"கோபால்ஜி, நான் இன்னொரு முறை உங்களைப் பார்க்க முடியுமாவென்று தெரியாது. அதற்கு முன்னால் உங்களிடம் ஒன்று கூறிவிட வேண்டும்."

"எனக்குத் தெரியும்."

"தெரியாது, கோபால்ஜி. இது உங்கள் மனைவி, மகள் பற்றி."

கோபால்ஜி இலேசாகப் புன்னகை புரிந்தார். "இது ஹனுமான் கோயில்" என்றார். மீண்டும் வலுவாக வாசனை.

"இது என்ன வாசனை?"

"ஒரு வாசனையுமில்லை."

"அப்படியா? நேற்றையிலிருந்து என் கூடவே வருகிறது." இப்படிச் சொல்லிவிட்டு கோபால்ஜியின் தோள்களைப் பிடித்துக்கொண்டேன். "கோபால்ஜி, என் பளுவை என்னால் தாங்க முடியவில்லை" என்றேன்.

○

6

கோபால்ஜி கெஞ்சுவது போல், "சத்யன் குமார், தயவு செய்து என்னிடம் ஏதும் சொல்லாதே" என்றார்.

"நான் சொல்லாமல் இனியும் ஒரு மனிதனாக நடமாட முடியாது கோபால்ஜி. நான் உங்கள் வீட்டிற்கு முதன் முறையாக வந்தது ஞாபகமிருக்கிறதா?"

"இந்தப் பக்கம் வா, சத்யன்குமார். இது ஒரு மரமா இரண்டா, ஆலமரமா அரச மரமா என்று சொல்ல முடியாதபடி போய்விட்டது. நிஜம் பொய்கூட இப்படித்தான் பிரித்துச் சொல்ல முடியாதபடி போய்விடுகிறது."

"நீங்கள் இப்படிப் பேசிவிட்டால் நான் இங்கு வந்ததற்கு அர்த்தமே இல்லை கோபால்ஜி."

"எனக்குத் தெரியவில்லை. அதைப் பிற்பாடு பார்ப்போம். இந்த ஆஞ்சநேயரைப் பார், இங்கே எல்லாரும் ஆஞ்சநேயர் என்றுதான் அழைக்கிறார்கள். நீ இப்போது ஒரு சுவாமிஜியைப் பார்த்தாயே, அவர் சிறுவனாயிருக்கும்போதே இந்த மரத்தடியில் இந்த விக்கிரகம் இருந்திருக்கிறது. அவர் பார்த்திருக்கிறா."

என் இயலாமையால் எனக்குக் கோபம் வந்தது.

"இங்கே சிறிது நேரம் உட்கார்ந்திரு, சத்யன் குமார். சிறிதுநேரம் இருக்கலாமல்லவா? நான் ராமநாதனைப் பார்த்துவிட்டு வருகிறேன்.

அவன் மீண்டும் மெயின் ரோடுக்குப் போய்விட்டான் போலிருக்கிறது."

"கோபால்ஜி, அங்கே வண்டி இருக்கிறது. என்னுடைய சாமான்கள் அதில் இருக்கின்றன."

"சரி, இப்போது சொல். நீ எப்படி இங்கே வந்து சேர்ந்தாய்?"

"நான் தற்செயலாக வரவில்லை கோபால்ஜி. பல மாதங்கள் விசாரித்துத் தேடிய பிறகுதான் உங்களைப் பார்க்க இங்கு வந்திருக்கிறேன்."

"டாக்டர் ஜிவாகோ புத்தகம் இங்கே இல்லை. சத்யன் குமார், நீ படிக்கக் கொடுத்ததை ஒழுங்காக ஒரு முறைகூட முடிக்க முடியவில்லை. புத்தகமே எங்கே இருக்கிறதோ!"

"காலமெல்லாம் ஒருவன் ஓயாது ஏதாவது செய்து கொண்டிருக்கிறான். அவனுடைய காலத்தில் பெரிய புரட்சி நடக்கிறது. அவனுடைய நாடே அடையாளம் தெரியாதபடி மாறுகிறது. ஆனால் அவன் மாறாது ஆயுட்காலமெல்லாம் கழித்துவிட்டு அடையாளம் தெரியாமல் நடுத்தெருவில் செத்துப் போய்விடுகிறான்.

பெண்டாட்டியோடு குடித்தனம் நடத்திக் குழந்தை பெற்றுக்கொள்கிறான். அதே நாட்களில் இன்னொரு பெண்ணோடும் உல்லாசமாக இருக்கிறான்."

"நீங்கள் படித்துவிட்டீர்கள் கோபால்ஜி."

ராமநாதன் அப்போது அங்கு வந்தான். அவன் கையில் இருந்த பித்தளை வெற்றிலை பாக்குப் பெட்டியை என்னிடம் கொடுத்தான்.

"எனக்கெதற்கு? கோபால்ஜியிடம் கொடு. அது அவருடையதுதானே?" என்றேன்.

கோபால்ஜி அதை வாங்கிக்கொண்டு மூடியைத் திறந்தார். அதில் நிறைய புகையிலைப் பொட்டலங்கள் அடைத்து வைக்கப்பட்டிருந்ததைப் பார்த்து, "சுவாமிஜிக்குதானே வாங்கிக்கொண்டு வந்தாய்?" என்று கேட்டார்.

"இல்லை, உங்களுக்கு."

கோபால்ஜி பெட்டியை மூடினார். "சரி, இருக்கட்டும். இங்கே சுவாமிஜிதான் இப்போது புகையிலை போடுகிறார். வேண்டுமானால் நீயே அவரிடம் கொடுத்துவிடலாம்."

"நான் உங்களைப் பார்க்கத்தான் வந்தேன்."

கோபால்ஜி நான் சொன்னதைக் கேளாது ராமநாதனை ஏதோ விசாரித்தார்.

அந்தக் கோயிலுக்குப் பெரிய கூட்டம் வராது போனாலும் வந்தவர்கள் அந்த மரத்தைச் சுற்றியுள்ள பிரதேசத்தில் அதிக ஈரமில்லாத இடமாகப் பார்த்து உட்கார்ந்திருந்தார்கள். கோயில் ஒரு சிறு கருங்கல் விக்கிரகமும் அதை மட்டும் பாதுகாப்பதான சிறு கட்டடமும்தான். தனியாக ஒரு சிறு கொட்டகை சற்றுத் தூரத்தில் இருந்தது. கோயில், கொட்டகை இரண்டுமே சில மாதங்களுக்கு முன்புதான் கட்டப்பட்டிருக்க வேண்டும். இரண்டுமே மிகவும் எளிமையாக இருந்தன. இந்த இடத்தில் ஒருவன் நாளெல்லாம் கிடக்க வேண்டும் என்றால் வேறு காரணங்கள் இருக்க வேண்டும். இதுவே கடற்கரைப் பக்கம் என்றால் அக்காரணங்கள் கிடைப்பது எளிது.

ராமநாதன் கோபால்ஜியிடம் தணிந்த குரலில் தமிழில் ஏதோ சொல்லிக்கொண்டிருந்தான். மழை நின்றுவிட்டிருந்தது. அடுத்த மழை வரக் குறைந்தது நான்கைந்து மணி நேரமாவது தேவைப்படும். பார்த்துக்கொண்டிருக்கும்போதே வெயில் அடித்துத் தரையின் ஈரத்தன்மையைக் குறைத்துக் கொண்டிருந்தது.

நான் ஹனுமான் விக்கிரகத்து முன்னால் நின்றேன். இந்த பிரம்மசாரிகள் விஷயத்தில் இந்த ஹிந்துக்களின் ஈடுபாடு அதிகம்தான். பிரம்மசாரி என்பது சார்ந்த விஷயங்களால்தான் வாழ்க்கையில் எவ்வளவு குழப்பங்கள் நேர்ந்துவிடுகின்றன! எல்லாப் பெஹல்வான்களும் வீட்டில் பெரிதாக ஹனுமான் படத்தை வைத்து பூசை செய்வார்கள். ஜெய் ஹனுமான் மஹராஜ்கீ என்பார்கள். நாற்பது ஐம்பது வயதில் ஊரில் இல்லாத சீக்கு அனைத்தையும் வாங்கிக்கொண்டு கண் பார்வை போய் கடைசியில் நாராக நரம்பாகச் செத்தும் விடுவார்கள். ஹனுமான்ஜி, நான் இன்னும் எவ்வளவு நாட்கள் உயிரோடு இருப்பேன்! எனக்குப் பைத்தியம் பிடிக்காமல் இருக்குமா? என் அம்மாவை நான் மீண்டும் பார்ப்பேனா? என் வெறிக்குணம் எனக்கடங்கி இருக்குமா? இன்னொருவர் வாழ்க்கையை என் பொறுப்பாக இதுவரை ஏற்றுக்கொள்ளாத எனக்கு, இப்பொறுப்பு இன்று என் மீது அமர்ந்திருக்கும்போது அதை உணர்ந்து செயல்பட அறிவு உண்டா? என் நினைவிலும் நினைவுக்கப்பாலும் எனக்கு வெட்கத்தையும் வேதனையையும் தருபவை எல்லாம்

சமனமாகிவிடுமா? குற்ற வளையத்தை உடைத்தெறிந்து அழித்துவிட்டு நிர்மூலமாக இருக்க முடியுமா?

ராமநாதனுடன் பேசி முடித்துவிட்டுக் கோபால்ஜி என்னருகில் வந்தார். "வா, சுவாமிஜியைப் பார்க்கலாம். நீ அவரோடு பேசவே இல்லையே" என்றார்.

"மதராஸில் ஒரு தேசபக்தர் வீட்டில் இவர் புகைப்படத்தைப் பார்த்தேன். யார் இவர்?"

"மனிதர்கள் பற்றி நிறையத் தெரிந்தவர் என்று வைத்துக் கொள்."

"அவர் சந்தனம், அத்தர் ஏதாவது பூசிக்கொள்வாரா?"

"நானறிந்து அவர் மண் கொண்டு உடம்பைத் தேய்த்துக் குளிப்பார். அதற்கு மேல் அவர் அலங்கரித்துக்கொண்டு பார்த்ததில்லை."

"இங்கே நீங்கள் என்ன செய்கிறீர்கள்?"

"இந்த மரத்தடியில் இருக்கிறேன். மழை வெயிலின்போது கொட்டகையினுள் இருப்பேன். இன்று சுவாமிஜி வந்திருப்பதால் சிலராவது கண்ணில் தென்படுகிறார்கள். இல்லாதுபோனால் நான் ஒருவன் மட்டும்தான்."

"கோபால்ஜி, நான் மாதக் கணக்கில் தேடியலைந்து இங்கு வந்ததின் காரணம்..."

"வா, சத்யன்குமார். அதோ சுவாமிஜி கூப்பிடுகிறார்."

அந்தக் கட்டை குட்டை மனிதர் இடுப்பில் ஒரு துண்டும் தலையில் சிறு தலைப்பாகையுமாகக் கொட்டகையில் உட்கார்ந்திருந்தார். "உன் கல்லீரல் எப்படி இருக்கிறது?" என்று ஆங்கிலத்தில் கேட்டார்.

"கல்லீரல் மட்டும் என்றில்லை. . ."

"நீ அவ்வளவு சீக்கிரம் சாகமாட்டாய்."

நான் தலைநிமிர்த்தி அவரைப் பார்க்க அவர் பார்வை என்னை ஊடுருவுவது போலிருந்தது.

"சுவாமிஜி; நான் மனதார தவறு செய்யவில்லை. ஆனால் என்னால் கோபால்ஜி வாழ்க்கையே பாழாகிவிட்டது."

"நீ எதையும் சொல்லித்தான் ஆக வேண்டும் என்றில்லை."

கோபால்ஜியும் குறுக்கிட்டுச் சொன்னார். "நானும் அப்படித்தான் சொன்னேன், சாமி."

மானசரோவர் 213

“ஆனால் என் பளு குறைய நான் இன்று சொல்லியே ஆக வேண்டும். . .”

“என்ன சொல்ல வேண்டும்? கோபால் வீட்டிலில்லாத போது நீ அவன் பெண்டாட்டி கையைப் பிடித்திழுத்தாய். அல்லது அவள் உன் கையைப் பிடித்திழுத்தாள். இதை அவன் பெண்ணும் பிள்ளையும் பார்த்துவிட்டார்கள். இதைவிட வேறென்ன இருக்க முடியும்?”

“சுவாமிஜி. . . சுவாமிஜி!”

“அவள் மட்டும் வேண்டுமென்று அப்படிச் செய்தாளா?”

“நான் ஆமாம் அல்லது இல்லை என்று சொன்னால் உன்னால் அப்படியே ஏற்றுக்கொள்ள முடியுமா?”

நான் தயங்கினேன்.

“மெஹர் பாபா சொன்னால் ஏற்றுக்கொள்ள முடியுமா? முடிந்ததா?”

“சுவாமிஜி!”

“இங்கே யாரும் சாமி கிடையாது. பூதம்தான்” என்று அவர் சிரித்தார்.

எனக்குப் புரியவில்லை.

“பூதம், பூதம், பே!” குழந்தைகளுக்குப் பயமுறுத்துவதுபோல இரு கைகளால் வாயை அகட்டிப் பிடித்து அழகு காண்பித்தார். பிறகு எழுந்து நின்று என் முதுகைத் தட்டிக்கொடுத்தார். சுத்தமான ஆங்கிலத்தில் சொன்னார், “பம்பாய்க்குத் திரும்பிப் போ. இனிமேல் உனக்குப் பெரிய பணம் காசும் எல்லாம் வராது. உன்னை விட்டுக் கூட்டமெல்லாம் அதுவாகவே போய்விடும். கூட இருப்பவர்களோடு சந்தோஷமாக இரு. யாருக்கு என்ன தெரியும்? கோபாலனே அங்கே வருவானோ என்னவோ.”

அவர் யாரிடமும் சொல்லிக்கொள்ளாமல் வேகமாகச் சென்று ஆற்றில் குதித்துவிட்டார். நான் திடுக்கிட்டு எழுந்தேன்.

“ஒன்றும் கவலைப்படாதே. தண்ணீரில் மூழ்கி மூழ்கி எழுந்திருப்பார். இங்கே தண்ணீரே கிடையாது. இப்போதுதான் கொஞ்சம் இருக்கிறது” என்று கோபால்ஜி சொன்னார்.

சுவாமிஜி சொட்டச் சொட்டக் கரையேறி வந்தார். “இந்தச் சாயபுவை இங்கே குளிச்சுட்டுப் போகச் சொல்லு. இதுதான் அவனுக்குக் கிடைக்கக்கூடிய மானசரோவர்னு

சொல்லு" என்று கோபால்ஜியிடம் சொல்லிவிட்டுப் போய் விட்டார். இதை எனக்குப் புரியும்படியாகக் கோபால்ஜி சொன்னார்.

"அது என்ன மானசரோவர்?"

"வடக்கே பனி சூழ்ந்த ஹிமாலய மலைகளுக்கு நடுவே ஓர் ஏரி. அங்கே குளித்து வந்தால் மனம் சுத்தமாகிவிடும். மனம் சுத்தமானால் யோகம் சித்திக்கும். யோகமெல்லாம் நமக்கெதற்கு? மனம் கொஞ்சமாவது சுத்தமானால் போதாதா?"

இப்போது அந்த இடத்தில் யாருமே இல்லை. நானும் கோபால்ஜியும்தான். "கோபால்ஜி. . ." என்று தொடங்கினேன்.

"வேண்டாம். சுவாமிஜி சொன்னது சம்மதமிருந்தால் இந்த ஆற்றில் குளித்துவிட்டு வா. மெயின் ரோட்டில் சாப்பிட ஏதாவது கிடைக்குமா, பார்க்கலாம்."

"நான் பாபிஜி பாபிஜி என்று பதறினேன். பாபிஜியை உதறித் தள்ளிவிட்டு ஓடி வந்தேன்."

"இந்தப் பக்கம் பத்து மைல் போனால் என் பெண்ணின் கணவரின் கிராமம். எதிர்ப்பக்கம் இருபது மைல் போனால் என் மாமியார் மாமனார் இருக்கும் ஊர். ஆனால் நானும் போகவில்லை. அவர்களும் வரவில்லை." கோபால்ஜியும் எழுந்தார்.

"இந்தா, துண்டு. உன் துணிமணிகளைக் கரையில் வைத்துவிட்டுப் போய்க் குளித்துவிட்டு வா. உனக்கு ஆற்றில் குளிக்கத் தெரியுமல்லவா? தெரியாமலென்ன? நீதான் எவ்வளவோ சினிமாக்களில் குளித்திருக்கிறாயே."

நான் சிரித்தேன்.